इस्त्रायल

आधुनिक लष्करी महासत्ता

अतुल कहाते

सकाळ प्रकाशन

सकाळ प्रकाशन

Israel : Aadhunik Lashkari Mahasatta

इस्रायल : आधुनिक लष्करी महासत्ता

लेखक : अतुल कहाते

प्रथम आवृत्ती : जानेवारी २०२१

मांडणी व मुद्रितशोधन : अश्विनी महाजन

मुखपृष्ठ : शिवदास मोरे

प्रकाशक : सकाळ मीडिया प्रा. लि.
५९५, बुधवार पेठ,
पुणे ४११ ००२

ISBN : 978-93-89834-376

संपर्क : ०२०-२४४० ५६७८ / ८८८८८ ४९०५०
sakalprakashan@esakal.com

सतत कौतुकाचा हात पाठीवर ठेवणारे
सुरेश कंदकूर-संगीता कंदकूर
अविनाश चिंतावार-अनुश्री चिंतावार
यांना

प्रस्तावना

काही वर्षांपूर्वी *पॅलेस्टाईन-इस्रायल : एका अस्तित्वाचा संघर्ष* हे पुस्तक मी लिहिलं. त्या निमित्तानं इस्रायल या देशाच्या इतिहासाचा अगदी बारकाईनं अभ्यास करता आला. इस्रायल अत्यंत वर्चस्ववादी देश असल्याचं त्या वेळी अगदी स्पष्टपणे जाणवलं; तसंच पॅलेस्टिनी लोकांची भूमी बळकावून त्यावर इस्रायलनं कब्जा केल्याचंही स्पष्ट झालं. आंतरराष्ट्रीय पातळीवर काही वेळा दमबाजी आणि काही वेळा दगाबाजी यांचा वापर करून इस्रायलनं आपलं स्थान भरभक्कम केलं. मध्यपूर्व आशियाचा भूगोल इस्रायलनं बदलला आणि त्यानंतर तिथला इतिहासही आपल्याला अनुकूल होईल अशा प्रकारे बदलायला सुरुवात केली. इस्रायलच्या या अत्यंत निषेधार्ह कृतींचा वृत्तान्त त्या पुस्तकात विस्तारानं वर्णिलेला आहे.

आताचा विषय वेगळा आहे. इस्रायलविषयीचं हे ठाम मत अजिबात न बदलतासुद्धा इस्रायल काही दशकांमध्ये लष्करीदृष्ट्या इतका ताकदवान कसा काय बनला, यामागचं रहस्य उलगडण्याचा हा प्रयत्न आहे.

फक्त ८० लाख लोकसंख्या असलेला आणि नैसर्गिक संपदा जवळपास न लाभलेल्या इस्रायलनं गेल्या काही वर्षांमध्ये मारलेली भरारी सगळ्यांना थक्क करून सोडणारी आहे. तंत्रज्ञानविषयक काम करणाऱ्या म्हणजेच अत्याधुनिक क्षेत्रांमधल्या कंपन्यांच्या शेअर्सचा समावेश अमेरिकेच्या 'नॅसडॅक' या निर्देशांकात केला जातो. या निर्देशांकामध्ये सगळ्यांत जास्त अमेरिकी कंपन्या आहेत, त्याखालोखाल चिनी कंपन्या आहेत आणि तिसऱ्या क्रमांकावर इस्रायली कंपन्या आहेत! राष्ट्रनिर्मितीनंतर जवळपास दर दशकामध्ये इस्रायल निरनिराळ्या युद्धांमध्ये गुंतलेला असूनसुद्धा दर वर्षी सुमारे ३० लाख पर्यटक या देशाला भेट

देतात. कदाचित अगदी सुरुवातीपासूनच सातत्यानं आपल्या अस्तित्वासाठी झगडत राहावं लागल्यामुळे आणि म्हणूनच आक्रमण-बचाव यांचं योग्य मिश्रण सातत्यानं करावं लागलं असल्यामुळे इस्रायलला लष्करी तसंच आर्थिक अशा दोन्ही पातळ्यांवर इतकं अभूतपूर्व यश मिळालेलं असावं. अडचणीत असलेला माणूस झगडून, हिमतीनं आयुष्यात पुढे जातो, असं म्हणतात; तसंच राष्ट्रपातळीवर इस्रायलच्या बाबतीत घडलं आहे. दुसऱ्या महायुद्धात जर्मनीनं ज्यू लोकांवर केलेले अनन्वित अत्याचार, लाखो ज्यू लोकांचं झालेलं शिरकाण आणि सगळीकडून त्यांची झालेली हकालपट्टी या पार्श्वभूमीवर विलक्षण जिद्दीनं झुंजून आपला ठसा जगावर उमटवण्याची जिद्द त्यांच्यामध्ये निर्माण झाल्याचं तर अभ्यासक मानतातच.

१९४८मध्ये इस्रायलची निर्मिती झाल्यानंतर आपलं अस्तित्व टिकवून धरण्यासाठी इस्रायलला आपल्या शेजारच्या अरब देशांशी झगडावं लागलं. या युद्धामध्ये इस्रायलकडून लढणारे अनेक जण हिटलरच्या नाझी अत्याचारांमधून वाचलेले ज्यू लोक होते. त्यांना युद्ध, शस्त्रं वापरणं, लष्करी डावपेच यातलं काही माहीत असण्याची सुतराम शक्यता नव्हती. असं असूनही त्यांच्याबरोबर लढणाऱ्या इस्रायली सैनिकांनी त्यांना हार न मानण्याची आणि जिद्दीनं लढत राहण्याची प्रेरणा दिली. अखेर आपला स्वतंत्र देश आता निर्माण झालेला असून त्याच्या अस्तित्वासाठी आपण लढलं पाहिजे, अशी त्यांनी दिलेली हाक निर्णायक ठरली. मर्यादित शस्त्रसाठा, अप्रशिक्षित सैनिक, आर्थिक अडचणी या सगळ्या गोष्टी विसरून इस्रायली लष्कर आपल्या शत्रूंना भिडलं. कुठल्याही परिस्थितीला तोंड देणं, सातत्यानं निर्माण होत असलेल्या अडचणींमधून मार्ग काढणं या गोष्टी इस्रायलनं तेव्हाच आत्मसात केल्या. त्यानंतर आजपर्यंत इस्रायलला आपल्या शत्रूंशी लढण्यासाठी या गोष्टी उपयोगी ठरल्या आहेत. आपण कल्पकतेनं नवनव्या मार्गांचा अवलंब केला नाही, तर कदाचित आपलं अस्तित्वच पणाला लागू शकतं याची जाणीव इस्रायलला आजही आहे. कदाचित यामुळेच इस्रायलला हे मार्ग वापरण्यामधली अपरिहार्यता जाणवत असावी.

अर्थात, अशा प्रकारे आपल्या अस्तित्वासाठी कायम झगडावं लागणारा इस्रायल हा एकमेव देश नाही. उत्तर कोरियासारखा शेजारी लाभलेला दक्षिण कोरियाही सातत्यानं अशाच प्रकारच्या भीतीच्या छायेत असतो. दक्षिण कोरियानं मारलेली आर्थिक झेपही थक्क करून सोडणारी आहे. मात्र, इस्रायलच्या तुलनेत दक्षिण कोरियाई लष्कर तितकं सक्षम नाही. यामागचं कारण काय असावं? कदाचित

आपल्याला हे ऐकून आश्चर्य वाटेल; पण इस्रायलमध्ये बहुतेक कुठल्याच ठिकाणी 'साहेबी' वातावरण नसणं महत्त्वाचं ठरतं, असं म्हणतात. म्हणजेच इस्रायली संस्कृतीमध्ये पदाधिकाऱ्यांची उतरंड असणं, खालच्या लोकांनी वरच्यांना निमूटपणे सलाम ठोकणं असे प्रकार फारसे घडत नाहीत. अगदी लष्करापासून सरकारी कार्यालयांपर्यंत सगळीकडे साध्या हुद्द्यांवरचे कर्मचारी मंत्र्यांना त्यांच्या नावानिशी हाक मारतात! अगदी पंतप्रधानांपर्यंत सगळ्यांना टोपण नावं असतात. उदाहरणार्थ, दीर्घ काळ इस्रायली पंतप्रधानपद भूषवलेल्या बेंजामिन नेतन्याहूला सर्वसामान्यपणे 'बिबी' म्हणून ओळखलं जातं! यात कुचेष्टा किंवा अपमान करण्याचा हेतू अजिबातच नसतो. दुसरी महत्त्वाची गोष्ट म्हणजे इस्रायलमध्ये लष्करी सेवा अनिवार्य आहे. साहजिकच, कुठल्याही प्रकारचं धाडस करणं किंवा अनपेक्षित परिस्थितीचा सामना करणं इस्रायली लोकांना सहजपणे जमतं. लष्करी सेवेत भरती झाल्यानंतर अगदी सुरुवातीला इस्रायली तरुण आपल्या वरिष्ठांना 'सर' म्हणून संबोधतात; पण काही काळानंतर हे वरिष्ठ लोक या तरुणांबरोबर एकदम मित्रत्वाचं नातं प्रस्थापित करतात. यामुळे वरिष्ठांना 'सर' म्हणणं तसंच त्यांना सलाम ठोकणं, या गोष्टी या तरुणांकडून अपेक्षित नसतात. लष्करी सेवा केल्यामुळे सगळ्याच देशवासीयांना एकमेकांकडून काय अपेक्षित आहे, याची जाणीव होते. त्यांच्यामधले दुरावे त्या मानानं कमी असतात. काही जणांना अशा प्रकारे मोकळं वातावरण असल्यामुळे बेशिस्तीचं थैमान माजण्याची भीती वाटत असेल; इस्रायलमध्ये मात्र असं घडलेलं नाही. उलट, एकमेकांविषयी आश्वस्त असणं, मोकळेपणाचे संबंध प्रस्थापित होणं घडताना दिसतं. या संदर्भातली अनेक ठळक उदाहरणं देता येतील. इस्रायली हवाईदलप्रमुख जेव्हा प्रशिक्षणासंबंधीच्या एखाद्या हवाई मोहिमेवर जातो तेव्हा ते विमान कुणी वरिष्ठ हवाई अधिकारी किंवा चालक चालवत नाही. उलट, एखादा तरुण पायलट हे विमान चालवतो. म्हणूनच 'इस्रायली लष्करी विमानामध्ये अधिकारी वगैरे कुणी नसतं' असं सहजपणे म्हटलं जातं. इतकंच नव्हे; तर आपली मतं मुक्तपणे मांडण्याचे अधिकार सगळ्या पातळीवरच्या लोकांना असतात.

अशा अनेक गोष्टींवर आधारित असलेली इस्रायली लष्करी वर्चस्वाची ही कहाणी!

सकाळ प्रकाशनाचे आशुतोष रामगीर, पुस्तकाचं संपादन करणाऱ्या ऐश्वर्या कुमठेकर, मुद्रितशोधन आणि मांडणी करणाऱ्या अश्विनी महाजन, मुखपृष्ठ बनवणारे शिवदास मोरे या सगळ्यांचे मनःपूर्वक आभार.

या पुस्तकाच्या कामादरम्यान लागणारी एकाग्रता आणि त्यासाठी आवश्यक असलेला निवांतपणा हे सगळं सातत्यानं पुरवणारे अनिता, जुई आणि हर्षू यांचे औपचारिक आभार. माझे बाबा डॉ. शशिकांत कहाते, भाऊ-वहिनी केदार-गौरी कहाते यांच्या सततच्या प्रोत्साहनासाठी त्यांनाही धन्यवाद. तसंच माझी आई मीना कहाते हिच्या स्मृतीचीही आठवण. शुभदा गुंडेवार यांच्या कौतुकाच्या शब्दांसाठी आणि अविनाश गुंडेवार यांच्या स्मृतीसाठी कृतज्ञता. याखेरीज सगळे मित्र, नातेवाईक आणि सुहृद यांची यादी करत बसत नाही; पण तुम्ही सगळे आहात म्हणून लिहीत राहावंसं वाटतं, हे नक्कीच नमूद करावंसं वाटतं.

अतुल कहाते

अनुक्रमणिका

प्रकरण १

शस्त्रसज्जता

ते १९४५ साल होतं. इस्रायल या राष्ट्राची निर्मिती होण्यासाठी अजून तीन वर्षांचा काळ बाकी होता. आता ज्या ठिकाणी इस्रायल आहे त्या जागी म्हणजेच पॅलेस्टिनी भूमीवर अजूनही ब्रिटिशांची सत्ता होती. ती लवकरच संपुष्टात येणार आणि आता ही भूमी कुणाच्या मालकीची आहे या मुद्द्यावरून पॅलेस्टिनी अरब आणि आपण यांच्यात घनघोर संघर्ष होणार, याची स्थानिक ज्यू लोकांना पुरेपूर कल्पना होती. ज्यू लोकांकडे शस्त्रास्त्रांचा पुरेसा साठा नव्हता. त्यातच ब्रिटिश राजवटीत कुठल्याही ज्यू माणसाकडे शस्त्रं सापडली तर त्याला तुरुंगवास आणि कधी-कधी थेट मृत्युदंड अशा शिक्षेचा सामना करावा लागे. तरीसुद्धा 'हॅगेना' ही ज्यू लोकांची संघटना पॅलेस्टिनी शत्रू आणि ब्रिटिशांपैकी विरोधक यांच्यावर आक्रमक हल्ले करत असे. साहजिकच, या संघटनेला शस्त्रास्त्रांची गरज भासे; पण नेहमीच तिला या संदर्भात अडचणींचा सामना करावा लागे. शस्त्रास्त्रं संपादित करण्याची जबाबदारी हॅगेना संघटनेच्या योसेफ अविदा (Avidar) नावाच्या वरिष्ठ पदाधिकाऱ्यावर टाकण्यात आली. रशियात जन्मलेल्या अविदानं आपल्या वयाच्या नवव्या वर्षीच लष्करी प्रशिक्षण घ्यायला सुरुवात केली होती. झारच्या लष्करात असताना युद्धभूमीवर जाऊन आलेल्या एका शेजाऱ्यानं अविदाला या संदर्भातले धडे दिले. याचा अविदाला चांगला फायदा झाला आणि नंतर हॅगेना संघटनेमध्ये त्यानं वेगानं प्रगती केली.

योसेफ अविदा

१९२९मध्ये जेरुसलेमच्या 'जुनं शहर' म्हणून ओळखल्या जाणाऱ्या भागात ज्यू आणि अरब लोकांमध्ये दंगे झाले. त्या वेळी फक्त ११ गोळ्या वापरून एका बंदुकीच्या जोरावर अविदानं अरबांचा यशस्वी प्रतिकार केला. तसंच आपल्याला विनाकारण शस्त्रास्त्रांचा किंवा दारूगोळ्याचा वापर करून ते सगळं वाया घालवणं अजिबात पसंत नसल्याची तार त्यानं तिथून परतल्यावर आपल्या मुख्यालयाला केली. इतकंच नव्हे; तर 'खरं म्हणजे सात गोळ्याही पुरल्या असत्या; पण आपल्या सहकाऱ्यांनी चार गोळ्या वाया घालवल्या' अशी तक्रारही त्यानं केली! एकूणच पुरेशा शस्त्रास्त्रांअभावी हॅगेना संघटना कशी लढण्याचा प्रयत्न करत होती, याचा हा एक उत्तम नमुनाच होता.

एकीकडे पॅलेस्टाईनबाहेर इतरत्र राहणारे ज्यू लोक आपल्या भूमीत चोरमार्गांनी सहजपणे येऊ शकत नसताना शस्त्रास्त्रांची आयात करणं अशक्यच होतं. दुसरीकडे शस्त्रास्त्रांशिवाय हॅगेनाला ज्यू लोकांच्या वतीनं लढणं अत्यंत कठीण होऊन बसलं होतं. यामुळे तेव्हाच्या पॅलेस्टिनी म्हणजेच आताच्या इस्रायली भूमीमध्येच बंदुकांच्या गोळ्या तयार करण्यासाठीचा कारखाना उभा करण्याचं अविदानं मनावर घेतलं. हा अत्यंत क्रांतिकारी निर्णय होता.

१९२९च्या या घटनाक्रमामुळे ज्यू लोकांना या भूमीत टिकून राहायचं असेल तर त्यासाठी त्यांनी लष्करी प्रशिक्षण घेतलं पाहिजे, अशी अविदाची खात्री पटली. त्या दृष्टीनं त्यानं हिब्रू विद्यापीठानजीकच्या पर्वतराशींच्या भागात ५० ज्यू लोकांना ग्रेनेड कसे फेकायचे, याविषयीची माहिती द्यायला सुरुवात केली. हॅगेनाकडे खरे ग्रेनेड अगदी मोजकेच असल्यामुळे निव्वळ प्रशिक्षणासाठी ते 'वाया घालवणं' अविदासाठी अशक्यच होतं. म्हणून त्यानं घरगुती प्रकारचे ओबडधोबड ग्रेनेड आणले होते. ग्रेनेडविषयीची माहिती सांगून झाल्यावर त्यानं त्यातला एक ग्रेनेड फेकून दाखवला. अविदाकडचे सगळेच ग्रेनेड दुय्यम प्रकारचे असल्यामुळे हा ग्रेनेडही तसाच होता. तो चुकून अविदाकडून फेकला जात असतानाच फुटला. यामुळे झालेल्या स्फोटात अविदा भाजला गेला; तसंच या स्फोटाचा जोरदार आवाज झाला. अपेक्षेप्रमाणेच माग काढत ब्रिटिश लष्करी दल तिथे चौकशीसाठी

आलं. विलक्षण वेदना सहन करत अविदानं तिथे प्रशिक्षण घेण्यासाठी आलेल्या सगळ्या ज्यूंना सुरक्षित ठिकाणी हलवेपर्यंत स्वत:ची पर्वासुद्धा केली नाही.

हा प्रसंग हॅगेना आणि अविदा यांच्यासाठी निर्णायक ठरला. एकीकडे पॅलेस्टाईनबाहेर इतरत्र राहणारे ज्यू लोक आपल्या भूमीत चोरमार्गांनी सहजपणे येऊ शकत नसताना शस्त्रास्त्रांची आयात करणं अशक्यच होतं. दुसरीकडे शस्त्रास्त्रांशिवाय हॅगेनाला ज्यू लोकांच्या वतीनं लढणं अत्यंत कठीण होऊन बसलं होतं. यामुळे तेव्हाच्या पॅलेस्टिनी म्हणजेच आताच्या इस्रायली भूमीमध्येच बंदुकांच्या गोळ्या तयार करण्यासाठीचा कारखाना उभा करण्याचं अविदानं मनावर घेतलं. हा अत्यंत क्रांतिकारी निर्णय होता. याचं मुख्य कारण म्हणजे संबंधित कामासाठीचा कसलाच अनुभव ज्यू समुदायापाशी नव्हता. दुसरं म्हणजे ज्यू लोकांच्या हालचालींवर ब्रिटिशांची बारीक नजर होती. अशा प्रकारच्या प्रकल्पाचं काम लपूनछपून करणं जवळपास अशक्यप्राय होतं. अविदानं मात्र काहीही करून या कामात यश मिळवायचंच, असा निर्धार केला. यासाठी योग्य ठिकाण निवडणं हा सगळ्यात महत्त्वाचा मुद्दा असल्याचं त्याच्या चाणाक्ष बुद्धीनं हेरलं. रिहोवोत (Rehovot) नावाच्या शहराबाहेरच्या टेकडीवजा भागाची त्यानं निवड केली. ही जागा त्या काळात शिक्षणक्षेत्रात अग्रगण्य म्हणून ओळखल्या जाणाऱ्या 'वाईझमन इन्स्टिट्यूट ऑफ सायन्स' या संस्थेच्या अगदी जवळ होती. या जागेची निवड करण्यामागे दोन कारणं होती. एक तर हा भाग तसा कुणाच्या पटकन नजरेत येईल असा नव्हता; शिवाय, तो शहरापासून फार लांब नव्हता. दुसरं म्हणजे हा टेकडीचा भाग असल्यामुळे त्यावर खोदकाम करून भुयार खणणं आणि त्यात आपला प्रकल्प उभा करणं शक्य होईल, याची अविदाला कल्पना होती. आणखी एक मुद्दा म्हणजे या टेकडीच्या जवळच्या भागात रिहोवोत शहराचं रेल्वे स्थानक होतं. तिथे ब्रिटिश सैनिकांचा मोठ्या प्रमाणावर वावर असे. अशा परिस्थितीत आपल्या इतक्या जवळ हॅगेना संघटना असं काही काम करू शकेल याविषयीचा संशय ब्रिटिशांना येणं जवळपास अशक्य होतं. तरीसुद्धा, अचानकपणे काही ज्यू लोक या टेकडीवर जाऊन काहीतरी संशयास्पद करत असल्याचं ब्रिटिशांना वाटू नये यासाठी अविदाला कसलीतरी तजवीज करणं भाग होतं. याच काळात ज्यू लोकांच्या स्काऊट चळवळीशी संबंधित असलेल्या काही जणांचा एक गट आपल्या भूमीत येणार असल्याचं अविदाला समजलं. या लोकांनी हॅगेनासाठी काम करावं आणि आपलं बस्तान या टेकडीवर बसवावं, असं अविदानं त्यांना सांगितलं. या लोकांना ही कल्पना आवडल्यामुळे त्यांनी

त्यानुसार केलं. आता विशीच्या घरातले हे युवक कुणाला संशय येणार नाही अशा प्रकारे या टेकडीवर आपलं बस्तान बसवायला लागले. तसंच तिथल्या भुयारात शस्त्रास्त्रनिर्मितीच्या कारखान्याची उभारणीही सुरू झाली.

१९२०च्या दशकात हिब्रू विद्यापीठाच्या बांधकामाच्या प्रकल्पामध्ये सहभागी झालेल्या जेरुसलेममधल्या एका माणसाला अविदानं भुयार खणण्याचं काम दिलं. फक्त २२ दिवसांमध्ये या माणसानं अविदाला जमिनीखाली ३० फूट खोलीचं आणि १०० फूट लांबीचं भुयार खणून दिलं. जवळच्या भागातल्या भाज्या आणि तिथली फळं तोडून साठवण्यासाठी या भुयारात सोय करायची असल्याचं सगळ्यांना भासवण्यात आलं. या भुयारात बांधण्यात आलेल्या गुप्त हॉलच्या छताला काँक्रिटचं जाडजूड आवरण घालण्यात आलं. या छताला दोन ठिकाणी मार्ग उपलब्ध करून देण्यात आले. एक मार्ग या इमारतीमधल्या बेकरीकडे जात होता; तर दुसरा लाँड्रीकडे जात होता. या गुप्त हॉलमध्ये पहिल्या महायुद्धाच्या काळातली यंत्रणा वापरून शस्त्रास्त्रनिर्मितीचा प्रकल्प उभा करण्यात आला. ही यंत्रणा पोलंडच्या वॉर्सा शहरात खरेदी करून लेबेनॉनच्या बैरूतमार्गे इस्रायलमध्ये आयात करण्यात आली होती. बंदुकीच्या गोळ्यांची कवचं तयार करण्यासाठी मोठ्या प्रमाणावर तांब्याची गरज होती. हे तांबं लिपस्टिकभोवती बसवण्यासाठीचं कवच तयार करण्यासाठी वापरलं जाणार आहे, असं भासवून आयात करण्यात आलं.

बंदुकीच्या गोळ्या तयार करण्यासाठीच्या यंत्रातून खूप मोठा आवाज निघायचा. तो जाणवू नये यासाठी इमारतीमधली लाँड्री अहोरात्र सुरू राहणं अविदाच्या दृष्टीनं गरजेचं होतं. म्हणजे लाँड्रीचाच मोठा आवाज इमारतीतून बाहेर गेला असता. आता जर लाँड्री कायमस्वरूपी सुरू ठेवायची असेल तर त्यासाठी कपडे धुऊन मागणारे खूप ग्राहक मिळवणं गरजेचं होतं. यासाठी खटपट करून अविदानं जवळच्या एका इस्पितळामधले कपडे धुण्याचं काम मिळवलं. कहर म्हणजे यानंतर ब्रिटिश लष्कराचे कपडे धुण्यासाठीचं कंत्राटच अविदाच्या सहकाऱ्यांनी मिळवलं! या भुयारात काम करणारे लोक सूर्यप्रकाशापासून लांब असत. साहजिकच, त्यांची त्वचा पांढरीफटक पडल्यासारखी दिसे. जर ते उन्हात काम करत असतील तर त्यांची त्वचा तांबारल्यासारखी दिसणं अपेक्षित होतं. यामुळे हे लोक कायम अंधारात असतात, याचा कुणाला संशय येऊ नये यासाठी या भुयारात खास सूर्यप्रकाशाचा भास निर्माण करणारे विशिष्ट प्रकारचे दिवे बसवण्यात

आले. आता या दिव्यांच्या प्रकाशात काम करत असताना कामगारांची त्वचा सूर्यप्रकाशात काम केल्यासारखी तांबारली जाई.

बेकरीच्या तोंडाशी असलेल्या भागात रेल्वेच्या छोट्या रुळांवरून सरकू शकणारी १० टन क्षमतेची दगडी भट्टी बसवण्यात आली. सहजपणे दिसू न शकणाऱ्या एका शिडीवरून ही भट्टी गुप्त ठिकाणी लपवता येई. तसंच लाँड्रीच्या तोंडाशीच कपडे धुण्यासाठीचं यंत्र म्हणजे वॉशिंग मशीन बसवण्यात आलं होतं. तेही एका खटक्यानिशी जागेवर आणता येई किंवा इकडेतिकडे सरकवता येई. या सगळ्या यंत्रणेला प्रचंड मोठ्या प्रमाणावर वीजपुरवठा आवश्यक असल्यामुळे अविदानं तिथून जवळच असलेल्या वीजनिर्मिती केंद्राचीच थेट जोडणी घेतली. ही जागा फार कुणाच्या नजरेत येऊ नये आणि खूप लोक कुतूहलापोटी तिथे येऊ नयेत यासाठी या ठिकाणच्या लोकांना एका संसर्गजन्य रोगाची लागण झाली असल्याची अफवा पसरवण्यात आली. इतकंच नव्हे; तर या ठिकाणच्या इमारतीच्या मुख्यालयापाशी 'बाहेरून येणाऱ्या लोकांनी आपले बूट रोगप्रतिबंधक द्रावात बुडवूनच प्रवेश करावा' अशी ठळक आणि बिचकवणारी सूचना लिहिण्यात आली.

१९४५ ते ४८ या काळात हा प्रकल्प जवळपास अव्याहतपणे सुरू राहिला. त्यात बंदुकांमध्ये वापरल्या जाणाऱ्या ९ मिलिमीटर व्यासाच्या तब्बल २० लाख गोळ्या तयार करण्यात आल्या! काही काळ तर एका दिवसात ४० हजार इतक्या मोठ्या प्रमाणावर गोळ्या बनत. या प्रकल्पाच्या ठिकाणाला 'आयालॉन इन्स्टिट्यूट' म्हणून ओळखलं जाई. तसंच हिब्रू भाषेत 'इस्रायली भूमी'चा अर्थ Eretz Yisrael असा होत असल्यामुळे प्रत्येक गोळीवर EA अशी अक्षरं कोरली जात.

अविदा आणि त्याचे सहकारी यांची ही योजना अत्यंत यशस्वी ठरली. ब्रिटिशांना त्यासंबंधीचा थांगपत्ता अजिबातच लागला नाही. अर्थात, एक-दोन वेळा हा प्रकल्प संकटात सापडण्याची दाट शक्यता निर्माण झाली खरी! १९४८च्या सुरुवातीला या टेकडीच्या जवळच्या परिसरात ब्रिटिश सैनिकांना घेऊन जाणाऱ्या

एका गाडीखाली पेरण्यात आलेल्या स्फोटकांचा नेमका जोरदार स्फोट होऊन त्यात २८ सैनिक ठार झाले; तर इतर अनेक सैनिक जायबंदी झाले. 'स्टर्न गँग' ऊर्फ 'लेही' नावाच्या ज्यू लोकांच्या अतिआक्रमक गटानं हा स्फोट घडवला होता. भडकलेले ब्रिटिश या घटनेच्या मुळाशी जाण्यासाठी आपल्या टेकडीवरच्या प्रकल्पाचीही बारकाईनं तपासणी करतील, अशी अविदाला भीती वाटली. तिथलं काम तातडीनं बंद करण्यात आलं. इतकंच नव्हे; तर ब्रिटिशांच्या मदतीसाठी या टेकडीवरचे ज्यू लोक अन्नपाणी आणि औषधं घेऊन धावत गेले. साहजिकच, हे लोक या कृत्यात अजिबात सहभागी नसणार आणि एकूणच त्यांच्या हातून कुठलंही धोकादायक काम घडण्याची शक्यताही दुर्मीळ असणार, अशी ब्रिटिशांची खात्री झाली.

१९४५ ते ४८ या काळात हा प्रकल्प जवळपास अव्याहतपणे सुरू राहिला. त्यात बंदुकांमध्ये वापरल्या जाणाऱ्या ९ मिलिमीटर व्यासाच्या तब्बल २० लाख गोळ्या तयार करण्यात आल्या! काही काळ तर एका दिवसात ४० हजार इतक्या मोठ्या प्रमाणावर गोळ्या बनत. या प्रकल्पाच्या ठिकाणाला 'आयालॉन इन्स्टिट्यूट' म्हणून ओळखलं जाई. तसंच हिब्रू भाषेत 'इस्रायली भूमी'चा अर्थ Eretz Yisrael असा होत असल्यामुळे प्रत्येक गोळीवर EA अशी अक्षरं कोरली जात.

इस्रायलची निर्मिती झाल्यानंतर आयालॉन इन्स्टिट्यूट ही संस्था 'इस्रायल मिलिटरी इंडस्ट्रीज (आयएमआय)'या संस्थेत विलीन करण्यात आली. आजही ही संस्था क्षेपणास्त्रं, रॉकेट्स आणि इतर शस्त्रास्त्रं यांच्या निर्मितीसाठी प्रसिद्ध आहे. अर्थात, आयएमआय या संस्थेनं आपलं काम सुरू करण्यादरम्यानच्या काळात शस्त्रास्त्रांची गरज कशी भागवायची, हा इस्रायलसमोरचा मुख्य प्रश्न होता. इंग्लंड, अमेरिका, सोव्हिएत युनियन किंवा इतर कुठलेच देश इस्रायलला शस्त्रास्त्रं पुरवायला तयार नव्हते. याला एकच अपवाद ठरला; तो झेकोस्लोवाकियाचा (आत्ताचे झेक प्रजासत्ताक). दुसऱ्या महायुद्धाच्या काळात जर्मन हवाईदलानं झेकोस्लोवाकियावर बॉंबवर्षाव केला होता. त्यानंतर जर्मनीचा पराभव झाल्यावर काही जर्मन लष्करी विमानं झेक भूमीवरच पडून राहिली. अशा चार विमानांचे सुटे भाग करून झेकोस्लोवाकियानं इस्रायलमध्ये धाडून दिले. ते इस्रायलमध्ये परत जोडण्यात आले. या पुनर्रचित विमानांमध्ये प्रत्येकी एक मशीनगन आणि ७० किलो वजनाचे चार बॉंब अशी यंत्रणा बसवण्यात आली. यापाठोपाठ इटलीमधूनही काही लष्करी विमानं आली. या विमानांमध्ये असलेल्या प्रवाशांना बसण्यासाठीच्या मूळ जागी इंधनाची टाकी बसवण्यात आली. यामुळे युद्धप्रसंगी दूरचा पल्ला गाठणं तर शक्य होणार

होतंच; शिवाय, मुळात ही विमानं उडून इटलीहून इस्रायलपर्यंत या बदलामुळेच पोहोचू शकली.

आपल्याला आपल्या शेजारच्या अरब शत्रूंशी लढण्यासाठी शस्त्रसज्ज व्हावं लागेल, याची इस्रायलला कल्पना होती. शस्त्रं तसंच विमानं मिळवण्यासाठी आता हास्यास्पद वाटतील अशा युक्त्या काही इस्रायलींनी लढवल्या. उदाहरणार्थ, असा एक गट इंग्लंडमध्ये गेला. दुसऱ्या महायुद्धामधल्या घटनांवर आधारित एक चित्रपट आपल्याला काढायचा असल्याचा आव आणून या मंडळींनी एक कंपनीसुद्धा स्थापन केली. तसंच या चित्रपटासाठी दिग्दर्शक, अभिनेते वगैरे घेण्यात आले. चित्रपटाच्या सुरुवातीलाच एक विमान लंडनच्या दिशेनं भरारी घेत असल्याचं दृश्य होतं. त्यानुसार हे विमान लंडनकडे झेपावलं. जमिनीवरून या दृश्याचं चित्रीकरण सुरू होतं. हे विमान लंडनमध्ये उतरणं अपेक्षित होतं खरं; पण ते उडतच राहिलं आणि थेट इस्रायलमध्ये जाऊनच थांबलं! अर्थातच, यातून काही शस्त्रं इस्रायलमध्ये आणण्यात आली होती. अशा चक्रावून सोडणाऱ्या काही प्रसंगांमधून आपल्या हाती फार काही लागणार नाही, याची इस्रायलींना जाणीव होती.

अपेक्षेप्रमाणेच १९४८च्या मे महिन्यात मध्यपूर्व आशियामधल्या पाच अरब देशांनी इस्रायलवर हल्ला केला. यात इस्रायल बेचिराख होणार असा सगळ्यांचा अंदाज होता. याचं कारण म्हणजे इस्रायलची लष्करी तयारी पुरेशी नव्हती आणि तुलनेनं एकत्रितपणे लढणाऱ्या अरब देशांची लष्करी जमवाजमव कागदोपत्री एकदम पक्की होती. हे युद्ध अत्यंत घनघोर ठरलं. सुमारे ६,००० इस्रायली लोक यात ठार झाले आणि आणखी १५,००० जण जखमी झाले. 'लोक' म्हणण्याचं कारण म्हणजे इस्रायली लष्कर कमकुवत असल्यामुळे सैनिकांखेरीज सर्वसामान्य लोकसुद्धा इस्रायली लष्कराच्या वतीनं रणभूमीवर उतरले होते. असं असूनही अत्यंत कुशलपणे आणि चिकाटीनं लढून इस्रायलनं आपल्यावर झालेलं हे आक्रमण यशस्वीरीत्या परतवून लावण्याची किमया करून दाखवली! इस्रायलचं अस्तित्व तर टिकून राहिलंच; शिवाय, इस्रायल सहजासहजी पराभूत होणार नाही याची चुणूकही या निमित्तानं सगळ्यांना बघायला मिळाली.

इस्रायलच्या या यशामागे हार न मानत झुंजत राहण्याची आणि मृत्यूची तमा न करता लढण्याची जिद्द हे मुख्य कारण ठरलं. याचं एक ठळक उदाहरण म्हणजे गाझा पट्ट्याच्या उत्तरेकडच्या एका भागात फक्त ७५ रायफल्स, ३०० ग्रेनेड्स आणि

रणगाड्यांवर रॉकेट सोडू शकणारं एकच 'लाँचर' यंत्र यांच्यासह १५० इस्रायलींनी तब्बल सहा दिवस शस्त्रसज्ज आणि ताकदवान इजिप्शियन सैनिकांना रोखून धरलं.

दुसरं उदाहरण लाऊ लिनार्तचं देता येईल. १९२१मध्ये हंगेरीमध्ये लिनार्त जन्मला. आपल्या वयाच्या नवव्या वर्षी कुटुंबीयांसह लिनार्त अमेरिकेमध्ये स्थलांतरित झाला. त्या काळच्या वातावरणानुसार ज्यू धर्मीय असल्यामुळे लिनार्त आणि त्याचे कुटुंबीय यांची पेनसिल्वेनियामध्ये सातत्यानं कुचेष्टा केली जाई. लिनार्तला अनेकदा मारहाणीलाही सामोरं जावं लागे. साहजिकच, सुरुवातीच्या मानसिक आणि शारीरिक धक्क्यांनंतर आपण कणखर बनणं गरजेचं असल्याचं लिनार्तच्या मनावर ठसलं. त्यानं अमेरिकी हवाईदलात पायलट म्हणून प्रवेश मिळवून दुसऱ्या महायुद्धाच्या काळात जपानविरोधी मोहिमा यशस्वी करून दाखवल्या. याच काळात ऑस्ट्रियामध्ये 'ऑशोवित्झ'च्या छळछावण्यांमध्ये आपले हंगेरीमध्येच राहिलेले नातेवाईक दगावल्याची दुःखद बातमी त्याला समजली. तेव्हा पॅलेस्टाईन म्हणून ओळखल्या जाणाऱ्या आणि नंतर इस्रायल बनलेल्या भूमीत जाण्याचा लिनार्तनं निर्णय घेतला. १९४८च्या एप्रिल महिन्यात तो इस्रायलमध्ये दाखल झाला आणि महिन्याभरातच इस्रायलचं अरब देशांशी युद्ध पेटलं. १५,००० इजिप्शियन सैनिकांची एक मोठी तुकडी ५०० लष्करी वाहनं आणि रणगाडे यांच्यासह चाल करून येत असताना तेल अवीव या इस्रायलच्या मुख्य शहरापासून काही अंतरावर येऊन ठेपली. दरम्यान, इस्रायली सैनिकांनी त्या ठिकाणापासून तेल अवीवमध्ये पोहोचण्यासाठी बांधण्यात आलेला पूल तोडून टाकला. रातोरात तो दुरुस्त करून इजिप्तचे सैनिक दुसऱ्या दिवशी सकाळी तेल अवीवमध्ये दाखल होतील आणि

बेन-गुरियनचा उल्लेख 'इस्रायलचा जाज वाशिग्टन' असा केला जातो. जेमतेम काही लाख लोकसंख्या असलेल्या इस्रायलला चहूबाजूंनी अरब देशांनी वेढलं होतं. त्यांची लोकसंख्या इस्रायलच्या कैकपट होती. शिवाय, हे बहुतेक सगळे इस्रायलचे कट्टर शत्रू होते. या अडचणीवर कशी मात करायची, अशा विचारात असलेल्या बेन-गुरियननं आपल्या पंतप्रधानपदाच्या जबाबदारीतून थोडा वेळ काढून या संदर्भात एक अहवाल तयार केला.

त्याबरोबरच इस्रायलचा पाडाव होईल, अशी दाट शक्यता होती. हे समजताच या इजिप्शियन सैनिकांवर विमानांतून हल्ले करण्याचा निर्णय लिनार्तनं घेतला. लिनार्तचे हे मनसुबे यशस्वी ठरण्याची शक्यता खरं म्हणजे धूसर होती. एक तर यासाठीची विमानं बराच खटाटोप करून नुकतीच बनवण्यात आली होती. ती नीटपणे काम करू शकतील याची कुणालाच खात्री नव्हती. तसंच कुठल्याही मोहिमांमध्ये ती यापूर्वी वापरली जाण्याचा प्रश्नच नव्हता. तरीही, धोका पत्करून लिनार्त स्वत: एक विमान घेऊन उडाला. त्यानं नेमका वेध घेत इजिप्शियन सैनिकांच्या ताफ्यावर बाँबहल्ला केला. हा बाँब नेमका इजिप्तच्या लष्कराबरोबर आलेल्या इंधनाच्या साठ्यावर पडल्यामुळे मोठा स्फोट झाला. या स्फोटामुळे इजिप्शियन सैनिकांचं प्रचंड नुकसान झालं. यामुळे लिनार्तच्या उत्साह संचारलेल्या सहकाऱ्यांनीही आपापल्या विमानांमधून इजिप्शियन सैनिकांवर मशीनगन्सनी आक्रमण सुरू केलं. लिनार्त आणि त्याचे सहकारी यांच्या या अनपेक्षित हल्ल्यामुळे चकित झालेल्या इजिप्शियन सैनिकांनी पूल दुरुस्त करून तेल अवीवकडे आपला मोहरा वळवण्याचा बेत रद्द करून पूर्वेकडे– जेरुसलेमकडे जाण्याचा निर्णय घेतला. तिथे जॉर्डनचं सैन्य इस्रायलशी झुंजत होतं; त्यात इजिप्शियन सैन्यही सामील झालं. अशा रीतीनं तेल अवीव आणि कदाचित त्याचमुळे इस्रायलसुद्धा बचावलं! ज्या उद्‌ध्वस्त पुलामुळे इजिप्शियन सैन्याला तेल अवीवपर्यंत पोहोचता आलं नाही तो पूल नंतर नव्यानं बांधण्यात आला आणि त्याचं नामकरण 'अद हलोम' म्हणजे 'इथपर्यंतच' असं करण्यात आलं.

१९४८मध्ये अरब आक्रमणासमोर इस्रायलनं यशस्वीरीत्या किल्ला लढवला खरा; पण यामुळे आपले अरब शत्रू कायमसाठी गप्प राहतील अशा भ्रमात राहण्याची चैन इस्रायलला अजिबात परवडण्यासारखी नव्हती. आपण संख्येनं खूप कमी तर आहोतच; पण त्यामानानं आपल्या शत्रूंकडचं मनुष्यबळ प्रचंड आहे, याची डेव्हिड बेन-गुरियन या इस्रायलच्या पहिल्या मान्यवर नेत्याला आणि पहिल्या पंतप्रधानाला होती. अनेकदा बेन-गुरियनचा उल्लेख 'इस्रायलचा जॉर्ज वॉशिंग्टन' असा केला जातो. जेमतेम काही लाख लोकसंख्या असलेल्या इस्रायलला चहूबाजूंनी अरब देशांनी वेढलं होतं.

बेन-गुरियन

त्यांची लोकसंख्या इस्रायलच्या कैकपट होती. शिवाय, हे बहुतेक सगळे इस्रायलचे कट्टर शत्रू होते. या अडचणीवर कशी मात करायची, अशा विचारात असलेल्या बेन-गुरियननं आपल्या पंतप्रधानपदाच्या जबाबदारीतून थोडा वेळ काढून या संदर्भात एक अहवाल तयार केला. आजही हा अहवाल इस्रायलमध्ये कालानुरूप बदलांसह वापरला जातो. इस्रायलच्या राष्ट्रीय सुरक्षेच्या संदर्भातल्या महत्त्वाच्या गोष्टींचं विश्लेषण त्यात होतं. उदाहरणार्थ, सीरियाच्या तुलनेत इस्रायली लष्कराचं मनुष्यबळ कमी असल्यामुळे आपलं मनुष्यबळ अत्यंत तयारीचं असलं पाहिजे, असं बेन-गुरियन म्हणत होता. इजिप्तच्या मानानं आपल्याकडे कमी रणगाडे असल्यामुळे आपले रणगाडे अत्याधुनिक प्रकारचे असले पाहिजेत, अशी त्याची धारणा होती. याखेरीज आपल्या हवाईदलाकडे उत्कृष्ट तंत्रज्ञानावर आधारित असलेली विमानं तसंच बाँब टाकू शकणारी यंत्रणा असणं गरजेचं आहे, असंही बेन-गुरियनचं मत होतं. म्हणजेच संख्येपेक्षा गुणात्मकतेच्या निकषांवर आपण आपल्या शत्रूंपेक्षा सरस असणं गरजेचं असल्याचा त्याचा निष्कर्ष होता. अर्थातच, म्हणायला हे सोपं होतं. प्रत्यक्षात हे कसं घडवून आणायचं, हा मोठा प्रश्न होता. एक तर इस्रायलची स्थापना होऊन जेमतेम पाच-सहा वर्षं झाली होती. त्यात लगेचच इस्रायलला अरब शत्रूंशी युद्ध करावं लागलं होतं. शिवाय, सुरुवातीपासूनच आर्थिक आणि तांत्रिक अशा दोन्ही आघाड्यांवर तुटवड्याचा सामना करावा लागल्यामुळे अत्याधुनिक लष्करी यंत्रणा नक्की कशी उभी करायची, हे एक कोडंच होतं. ते सोडवणं भाग होतं. त्याखेरीज इस्रायलला आपल्या अरब शत्रूंच्या हल्ल्यांना तोंड देणं अशक्य होतं. परत एकदा इस्रायलचं अस्तित्व नष्ट होण्याची भीती होती.

अखेर आपल्याला ही शस्त्रास्त्रं इस्रायलमध्ये तातडीनं प्रयत्न करूनसुद्धा बनवणं शक्य नसल्यामुळे आपण ती आयात केली पाहिजेत, असा निष्कर्ष बेन-गुरियननं काढला. अर्थातच, यासाठी कोणते देश आपल्याला ही शस्त्रास्त्रं पुरवू शकतील याचा शोध घेतला पाहिजे, हे त्याला माहीत होतं. १९५०च्या राजकीय परिस्थितीमध्ये हे अशक्यच होतं. इंग्लंड, अमेरिका आणि फ्रान्स यांच्या तिकडीनं मध्यपूर्व आशियामधली युद्धं थांबवण्यासाठी आणि तिथली परिस्थिती अजून स्फोटक होऊ नये यासाठी, त्या भागातल्या कुठल्याही देशाला शस्त्रास्त्रं न पुरवण्याचा निर्णय घेतला होता. जर आपण इस्रायलला शस्त्रास्त्रं पुरवली तर यामुळे चिथवला गेलेला सोव्हिएत युनियन अरब देशांना शस्त्रास्त्रं पुरवेल, असं या तिकडीला वाटत होतं. इस्रायलच्या दृष्टीनं ही प्रचंड मोठी अडचण होती. आता आपल्यासमोर

अत्यंत आक्रमकपणे कुठलाही मार्ग वापरून शस्त्रास्त्रं मिळवणं हाच एक पर्याय शिल्लक असल्याची बेन-गुरियनची खात्री पटली.

या कामाची जबाबदारी त्यानं २६ वर्षीय शिमॉन पस्कीवर सोपवली. पोलंडमध्ये जन्मलेल्या या युवकानं आपलं आडनाव हिब्रू भाषेतल्या उच्चारानुसार 'पेरेस' असं केलं. इस्रायलच्या स्वातंत्र्यलढ्यादरम्यान बेन-गुरियनचा साहाय्यक म्हणून काम करताना पेरेसनं चमकदार कामगिरी बजावल्यामुळे बेन-गुरियनचा त्याच्यावर पूर्ण विश्वास होता. तसंच एकीकडे अत्यंत धोकादायक कामं करत असताना दुसरीकडे एकदम शांतपणे वावरण्याची अवघड कला पेरेसला साध्य झाली असल्याचा विश्वास बेन-गुरियनला वाटे.

न्यूयॉर्कला इस्रायलच्या संरक्षण मंत्रालयातर्फे पाठवण्यात आलेल्या एका समितीचा उपाध्यक्ष म्हणून पेरेसला नेमण्यात आलं. त्याच्यावरची प्रमुख जबाबदारी अर्थातच अमेरिका आणि आसपासचे प्रदेश इथून शस्त्रास्त्रं मिळवण्याची होती. ही जबाबदारी पार पाडताना पेरेस अनेक धोकादायक आणि गुन्हेगारी प्रवृत्तीच्या माणसांच्या संपर्कात आला. तसंच एकदा कोलंबियामध्ये जात असताना त्याच्या विमानानं पेट घेतला आणि त्यातून उडी मारून तो कसाबसा आपला जीव वाचवू शकला. मेक्सिकोकडून ४६ रणगाडे खरेदी करण्यासंबंधीचा करारही त्यानं केला; पण हे रणगाडे मेक्सिकोच्या सीमेपाशी पोहोचल्यावर अचानकपणे गायबच झाले! आपल्या चर्चांदरम्यान इस्रायलच्या परिस्थितीविषयी कुणालाच अजिबात काळजी किंवा दुःख वाटत नसल्याचं पेरेसच्या लक्षात आलं. साहजिकच, कुठल्याही भावनिक आवाहनाला कुणी प्रतिसाद देणार नसून इस्रायलबरोबर लष्करी सहकार्य केल्यामुळे त्यांचं भलं कसं होईल हे त्यांना पटवून देण्यावर भर देणं आवश्यक असल्याचंही त्यानं ओळखलं. क्यूबामध्ये मध्यरात्री १२ वाजता दारू आणि मुली यांच्यासोबत चैन करणाऱ्या स्थानिक 'भाई'बरोबरही पेरेसनं यशस्वी व्यवहार केले.

कॅनडा आपल्याकडच्या दुसऱ्या महायुद्धात न वापरलेल्या आणि म्हणूनच शिल्लक राहिलेल्या काही तोफा २० लाख डॉलर्सच्या मोबदल्यात इस्रायलला विकायला तयार असल्याचं पेरेसला समजलं. एवढी रक्कम कॅनडाला देण्यासाठी इस्रायलकडे नव्हती. हा ऐवज आपल्या हातून निसटू नये यासाठी पेरेस कॅनडामध्ये दाखल झाला. एका बलाढ्य ज्यू उद्योगपतीशी संपर्क साधून पेरेसनं त्याला या प्रकरणी मदत मागितली. त्या उद्योगपतीनं कॅनडामधल्या वरिष्ठ राजकारण्यांशी चर्चा करून २० लाख डॉलर्सचा आकडा निम्म्यावर आणला. यानंतर त्यानं पेरेसला

‘आता १० लाख डॉलर्स इस्रायलला कोण देणार’, असं विचारताच पेरेसनं त्याला ‘तू’ असं उत्तर दिलं! यामुळे थक्क झालेल्या त्या उद्योगपतीनं काही मिनिटांनंतर स्वत:ला सावरून आपल्या पत्नीला फोन केला. तिला ५० लोकांची यादी सांगून त्यांना त्या रात्री जेवायला बोलवायचं असल्याचं तो म्हणाला. रात्री या पाहुण्यांसमोर पेरेसनं इस्रायलच्या दारुण परिस्थितीचा पाढा वाचला. तसंच इस्रायलचं अस्तित्व टिकवून ठेवायचं असेल तर त्यासाठी आपल्याला उपस्थितांकडून आर्थिक मदत हवी असल्याचं त्यानं स्पष्टपणे सांगितलं. पेरेसच्या प्रभावी बोलण्यामुळे उपस्थितांनी आपले खिसे सैल केले!

इस्रायलला लष्करी सामर्थ्य मिळवून देण्यासाठी अनेक जणांनी आपल्या प्राणाची आहुती दिली. कित्येक जणांनी परिणामांचा विचार न करता विलक्षण धोका पत्करून इस्रायलला शस्त्रास्त्रं मिळवून दिली. अल श्विमर नावाच्या ज्यू तंत्रज्ञाची कहाणी अशीच आहे. लष्करी विमानांची दुरुस्ती करण्याच्या कामात निष्णात असलेल्या श्विमरनं इस्रायलच्या स्वातंत्र्यपूर्व काळात झेकोस्लोवाकियामधून तसंच इतर ठिकाणांहून विमानं आयात करण्याच्या कामात महत्त्वाची भूमिका बजावली. पेरेस आपल्या प्रवासादरम्यान न्यूयॉर्कला आलेला असताना तिथे असलेल्या श्विमरला भेटला. दुसऱ्या महायुद्धात अमेरिकी हवाईदलाच्या सेवेत भरती झालेल्या श्विमरनं युद्धकाळात अ‍ॅटलांटिक समुद्रापार तब्बल २०० उड्डाणं केली होती. खरं म्हणजे आपण ज्यू-धर्मीय आहोत याचं श्विमरला फार काही

अल श्विमर यांचा पासपोर्ट

विशेष वाटत नसे. दुसऱ्या महायुद्धाच्या काळात एका नाझी छळछावणीतून मुक्त झालेल्या ज्यू लोकांना भेटल्यावर मात्र त्याचं मत एकदम बदललं. ज्यू लोकांनी स्वत:चं राष्ट्र पॅलेस्टिनी भूमीवर उभं करण्यासाठी सुरू केलेल्या प्रयत्नांना आपण हातभार लावलाच पाहिजे, असं त्यानं मनाशी ठरवलं. यासाठी त्यानं आक्रमक ज्यू लोकांच्या हॅगेना या संघटनेच्या न्यूयॉर्कमधल्या गटाची भेट घेतली. आपल्याला हवाईदल उभा करण्याच्या कामात शिवमरनं मदत करावी, अशी अपेक्षा हॅगेनानं व्यक्त केली. अमेरिकी कायद्यानुसार हा गुन्हा ठरला असता. कारण युद्ध सुरू असलेल्या कुठल्याही देशाला लष्करी मदत अमेरिकी नागरिकानं पुरवू नये, असा स्पष्ट कायदा होता. शिवमरनं मात्र हा धोका पत्करायचं ठरवलं. त्याच्या अमेरिकी लष्करी सेवेमुळे त्याला अमेरिकी हवाईदलाकडे असलेली जास्तीची लष्करी विमानं सवलतीच्या दरात विकत घेण्याची परवानगी होती. दुसऱ्या महायुद्धामधल्या आपल्याबरोबर लढलेल्या काही ज्यू वैमानिकांना आणि तंत्रज्ञांना गोळा करून शिवमरनं ही विमानं विकत घ्यायला सुरुवात केली. या सहकाऱ्यांना शिवमरनं आपला मूळ हेतू अजिबात सांगितला नाही आणि त्यानं वेगळ्याच बाता मारल्या. यामुळे बहुतेक जणांना शिवमरच्या मदतीनं पनामा देश आपल्याकडची गुरंढोरं युरोपीय देशांमध्ये निर्यात करण्यासाठी विमानं खरेदी करत असल्याची समजूत झाली! लॉस एंजेलिसजवळच्या एका ठिकाणी ही विमानं आधी नेण्यात आली. तिथे त्यांची आवश्यक असलेली दुरुस्ती करण्यात आली. ती उडण्याच्या स्थितीत आल्यावर त्यांचे काळजीपूर्वकरीत्या सुटे भाग करून ते इटलीमध्ये नेण्यात आले. हॅगेनानं इटलीमध्ये आता वापरात नसलेली एक धावपट्टी शोधून ठेवली होती. तिथे सुट्या भागांची जोडणी करून परत एकदा ही विमानं तयार करण्यात आली आणि तिथून ती इस्रायलच्या दिशेनं उडवण्यात आली.

शिवमरचे हे उद्योग काही काळ लपून राहिले असले तरी लवकरच अमेरिकेला त्याविषयी समजलं. तरीसुद्धा न घाबरता शिवमर अमेरिकेला परतला. त्याच्यावर खटला भरण्यात आला. तुरुंगवासाची शिक्षा न होता त्याला १०,००० डॉलर्सचा दंड ठोठावण्यात आला. तसंच मतदान, लष्करी सेवेमुळे मिळणाऱ्या सुविधा असे त्याचे काही अधिकार काढून घेण्यात आले. शिवमरनं अमेरिकी सरकारकडून कधीच माफी मिळण्यासंबंधीचा अर्ज केलेला नसला तरी २००१मध्ये राष्ट्रपतिपद सोडण्यापूर्वी बिल क्लिंटननं शिवमरला माफीनामा दिला.

दरम्यान, अमेरिकेमध्ये चालू असलेल्या खटल्याची पर्वा न करता पेरेसच्या आग्रहापोटी श्विमरनं इस्रायलला लष्करी मदत पुरवण्यासाठीचं काम सुरूच ठेवलं होतं. त्यानं यासाठी नावापुरती एक कंपनी उघडली. अमेरिकेकडे तेव्हा फक्त वैमानिक हाच एकमेव इसम असलेल्या लष्करी विमानातून बॉंब फेकू शकण्याची यंत्रणा नव्यानं आली होती. या विमानाचं नाव 'मस्तँग' होतं. हे विमान इस्रायलला निर्यात करायला अमेरिका तयार नव्हती. याऐवजी अमेरिकी हवाईदलानं ही विमानं टेक्सस राज्यामधल्या एका भंगारवजा वस्तू गोळा करणाऱ्या कंपनीला विकली. ज्या किमतीला या कंपनीनं ही विमानं खरेदी केली त्याच किमतीला तिनं ही विमानं श्विमरला विकून टाकली! श्विमरकडे ती आल्यावर त्यानं या विमानांचं कामकाज ठीकपणे चालेल याची खात्री केली. त्यानंतर आपल्या सहकाऱ्यांच्या मदतीनं त्यानं या विमानांचे सुटे भाग वेगळे केले. हे सगळे सुटे भाग 'वातानुकूल यंत्रणेशी संबंधित असलेल्या वस्तू' असं लिहिलेल्या खोक्यांमध्ये भरून त्यानं ही खोकी इस्रायलला पाठवून दिली.

श्विमर अत्यंत कुशलतेनं विमानाची यंत्रणा उघडून तिचे सुटे भाग करणं, सुटे भाग जोडून पुन्हा विमान तयार करणं, त्यांची चाचणी घेणं ही कामं जवळपास अपुरी वाटेल अशी यंत्रसामग्री वापरून करे. बेन-गुरियन १९५१-५२च्या सुमाराला अमेरिकेला आलेला असताना पेरेसनं श्विमरच्या कामाच्या ठिकाणी बेन-गुरियनला नेलं. तिथलं दृश्य बघून बेन-गुरियन अवाक्‌च झाला. श्विमरच्या कौशल्याविषयीचा त्याचा आदर प्रचंड वाढला. त्यानं तत्काळ श्विमरला इस्रायलमध्ये येऊन मुळापासून विमानं तयार करण्यासाठीचा प्रकल्प हाती घेण्याचं आमंत्रण दिलं. खरं म्हणजे श्विमरला यात फार रस नव्हता; पण आपल्या ज्यू बांधवांसाठी काहीही करायला तो तयार होता. इस्रायलमध्येसुद्धा आपण अमेरिकी पद्धतीनंच काम करणार आणि त्यात ढवळाढवळ किंवा खुशमस्करी-भ्रष्टाचार असलं काही आपण खपवून घेणार नाही, अशा अटी घालून त्यानं बेन-गुरियनचा प्रस्ताव स्वीकारला. एका आठवड्यातच श्विमरनं आपल्याला लागणाऱ्या सगळ्या वस्तूंचे बारीकसारीक तपशील एका ३०-पानी अहवालात सादर केले. हा प्रकल्प बेन-गुरियनच्या आमंत्रणावरून सुरू व्हायचा असला तरी त्यासाठी इस्रायली मंत्रिमंडळाची, संसदेची मंजुरी आवश्यक होती. त्या दृष्टीनं बेन-गुरियन आणि पेरेस यांनी इस्रायलमधले राजकीय आणि लष्करी नेते यांची भेट घेऊन 'इस्रायल आयरोस्पेस इंडस्ट्रीज (आयएआय)' नावाच्या कंपनीची स्थापना करण्याची गरज

पटवून देण्यासाठी जोरदार प्रयत्न केले. अपेक्षेनुसार याला जोरदार अंतर्गत विरोध झाला. इस्रायलच्या लष्कर प्रमुखानं अशा कंपनीची अजिबात गरज नसल्याचं सांगितलं. अर्थ मंत्रालयानं या कामासाठी निधी उपलब्ध करून देणं शक्य नसल्याचं सांगितलं. वाहतूक मंत्रालयानं या प्रस्तावावर आपण विचारसुद्धा करू इच्छित नसल्याची कडवट प्रतिक्रिया दिली. याचं कारण म्हणजे इस्रायलनं स्वत:च्या मोटारीसुद्धा तयार केलेल्या नसताना विमान बनवण्याचा प्रश्नच उद्भवत नसल्याचं संबंधित मंत्र्याचं मत होतं. यामुळे नाराज न होता पेरेसनं आपले प्रयत्न सुरू ठेवले. संरक्षण खात्यासाठीच्या आर्थिक तरतुदीमधला काही भाग वापरण्याखेरीज आणखी निधी स्वत: गोळा करण्यावर त्यानं भर दिला. यामुळे काही काळातच लॉड (Lod) शहराबाहेर असलेल्या विमानतळाजवळ या प्रकल्पाचं काम सुरू झालं. १९५५पर्यंत या कंपनीच्या स्थापनेसाठीचं सगळं काम पूर्ण झालं. निरनिराळ्या प्रकारची विमानं आता इथे दुरुस्त करण्यासाठी आणली जाऊ लागली. वर्षभरात या कंपनीचे १,००० पेक्षा जास्त कर्मचारी होते; तर पुढच्या दशकात हा आकडा तब्बल १० पटींनी वाढला! इस्रायलमध्ये रोजगारनिर्मिती करणारी ही तेव्हाची सगळ्यांत मोठी कंपनी ठरली. सुरुवातीच्या काळात तयार विमानं दुरुस्त करण्यावर कंपनीनं भर दिला असला, तरी लवकरच स्वतंत्रपणे नव्या विमानांची निर्मितीही सुरू झाली.

१९५१ वर्ष संपलं तसं पेरेस इस्रायलला परतला. त्याच्या कामगिरीवर प्रचंड खूश असलेल्या बेन-गुरियननं त्याला इस्रायलच्या संरक्षण मंत्रालयाच्या प्रमुख संचालकपदी नेमलं. इस्रायली लष्करामधलं अराजकीय स्वरूपाचं हे सगळ्यात मोठं पद होतं. आता इस्रायलला मोठ्या प्रमाणावर शस्त्रास्त्रं गोळा करणं भाग असल्याचं पेरेसला माहीत होतं. यासाठी त्यानं आपल्या साहाय्यकांना सगळे मार्ग वापरायला सांगितलं. दरम्यान, १९५५मध्ये अचानकपणे आंतरराष्ट्रीय पातळीवरची परिस्थिती पार बदलली. इतके दिवस सोव्हिएत युनियन इस्रायलला पाठिंबा देत असे. आता इजिप्तला २५ कोटी डॉलर्स किमतीची अत्याधुनिक शस्त्रास्त्रं पुरवण्याचा निर्णय सोव्हिएत नेतृत्वानं घेतला. यामुळे पाश्चिमात्य जगात खळबळ माजली. आपण मध्यपूर्व आशियामधल्या घडामोडी निमूटपणे पाहत राहणं आपल्याला मानवणार नसल्याचं संबंधित देशांना उमगलं. तसंच आपण अमेरिकेकडे मदत मागितली पाहिजे असं तत्कालिन इस्रायली पंतप्रधान मोशे शॅरेटला वाटलं. मुळात इस्रायलच्या निर्मितीच्या वेळी आणि नंतर संयुक्त राष्ट्रसंघामध्ये इस्रायलला मान्यता मिळवून देण्याच्या प्रसंगी अमेरिकेनंच पुढाकार घेतला होता. तसंच सुमारे ५०

लाख ज्यू लोक अमेरिकेमध्ये राहत असल्यामुळे इस्रायलचे अमेरिकेशी असलेले संबंध इतर देशांबरोबरच्या संबंधांहून जास्त घट्ट होते. जर इस्रायलनं संयमी पवित्रा घेतला तर आपल्याला अमेरिकेकडून बरीच मदत मिळेल आणि इजिप्तला सोव्हिएत युनियनकडून मिळणाऱ्या मदतीहून ती खूप जास्त असेल, असं शॅरेटला वाटत होतं. त्यानुसार शॅरेटनं अमेरिकेशी संपर्क साधला खरा; पण ड्वाईट आयसेनहॉव्हर हा अमेरिकी राष्ट्रपती आपल्या भूमिकेवर ठाम होता. इस्रायलला आपण आर्थिक मदत करायला तयार असलो, तरी इस्रायलच काय; पण इतर कुठल्याही मध्यपूर्व आशियाई देशाला आपण लष्करी मदत करू शकणार नसल्याचं त्यानं स्पष्ट केलं. यामुळे नाराज झालेल्या शॅरेटनं इंग्लंडचा दौरा केला. तिथेही त्याच्या पदरात निराशाच पडली. इंग्लंडनंही इस्रायलला लष्करी मदत करायला नकार दिला. याखेरीज इजिप्तनं नुकताच ब्रिटिश नौदलाशी एक करार केला होता. हा करार धोक्यात आणणं ब्रिटिशांना शक्य नव्हतं. साहजिकच, इस्रायलपुढे फक्त एकच पर्याय उरला; तो

इजिप्त आणि इतर अरब देश धोकादायक निर्णय घ्यायला लागले तर त्यांच्यावर अंकुश ठेवण्यासाठी इस्रायल सज्ज असला पाहिजे, असं सांगून इस्रायलनं फ्रान्सकडे अणुबॉंबनिर्मितीसाठीच्या तंत्रज्ञानाची मागणी केली. पेरेसनं ही मागणी करताच सुवेझ कालवा मुक्त करण्यासाठी इस्रायलला किती वेळ लागेल, असं फ्रान्सच्या वतीनं विचारण्यात आलं. तसंच इंग्लंड आणि फ्रान्स हे दोन देश एकत्रितरीत्या सुवेझ कालवा मुक्त करण्यासाठी चाल करून येणार असल्याचं इस्रायलला सांगण्यात आलं. या मोहिमेत सहभागी होण्याची इस्रायलची इच्छा आहे का, अशी पृच्छाही करण्यात आली. पेरेस अशा एखाद्या संधीची वाटच बघत होता. त्यानं लगेचच फ्रान्सला अनुकूलता दर्शवली. तसंच यासाठी आपल्याला पुरेशी तयारी करणं गरजेचं असल्याचं पेरेसनं सांगितलं. थोडक्यात, काय; तर आपण अण्वस्त्रसज्ज असलो पाहिजे, असं इस्रायलनं फ्रान्सला सांगितलं. यामुळे मध्यपूर्व आशियाई देशांपैकी इस्रायल प्रचंड ताकदवान होणार हे उघड होतं. आजूबाजूच्या अरब शत्रूंनी आपल्यावर हल्ला करण्यापूर्वी नीट विचार केला पाहिजे हे या माध्यमातून इस्रायलला या देशांना सांगायचं होतं.

म्हणजे फ्रान्सचा. इंग्लंडचा अपवाद वगळता फ्रान्स याच युरोपीय देशामध्ये मोठ्या प्रमाणावर लढाऊ विमानं तसंच लष्करी युद्धसामग्री हे सगळं मोठ्या प्रमाणावर तयार होत असे. काही खटाटोप करून आपल्याला फ्रान्सकडून काही लष्करी मदत मिळेल का, हे इस्रायलनं चाचपायला सुरुवात केली. काही मध्यस्थांकरवी पेरेस पॅरिसमध्ये दाखल झाला. तिथे फ्रान्सकडून काही तोफा खरेदी करण्यासंबंधीचा करार करण्यात त्याला यश आलं. तसंच दुसऱ्या एका संधीचा फायदा उठवायचंही पेरेसनं योजलं. त्या काळात अल्जेरिया या उत्तर आफ्रिकी देशावर फ्रेंच सत्ता होती. अल्जेरियाला फ्रान्सचा वरचश्मा नकोसा झाल्यामुळे तिथे उठाव सुरू झाला. फ्रान्स तो मोडून काढण्याच्या प्रयत्नात होता. इजिप्तसकट सगळ्या अरब देशांचा अल्जेरियाला पाठिंबा होता. या संधीचा फायदा उठवून 'शत्रूचा शत्रू तो मित्र' हे तत्त्व वापरण्यावर इस्रायलनं भर दिला.

दरम्यान, सोव्हिएत युनियनकडून मिळणाऱ्या लष्करी मदतीच्या जोरावर इजिप्त लवकरच आपल्यावर हल्ला करेल, अशी भीती इस्रायलमध्ये पसरली. मोठ्या प्रमाणावर लष्करी सेवेत दाखल होण्यासाठी तसंच लष्कराला मदत करण्यासाठी इस्रायली जनतेला हाक देण्यात आली. लोकांनी आपल्याकडच्या संपत्तीचा मोठा हिस्सा लष्कराला द्यायला सुरुवात केली. अनेक ठिकाणी दागिने आणि घड्याळं अशा वस्तू घेऊन लोक लष्कराकडे जमा करण्यासाठी दाखल होऊ लागले. सोव्हिएत युनियनकडून शस्त्रास्त्रं मिळताच अजिबात वेळ न दवडता गमाल अब्देल नासर हा इजिप्शियन राष्ट्रपती इस्रायलवर चाल करेल, असं बहुतेक जणांचं मत होतं. यामुळे अविश्रांत परिश्रम करून आणि अनेक प्रकारचं अपयश पचवून पेरेसनं सातत्यानं फ्रेंचांकडून शस्त्रास्त्रं मिळवण्यासाठी जिवाची शर्थ केली. अखेर त्याच्या प्रयत्नांना यश आलं. हळूहळू फ्रेंच शस्त्रास्त्रं इस्रायलला मिळायला लागली.

१९५६च्या जुलै महिन्यात नासरनं सुवेझ कालव्याचं राष्ट्रीयीकरण करण्याची घोषणा केल्यामुळे मोठं आंतरराष्ट्रीय वादळ निर्माण झालं. या कालव्याचा वापर पूर्वीपासून अनेक देश व्यापारासाठी आणि वाहतुकीसाठी करत. इजिप्तनं अचानकपणे यावर बंदी घातल्यामुळे या देशांची पंचाईत झाली. काहींनी इजिप्तवर आक्रमण करून सुवेझ कालवा पुन्हा एकदा मुक्त करण्याचा निर्णय घेतला. यातून परिस्थिती पेटण्याची शक्यता निर्माण झाली. इस्रायलच्या दृष्टीनं नासर आणि त्याचा नवा निर्णय हे मोठे धोके होतेच; पण चलाखपणे परिस्थितीचा फायदा उठवण्याची चाल इस्रायलनं रचली. इजिप्त आणि इतर अरब देश धोकादायक निर्णय घ्यायला

लागले तर त्यांच्यावर अंकुश ठेवण्यासाठी इस्रायल सज्ज असला पाहिजे, असं सांगून इस्रायलनं फ्रान्सकडे अणुबाँबनिर्मितीसाठीच्या तंत्रज्ञानाची मागणी केली. पेरेसनं ही मागणी करताच सुवेझ कालवा मुक्त करण्यासाठी इस्रायलला किती वेळ लागेल, असं फ्रान्सच्या वतीनं विचारण्यात आलं. तसंच इंग्लंड आणि फ्रान्स हे दोन देश एकत्रितरीत्या सुवेझ कालवा मुक्त करण्यासाठी चाल करून येणार असल्याचं इस्रायलला सांगण्यात आलं. या मोहिमेत सहभागी होण्याची इस्रायलची इच्छा आहे का, अशी पृच्छाही करण्यात आली. पेरेस अशा एखाद्या संधीची वाटच बघत होता. त्यानं लगेचच फ्रान्सला अनुकूलता दर्शवली. तसंच यासाठी आपल्याला पुरेशी तयारी करणं गरजेचं असल्याचं पेरेसनं सांगितलं. थोडक्यात, काय; तर आपण अण्वस्त्रसज्ज असलो पाहिजे, असं इस्रायलनं फ्रान्सला सांगितलं. यामुळे मध्यपूर्व आशियाई देशांपैकी इस्रायल प्रचंड ताकदवान होणार हे उघड होतं. आजूबाजूच्या अरब शत्रूंनी आपल्यावर हल्ला करण्यापूर्वी नीट विचार केला पाहिजे हे या माध्यमातून इस्रायलला या देशांना सांगायचं होतं.

फ्रान्सनं इस्रायलची ही मागणी मान्य केली. लवकरच फ्रेंच, ब्रिटिश आणि इस्रायली नेते सुवेझ कालव्यासंबंधीची लष्करी कारवाई करण्यासंबंधी भेटले. या संदर्भातला त्रिपक्षी करार करण्यापूर्वी पेरेसनं फ्रेंच पंतप्रधान आणि परराष्ट्रमंत्री यांची स्वतंत्र भेट घेतली. या बैठकीत त्यानं दिमोना या इस्रायलच्या दक्षिण भागातल्या ठिकाणी आपल्याला अणुबाँबनिर्मितीचा प्रकल्प उभा करायचा असल्याचं सांगितलं. फ्रेंचांनी याला पाठिंबा दिला. त्याच महिन्यात इस्रायलनं इजिप्तवर आक्रमण केलं. काही वर्षांपूर्वी खटपट करून श्विमर आणि पेरेस यांनी मिळवलेल्या मस्तँग (Mustang) विमानांद्वारे या हल्ल्याची सुरुवात झाली. या विमानाला कल्पकरीत्या जोडण्यात आलेल्या तारांनी इजिप्तची दळणवळण यंत्रणा ठप्प करून टाकली. यामुळे इजिप्तमध्ये पुरती गोंधळाची परिस्थिती निर्माण झाली. इजिप्तचं लष्करही अडचणीत सापडलं. सुरुवातीच्या या इस्रायली हल्ल्यानंतर ब्रिटिश आणि फ्रेंच लष्करंही साथीला आली. या घटनाक्रमामुळे इस्रायलचे फ्रान्सबरोबर एकदम घनिष्ठ संबंध प्रस्थापित झाले.

वर्ष १९५८ उजाडलं तसं इस्रायल आणि फ्रान्स यांच्यामधलं नातं अजूनच पक्कं होत गेलं. आता फ्रान्सकडून लढाऊ विमानं इस्रायलला मिळण्याची चिन्हंही दिसत होती. इतकंच नव्हे; तर आपल्या हवाईदलातल्या एका वैमानिकाला फ्रेंच हवाईदलातल्या वैमानिकांबरोबर प्रशिक्षण घेण्यासाठी धाडण्याचा अभिनव

पर्याय इस्रायलनं फ्रान्ससमोर ठेवला. फ्रान्सनं तो आनंदानं मान्य केला. डॅनी शपिरा हा तो इस्रायली हवाईदलातला वैमानिक होता. पूर्वी इस्रायलची निर्मिती झाल्यानंतरच्या म्हणजेच १९४८च्या युद्धाच्या काळात प्रशिक्षणासाठी शपिराला झेकोस्लोवाकियाला धाडण्यात आलं होतं. आता १९५९मध्ये इस्रायलच्या हवाईदलामधल्या सगळ्यांत निष्णात वैमानिकांपैकी एक म्हणून शपिराचं नाव घेतलं जाई. सुवेझ कालव्यासंबंधीच्या प्रश्नादरम्यानही त्यानं महत्त्वाची भूमिका बजावली होती. साहजिकच, आता फ्रान्समध्ये आणखी अत्याधुनिक स्वरूपाची कौशल्यं शिकण्यासाठी त्याची निवड करण्यात आली. यासाठीच्या चाचणीत शपिराला सर्वोत्तम म्हणता येतील असे गुण मिळाले. इस्रायली हवाईदलामधला वरिष्ठ अधिकारी इझर वाईझमन याचा शपिरावर दृढ विश्वास होता. शपिराचं प्रशिक्षण पूर्ण झाल्यानंतर 'मिराज' नावाच्या नव्या फ्रेंच विमानाविषयी आणखी जाणून घेण्यासाठी शपिरानं काही काळ फ्रान्समध्येच राहावं, असं वाईझमननं त्याला सांगितलं. हे विमान अजून तयार झालेलं नसलं तरी जवळपास पूर्ण अवस्थेतलं असं एक विमान उपलब्ध होतं. या प्रकारची विमानं इस्रायली हवाईलदलाला विकण्यासाठी फ्रेंच लोक उत्सुक होते. त्या काळामध्ये क्रांतिकारी तंत्रज्ञान असलेल्या या मिराज विमानाचे पंख त्रिकोणी आकाराचे होते. विलक्षण वेगानं उडू शकण्याची त्याची क्षमता अवाक् करून सोडणारी होती. हे विमान इस्रायली हवाईदलासाठी खरेदी करण्यापूर्वी शपिरानं त्याची एक चाचणी घेणं आपल्याला गरजेचं वाटत असल्याचं वाईझमननं फ्रेंचांना कळवलं. यावर या विमानाची चाचणी घेण्याची परवानगी फक्त फ्रेंच हवाईदलामधल्या वैमानिकांनाच असल्याचं फ्रान्सच्या वतीनं सांगण्यात आलं. नेहमीप्रमाणेच आपण आक्रमक पवित्रा घेणं गरजेचं असल्याचं वाईझमनच्या लक्षात आलं. त्यानं बेधडकपणे संबंधित फ्रेंच कंपनीच्या प्रमुखाला आपला निर्णय सांगितला. जर शपिराला या विमानाची चाचणी घेण्याची परवानगी मिळाली नाही तर इस्रायलनं हे विमान विकत घेण्याचा प्रश्नच उद्‌भवत नसल्याचं वाईझमन म्हणाला. नाइलाजानं शपिराला अशी चाचणी घेण्याची परवानगी देण्यावाचून फ्रेंचांसमोर दुसरा पर्यायच नव्हता.

शपिरानं या विमानाची घेतलेली पहिली चाचणी ठीकठाक होती. शपिराला मिराज विमान आवडलं. आता २६ जून १९५९ या दिवशी वाईझमनच्या उपस्थितीत शपिरा विमानाची दुसरी चाचणी जास्त खोलात जाऊन घेणार होता. विमानउड्डाणाचा सुरुवातीचा टप्पा व्यवस्थितपणे पार पडला. शपिराचं विमान सुमारे ४०,००० फूट

उंचीपर्यंत गेलं. या विमानात 'रॉकेट स्विच' नावाचा एक खटका बसवण्यात आला होता. तो शपिरानं दाबला. यामुळे विमानानं अचानकपणे प्रचंड वेग घेतला. शपिरा पार गडबडून गेला. त्यानं आपल्या विमानाच्या स्थितीची बातमी विमानामध्ये बसवण्यात आलेल्या संपर्क यंत्रणेच्या आधारे धावपट्टीवर असलेल्या वाईझमनला दिली. वाईझमन पुरता आनंदून गेला. इतक्या तुफान वेगानं हे विमान प्रवास करू शकतं आणि वर जाऊ शकतं यासारखी दुसरी बातमी त्याच्या दृष्टीनं कुठलीच असू शकत नव्हती. तिकडे आकाशात वर-वर झेपावत चाललेला शपिरा मात्र आता पार चिंताग्रस्त झाला होता. या दरानं लवकरच आपण पृथ्वीच्या कक्षेपलीकडे म्हणजेच अंतराळात जाऊ की काय, असं त्याला वाटायला लागलं! तेवढ्यात विमानाच्या कॉकपिटमधला एक लाल दिवा प्रकाशमान झाला. विमानाच्या सर्वाधिक वेगाची मर्यादा ओलांडून आता विमान त्याहूनही जास्त वेगानं जात असल्याचा हा इशारा होता. आता ६४,००० फूट उंचीवर असलेल्या विमानामधल्या रॉकेट यंत्रणेशी संबंधित असलेला खटका शपिरानं उलट दिशेनं दाबला. याचा परिणाम आणखी वेगळाच झाला. विमानाची गती मंदावली खरी; पण ती विलक्षण वेगानं. म्हणजेच खूप जास्त वेगानं जात असलेलं विमान एकदम कमी वेळात खूप मंदावलं. तुफानी वेगानं जाणाऱ्या गाडीचे ब्रेक करकचून दाबले तर जे घडेल तसं आता आणखी क्लिष्ट परिस्थिती असताना घडलं. शपिरा चालवत असलेलं मिराज विमान जोरदार लटपटायला लागलं. ते हेलपाटे खाऊन खाली कोसळेल असं शपिराला वाटलं. त्याच्या नशिबानं असं न घडता विमान सुरक्षितपणे धावपट्टीवर उतरलं. शपिराचा जीव भांड्यात पडला. स्वत:ला सावरत त्यानं विमानाचं कौतुक केलं. वाईझमनही या विमानाची कामगिरी बघून एकदम प्रभावित झाला होता. त्यानं इस्रायलच्या गरजा लक्षात घेऊन या विमानामध्ये सुयोग्य बदल करण्यासंबंधी संबंधित कंपनीशी बोलणी केली. या विमानात छोटी तोफही हवी असं शपिरानं फ्रेंचांना सांगितलं. यामुळे काही काळ बुचकळ्यात पडलेल्या फ्रेंचांनी अखेर वाईझमन आणि शपिरा यांच्या काही मागण्या मान्य केल्या.

१९६२मध्ये मिराज विमानांचा पहिला ताफा इस्रायलमध्ये दाखल झाला. यानंतरच्या १९६७च्या अरब देशांबरोबरच्या सहा दिवसांच्या युद्धात इस्रायलनं या विमानांचा पुरेपूर उपयोग केला. शत्रूची तब्बल ५१ विमानं मिराज विमानात बसवण्यात आलेल्या तोफांनी हवेतच उद्ध्वस्त करून टाकली! या युद्धानंतर मात्र इस्रायलचे फ्रान्सबरोबरचे मधुर संबंध संपुष्टात आले. पूर्वी फ्रेंच लष्कर गाजवलेला

चार्ल्स डी गॉल हा आता फ्रेंच राष्ट्रपती होता. अरब देशांशी संबंध सुधारायचे असल्याच्या कारणावरून डी गॉलनं इस्त्रायलबरोबरचं मित्रत्वाचं धोरण संपुष्टात आणण्याची घोषणा केली. कुठल्याही मध्यपूर्व देशाला आणि खासकरून इस्त्रायलला फ्रेंच लष्करी मदत देण्यावर त्यानं बंदी घातली. यामुळे इस्त्रायलची मोठी पंचाईत झाली. तातडीनं अमेरिकेशी संपर्क साधून राष्ट्रपती लिंडन जॉन्सनबरोबर चर्चा करून इस्त्रायलनं फ्रेंच मदतीऐवजी अमेरिकी मदत मिळवण्याची व्यवस्था केली.

या प्रसंगातून इस्त्रायलला एक मोठा धडा मिळाला. आपण कधीही विदेशी मदतीवर पूर्णपणे अवलंबून राहून चालणार नाही, हे इस्त्रायली नेत्यांच्या मनावर ठसलं. आपला दीर्घ काळचा विदेशी मित्र एका क्षणात शत्रूमध्ये परिवर्तित होऊ शकतो, हे गृहीत धरूनच इथून पुढची धोरणं आखायचं इस्त्रायलनं ठरवलं. तसंच आपण स्वावलंबनाकडे वळलं पाहिजे आणि इस्त्रायलमध्येच संशोधन तसंच शस्त्रास्त्रनिर्मिती या गोष्टी सुरू केल्या पाहिजेत, हेही इस्त्रायलनं पक्कं केलं.

■■■

प्रकरण २

टेहळणीसाठीची यंत्रणा

१९६७च्या युद्धामधल्या पराभवाचा वचपा काढण्यासाठी इजिप्त नव्यानं आपल्यावर हल्ला करण्याचे मनसुबे रचत असल्याची चाहूल इस्रायलला लागली होती. इजिप्त यासाठी नक्की कशा प्रकारची तयारी करतो आहे, हे समजून घेणं म्हणूनच इस्रायलच्या दृष्टीनं महत्त्वाचं होतं. यासाठी अनेक खटाटोप करून बघण्यात आले. दरम्यान आपल्या भागातल्या सुवेझ कालव्याभोवती इजिप्तनं ३० फूट उंचीचे वाळूचे मनोरेच उभे केले होते. यामुळे इजिप्तची काय लष्करी तयारी सुरू आहे, हे कळणं इस्रायलच्या दृष्टीनं अवघड झालं. यावर उपाय म्हणून एका इस्रायली लष्करी अधिकाऱ्यानं आपल्याकडच्या रणगाड्यांवर उभा करता येईल असा एक मोठा उंचवटा तयार केला. यावर उभं राहून इजिप्तच्या वाळूच्या मनोऱ्यांच्या पलीकडचं दृश्य दिसू शके. इजिप्तच्या वतीनं केल्या जात असलेल्या टेहळणीमध्ये हे उघडकीला आलं. त्याबरोबर इजिप्तनं या उंचवट्यावरून आपल्या दिशेनं बघत असलेल्या इस्रायली हेरांवर गोळ्या झाडण्याचे आदेश आपल्या सीमा सुरक्षकांना दिले. यातली एक गोळी बरोबर इस्रायली हेराला लागली आणि तो जागीच ठार झाला. याचबरोबर इस्रायलसमोरचा हेरगिरीचा हा मार्ग बंद झाला.

आता इस्रायलनं इजिप्तच्या भूमीवरून आपली विमानं उडवून या विमानांमधून इजिप्तच्या हालचालींची छायाचित्रं मिळवण्याचा प्रयत्न केला. शत्रूची विमानं हेरून ती नष्ट करण्यासाठीची यंत्रणा इजिप्तकडे असल्यामुळे ही विमानं खूप उंचीवरून उडवणं भाग होतं. इतक्या उंचीवरून ही विमानं इजिप्तवरून उडवताना टिपण्यात आलेली छायाचित्रं अजिबात स्पष्ट नव्हतं. त्यातून काहीच हाती लागत नव्हतं.

यामुळे काहीही करून इजिप्तमध्ये आपले गुप्तहेर पेरणं आणि त्यांच्याकरवी माहिती मिळवणं हाच एकमेव पर्याय इस्त्रायलसमोर शिल्लक असल्यासारखी परिस्थिती निर्माण झाली. हे काम अजिबात सोपं नव्हतं. अत्यंत कडेकोट सुरक्षा व्यवस्था आणि तपासण्या यांचे अडथळे पार करून इस्त्रायली हेरांना इजिप्तमध्ये पोहोचणं मुश्कील होऊन बसलं. कशीबशी अगदी मोजकी माहिती इस्त्रायलच्या हाती लागे. हेरगिरी करून इजिप्तच्या हालचालींविषयीची माहिती मिळवणं इतकं अवघड व्हायचं काही कारण नाही, असा विचार अनेक वरिष्ठ इस्त्रायली अधिकाऱ्यांच्या मनात येई; पण हे नक्की कसं साधायचं, हे त्यांना समजत नसे. इस्त्रायली गुप्तचर विभागामध्ये महत्त्वाच्या पदावर काम करत असलेल्या शब्ताई ब्रिलच्या मनात याच प्रश्नावरून खळबळ माजली होती. तेवढ्यात त्याला काही आठवड्यांपूर्वी बघितलेल्या एका चित्रपटाची आठवण झाली. या चित्रपटापूर्वी एक लघुपट बघितल्याचं त्याला आठवलं. या लघुपटात एका ज्यू-धर्मीय मुलाला खेळण्यातलं एक विमान बक्षीस म्हणून मिळाल्याचं दाखवलं होतं. क्षणार्धात ब्रिलची कल्पनाशक्ती काम करायला लागली. पूर्वी त्यानं चालकविरहित छोटी विमानं रिमोट कंट्रोलच्या साहाय्यानं उडवता येत असल्याचं पाहिलं होतं. आता अशा विमानांच्या पोटापाशी कॅमेरा जोडून ती सुवेझ कालव्याच्या परिसरात उडवायची आणि त्यातून इजिप्तच्या लष्कराचं नक्की काय सुरू आहे यावर लक्ष ठेवायचं, अशी भन्नाट कल्पना ब्रिलच्या मनात आली.

आपल्या या कल्पनेला सत्यात आणण्यासाठी कुणीतरी भागीदार लागणार असल्याची ब्रिलला जाणीव होती. यामुळे त्यानं इस्त्रायली हवाईदलाच्या मुख्यालयाला भेट दिली. थोडीफार चौकशी केल्यानंतर श्लोमो बराक नावाचा अधिकारी सुट्टीच्या दिवशी रिमोट कंट्रोलच्या साहाय्यानं विमानं चालवण्याचे प्रयोग करत असल्याचं त्याला समजलं. हे नुसतं गमतीसाठी नव्हतं; तर यात बऱ्यापैकी गांभीर्यही होतं. ब्रिलला जे काम करायचं होतं त्यासाठीचा अनुभव असलेला बराक हा इस्त्रायलमधल्या हाताच्या बोटांवर मोजण्याइतक्या लोकांमधला एक होता. यामुळे इस्त्रायली हवाईदलाकडे मदतीसाठी त्यानं हात पुढे केला; पण त्याला अनुकूल प्रतिसाद लाभला नाही. अशा प्रकारची विमानं उडवण्याचा प्रकार बालिश असल्याचं इस्त्रायली हवाईदलानं ब्रिलला सांगितलं. नाइलाजानं ब्रिल स्वत:च्या विभागातल्या एका वरिष्ठापाशी गेला. स्वस्तात अशी विमानं खरेदी करून त्यांच्यामध्ये कॅमेरे बसवून ती सुवेझ कालव्यावरून उडवण्याचा प्रयोग करून बघायला तरी काय हरकत आहे, असा त्याचा सवाल होता. त्याच्या साहेबाला हा कल्पनाविलास वाटल्यामुळे

त्यानं आधी आपल्याला याचं प्रात्यक्षिक बघायचं असल्याचं सांगितलं. त्यानुसार एका छोट्या धावपट्टीवरून असं विमान उडवून ते एक-दोन वेळा हवं तसं वळवून व्यवस्थितपणे जमिनीवर उतरवण्यात ब्रिलच्या रिमोट कंट्रोलनं एकही चूक केली नाही. यामुळे ब्रिलच्या साहेबाला त्यात रस वाटला; पण यासाठी किती खर्च येईल हे माहीत असल्याशिवाय आपण कुठलाही निर्णय घेऊ शकत नसल्याचं त्यानं ब्रिलला सांगितलं. बराकला या संदर्भात पुरेशी माहिती नव्हती; पण थोडीफार चौकशी करून आपण ती मिळवण्याचा प्रयत्न करू असं तो म्हणाला. अशी तीन विमानं, सहा रिमोट कंट्रोल्स, पाच इंजीनं, काही वापरलेले टायर्स आणि विमानं उंच उडवण्यासाठी लागणारी उड्डाणयंत्रणा अशा वस्तूंची यादी ब्रिलनं केली. या सगळ्यांसाठीचा खर्च ८५० डॉलर्स येईल, असा हिशेब करण्यात आला. ब्रिलच्या साहेबानं या खर्चाला मंजुरी दिल्यावर न्यूयॉर्कमधल्या खेळण्याच्या एका दुकानातून या वस्तू खरेदी करून त्या राजदूतांसाठीच्या संदेशवहनासाठीच्या खास मार्गाचा वापर करून इस्रायलमध्ये पाठवण्यात आल्या. यामुळे कुणी या वस्तूंची तपासणी किंवा चौकशी करण्याचा प्रश्न उद्भवला नाही.

इस्रायलमध्ये ही विमानं आल्यावर त्यांना जर्मनीमध्ये तयार झालेले ३५ मिमी कॅमेरे बसवण्यात आले. तसंच या कॅमेऱ्यांना 'टायमर' यंत्रणा जोडण्यात आली. यामुळे हे कॅमेरे दर १० सेकंदांना समोरचं दृश्य टिपतील अशी व्यवस्था झाली. आता सुवेझ कालव्याची टेहळणी करण्यासाठीची सगळी तयारी झाली, असं ब्रिलचं मत झालं. ब्रिलच्या साहेबाच्या मनात मात्र अजूनही शंकाकुशंका होत्या. आपल्या हवाईक्षेत्रात येऊ पाहणाऱ्या अनधिकृत विमानांना हवेतच नष्ट करू शकणारी यंत्रणा फक्त इस्रायलकडेच नव्हे; तर इजिप्तकडेही होती. तिचा वापर करून ही विमानं पाडली जातील, असं ब्रिलला वाटत होतं. म्हणूनच आधी ही कॅमेरेवाली विमानं इस्रायलमध्येच उडवून बघावीत आणि इस्रायली विमाननाशक यंत्रणा या विमानांचं काय करते हे बघावं, असं त्यानं सुचवलं. अशी चाचणी घेण्यासाठी ब्रिल आणि बराक इस्रायली हवाईदलाच्या संबंधित विभागामध्ये एका रविवारी दाखल झाले. आपलं विमान कुठून कसं उडणार आहे हे त्यांनी विमान नष्ट करण्यासाठी बंदुका रोखून बसणाऱ्या सैनिकांना सांगितलं. त्यानुसार हे सैनिक सज्ज झाले. जर हे विमान पाडण्यात या सैनिकांना यश आलं तर आपली कल्पना इथेच गुंडाळून टाकावी लागणार याची ब्रिलला जाणीव होती. म्हणूनच आपला श्वास रोखून तो पुढे काय घडणार याची वाट बघायला लागला. बराकनं ठरलेल्या वेळी

विमान हवेत उडवलं. विमान हवेत घिरट्या घालायला लागताच त्यावर नजर रोखून बसलेल्या सैनिकांनी त्यावर गोळीबार सुरू केला. कानांचे पडदे फाटतील असा आवाज व्हायला लागला. हवेत सगळीकडे धूळ पसरली. अशा हल्ल्यातून आपलं विमान वाचणं शक्य नाही, असं ब्रिल आणि बराक यांना वाटलं. गोळ्यांचा वर्षाव सुरूच राहिला. काही मिनिटांनी त्याचा जोर कमी होताच आकाशातलं दृश्य जरा पुसटसं दिसायला लागलं. आश्चर्य म्हणजे विमान अजून उडतच होतं! बराकनं ते जमिनीच्या पृष्ठभागापासून १०००, ७०० आणि अगदी ३०० फूट इतक्या खालच्या पातळीवर आणलं तरीसुद्धा ते गोळ्यांनी टिपणं शक्य झालं नाही. ते विमान मुळात होतंच खूप छोटं. साहजिकच, अचूकपणे त्याचा वेध घेणं सैनिकांना जमलं नाही. आता मात्र ब्रिलचा साहेब खूश झाला. त्यानं सुवेझ कालव्यावरून अशी विमानं उडवण्याचा प्रयोग करण्याच्या ब्रिलच्या संकल्पनेला मंजुरी दिली.

१९६९च्या जुलै महिन्यात असं पहिलं विमान उडवण्याचा घाट घालण्यात आला. त्यासाठी सुवेझ कालव्याच्या काठाशी असलेल्या 'इस्लामिया' नावाच्या गावाची निवड करण्यात आली. इथे इजिप्तच्या लष्कराची एक तुकडी होती. या विमानाच्या उड्डाणाचं कामकाज बघण्यासाठी दोन जणांची निवड करण्यात आली. यापैकी विमानाचा 'चालक' असलेला माणूस रिमोट कंट्रोलच्या साहाय्यानं विमानाच्या हालचाली नियंत्रित करणार; तर 'वाहक' आपल्या दुर्बिणीतून विमान योग्य प्रकारे उडतं आहे ना, यावर लक्ष ठेवणार असं ठरलं. प्रत्यक्षात मात्र या प्रयोगाच्या वेळी अनपेक्षित अडचणींचा सामना करावा लागला. ज्या ठिकाणाहून हे विमान उडवायचं होतं तिथल्या धावपट्टीवर असंख्य खाचखळगे होते. अखेर सलग १०० फूट एकही खड्डा नसलेली जागा सापडली आणि ती धावपट्टी म्हणून वापरायचं ठरलं. इजिप्तमध्ये आत साधारण दीड किलोमीटरपर्यंत या विमानाला उडवण्याची परवानगी ब्रिलच्या साहेबानं दिली. सगळी तयारी झाल्यावर हे विमान उडालं आणि तेवढ्यात वाळवंटी भागात नेहमी येत असलेल्या वादळांसारखं वादळ हवेत पसरल्यामुळे हवेतलं दृश्य दिसेनासं झालं. आता हे विमान कोसळणार आणि इजिप्तला इस्रायलच्या हेरगिरीसंबंधीच्या या नव्या तंत्रज्ञानाविषयी समजणार, या भीतीनं सगळेच निराश झाले. वाहक म्हणून काम करत असलेल्या बराकनं मात्र आपलं मानसिक संतुलन ढळू न देता थंड डोक्यानं चालकाला विमान वर्तुळाकार कक्षांमध्ये फिरवत राहण्यासाठी प्रयत्न करण्याची सूचना दिली. तसंच विमानाला जरा वर न्यायला आणि आपल्याला ते दिसेपर्यंत हेच करत राहायलाही त्यानं

सांगितलं. काही अत्यंत तणावग्रस्त क्षणांनंतर इस्रायली लोकांना हे विमान पुन्हा दिसलं. सुटकेचा नि:श्वास सोडून चालकानं ते यशस्वीरीत्या पुन्हा इस्रायलमध्ये आणलं आणि अपघात घडू न देता सुरक्षितपणे जमिनीवर उतरवलं. लगेचच या विमानात बसवलेल्या कॅमेऱ्यांनी टिपलेल्या दृश्याची फीत काढून तिच्यावर प्रक्रिया करण्यात आली. यातून मिळालेली छायाचित्रं कमालीची स्पष्ट होती. इजिप्तच्या सैनिकांनी संबंधित परिसरात छोटे खंदक खणल्याचं आणि संदेशवहनासाठी तिथे तारा बसवल्याचं आढळून आलं. यामुळे प्रथमच इजिप्तचं लष्कर इस्रायलबरोबरच्या संभाव्य युद्धासाठी करत असलेल्या तयारीची बिनचूक माहिती इस्रायलकडे आली.

यानंतरची मोहीम साईनाई भागासाठी राबवण्यात आली. नंतर जॉर्डन हा इस्रायलचा दुसरा शत्रू काय करतो आहे, हे समजून घेण्यासाठी 'जॉर्डन व्हॅली' म्हणून ओळखल्या जाणाऱ्या भागावरून एक विमान फिरवण्यात आलं. या सगळ्या प्रयत्नांमध्ये मिळालेलं यश अक्षरश: अफलातूनच होतं. आता आश्वस्त आणि खूश झालेल्या इस्रायली हेरगिरी विभागानं अधिकृतपणे हे तंत्रज्ञान आपल्या नियमित कामाचा भागच बनवून टाकलं. ब्रिलच्या अभिनव संकल्पनेविषयी त्याला अभिनंदनपर पत्र पाठवण्यात आलं तसंच ब्रिलला बढतीही देण्यात आली. त्याच्या कामाचं स्वरूप बदललं. काही महिन्यांनंतर मात्र त्याला हेरगिरीसाठी विमानं वापरण्यासंबंधीचा प्रकल्प इस्रायलनं रद्द करायचं ठरवलं असल्याचं समजलं. हे ऐकून त्याला खूप वाईट वाटलं. तसंच तांत्रिक दोषांमुळे संबंधित विमानं कोसळत असल्याचं कारण यामागे असल्याचं समजताच तो अवाक् झाला. यातून मार्ग निघालाच पाहिजे, असं त्याचं मत होतं. आपण हा प्रकल्प पुनरुज्जीवित करावा असं

इस्रायलमध्येच ड्रोनची निर्मिती करण्याचा संकल्प सोडण्यात आला. यातून तयार झालेला 'स्काऊट' नावाचा ड्रोन १९७९मध्ये इस्रायली हवाईदलाच्या सुपूर्द करण्यात आला. सुरुवातीला या ड्रोनला रॉकेटवर बसवून हव्या त्या ठिकाणापर्यंत पोहोचवावं लागे. लवकरच त्याच्या तंत्रज्ञानामध्ये सुधारणा करून एखाद्या विमानाप्रमाणे धावपट्टीवरून उडून स्वत:च योग्य त्या ठिकाणी पोहोचण्याची व्यवस्था करण्यात आली.

त्याच्या मनात आलं. १९६९मध्ये त्यानं यासाठी खूप धडपड केली. हा प्रकल्प रद्द केल्यानं इस्रायलचं कसं नुकसान होणार आहे, या अर्थाची पत्रं त्यानं संबंधित अधिकाऱ्यांना पाठवली. इस्रायलच्या दृष्टीनं हे काम न थांबवता पुढे नेणं अत्यंत आवश्यक असल्याचं त्यानं जवळपास विनवणीच्या सुरात सांगितलं. त्याचं म्हणणं कुणी ऐकलं नाही.

६ ऑक्टोबर १९७३ रोजी 'योम किप्पुर' या ज्यू लोकांसाठीच्या सणाच्या दिवशी इजिप्तनं इस्रायलवर अचानकपणे हल्ला केला. सुवेझ कालव्यातून पुढे चाल करून येत साईनाई पर्वतरांगांमधून इजिप्तचं लष्कर जवळपास कुठल्याच प्रतिकाराविना पुढे सरकू शकलं. इजिप्तच्या या अनपेक्षित आक्रमणापुढे इस्रायल सुरुवातीला पार अडचणीत सापडला; पण जिद्दीनं लढून इस्रायलनं याही लढाईत बाजी मारली. यात २०००पेक्षा जास्त इस्रायली सैनिक कामी आले. एकूणच हा कालखंड इस्रायलला हादरवून सोडणारा ठरला. ब्रिलचा संताप अक्षरश: आवाक्याबाहेर गेला होता. आपल्या म्हणण्याकडे दुर्लक्ष करून इस्रायली उच्चपदस्थांनी जर इजिप्तवरची बारीक नजर काढली नसती, तर इजिप्तच्या लष्कराचे मनसुबे इस्रायलला वेळीच सावध करू शकले असते, असं त्याला रास्तपणे वाटत होतं. इजिप्तच्या लष्करावर नजर ठेवण्याची सुसंधी गमावून इस्रायलनं हा प्रसंग स्वत:वर ओढवून घेतला याविषयी ब्रिलच्या मनात अजिबातच शंका नव्हती. हजारो इस्रायली सैनिकांचे आणि नागरिकांचे प्राण हकनाक गेले नसते, याची खंत त्याच्या मनात होती.

इस्रायली गुप्तहेरांना मात्र आपली चूक आता पुरेपूर लक्षात आली. तातडीनं हवेतून टेहळणी करू शकणारं मानवविरहित छोटं विमानसदृश यंत्र तयार करण्याची मोहीम हाती घेण्यात आली. अलीकडच्या काळात यालाच 'ड्रोन' असं म्हणतात. पूर्वी त्याला 'अनमॅन्ड एरियल व्हिकल (यूएव्ही)' असं म्हणत. अर्थात, प्रत्यक्षात हे यंत्र तयार व्हायला काही वर्षं लागली; पण दरम्यानच्या काळात आपण बेसावध राहता कामा नये, हे इस्रायलींना माहीत होतं. यामुळे शक्य तितक्या मार्गांनी हेरगिरी करण्याचे प्रकल्प हाती घेण्यात आले. तसंच इस्रायलमध्येच ड्रोनची निर्मिती करण्याचा संकल्प सोडण्यात आला. यातून तयार झालेला 'स्काऊट' नावाचा ड्रोन १९७९मध्ये इस्रायली हवाईदलाच्या सुपूर्द करण्यात आला. सुरुवातीला या ड्रोनला रॉकेटवर बसवून हव्या त्या ठिकाणापर्यंत पोहोचवावं लागे. लवकरच त्याच्या तंत्रज्ञानामध्ये सुधारणा करून एखाद्या विमानाप्रमाणे धावपट्टीवरून उडून स्वत:च

योग्य त्या ठिकाणी पोहोचण्याची व्यवस्था करण्यात आली. तसंच युद्धाशी संबंधित असलेल्या मोहिमांमध्ये स्काऊटला उतरवण्याची संधीही लगेच मिळाली.

ज्यूंनी आपली भूमी बळकावून आपल्यालाच तिथून हुसकावून लावल्याच्या भावनेतून पॅलेस्टिनी लोक सातत्यानं इस्रायलच्या विरोधात लढा देत असत. इस्रायलनं पॅलेस्टिनी लोकांची अधिकाधिक जमीन बळकावून त्यावर आपला कब्जा करण्याचं धोरण निरंकुशपणे राबवलं. अखेर पॅलेस्टिनी लोकांना इस्रायलच्या विरोधात लढण्यासाठी विदेशी भूमीवर जाऊन संघटित होण्यावाचून दुसरा पर्याय उरला नाही. याचाच एक भाग म्हणून लेबेनॉनमध्ये 'पॅलेस्टिनी लिबरेशन ऑर्गनायझेशन (पीएलओ)' ही संघटना पॅलेस्टिनी लोकांच्या वतीनं मोठ्या प्रमाणावर वाढली. यासर अराफातकडे पीएलओचं नेतृत्व होतं. लेबेनॉनमधून पीएलओ इस्रायलवर गनिमी काव्यानं हल्ले करे. तसंच तिथून इस्रायलवर रॉकेट्सही सोडली जात. लेबेनॉनमधून पीएलओला हुसकावून लावण्यासाठी अखेर १९८२च्या जून महिन्यात इस्रायलनं लेबेनॉनमध्ये आपलं लष्कर घुसवायचं ठरवलं. इस्रायलसमोरचं सगळ्यात मोठं आव्हान म्हणजे सोव्हिएत युनियनमध्ये तयार करण्यात आलेल्या क्षेपणास्त्रांचं होतं. अशी २० क्षेपणास्त्रं लेबेनॉनच्या 'बेका' प्रांतात बसवण्यात आली होती. इस्रायली हल्ल्याला प्रभावी उत्तर देण्याची क्षमता त्यांच्यामध्ये होती. म्हणूनच या क्षेपणास्त्रांना आधी निष्प्रभ केलं पाहिजे हे इस्रायलच्या लक्षात आलं. यासाठी आधी स्काऊट ड्रोन्स पाठवून या क्षेपणास्त्रांविषयीचे तपशील गोळा करण्यात आले. ही क्षेपणास्त्रं निकामी करण्यासाठीच्या उपाययोजनांविषयीच्या बेतांवर शेवटचा हात फिरवण्यात आला. अखेर ६ जूनला इस्रायलनं लेबेनॉनवर आक्रमण केलं. इस्रायली हवाईदलाच्या लढाऊ विमानांना स्काऊट ड्रोन्सनी साथ दिली. क्षेपणास्त्रं नेमकी हुडकून त्यांना क्षीण करून टाकण्यामध्ये स्काऊट ड्रोन्सचा सिंहाचा वाटा होता. ही मोहीम अत्यंत यशस्वी ठरली. आपलं एकही विमान न गमवता शत्रूची सगळीच्या सगळी क्षेपणास्त्रं नष्ट करण्यात इस्रायली हवाईदलाला यश लाभलं. यामुळे इस्रायलच्या वरिष्ठ अधिकाऱ्यांचं ड्रोन्स आणि तत्सम यंत्रणा याविषयीचं मतही साफ बदललं. हे तंत्रज्ञान अत्यंत प्रभावी असल्याची त्यांची खात्री पटली. इथून पुढे या तंत्रज्ञानाचा मोठ्या प्रमाणावर वापर करायचा असं त्यांनी ठरवलं.

दरम्यान एकीकडे इस्रायलचा ड्रोननिर्मितीचा प्रकल्प जोर पकडत असताना दुसरीकडे इस्रायलचा सगळ्यात पक्का मित्र असलेल्या अमेरिकेला मात्र आपल्या स्वतःच्या ड्रोनविषयक प्रकल्पांमध्ये फार यश लाभत नव्हतं. लाखो डॉलर्स खर्चून

अमेरिकेनं या संदर्भात अनेक प्रकल्प राबवले; पण सगळे एकामागून एक अयशस्वी ठरले. उदाहरणार्थ, 'लॉकहीड मार्टिन' या संरक्षण क्षेत्रामध्ये अत्यंत महत्त्वाची भूमिका निभावणाऱ्या कंपनीच्या मदतीनं अमेरिकेच्या लष्करी मुख्यालयासाठी म्हणजेच 'पेंटॅगॉन'साठी 'अकिला' नावाचं ड्रोन तयार करण्यासाठीचा प्रकल्प हाती घेतला. तब्बल १०० कोटी डॉलर्स खर्चूनसुद्धा यातून काही निष्पन्न होत नसल्याचं लक्षात आल्यामुळे १९८७मध्ये तो गुंडाळून टाकण्यात आला. विमानं बनवणाऱ्या 'बोईंग' कंपनीनंसुद्धा ड्रोन तयार करण्यासाठी खूप प्रयत्न केले; पण ३० कोटी डॉलर्स खर्चूनही त्यात अपयश आल्यामुळे अर्धवट तयार झालेला एकमेव ड्रोन कॅलिफोर्निया राज्यातल्या वस्तुसंग्रहालयात ठेवण्यात आला! अखेर १९८३च्या डिसेंबर महिन्यात अमेरिकेनं ड्रोन तयार करण्याच्या कामात इस्रायलची मदत घ्यायचा निर्णय घेतला. याच्या दोनच आठवडे आधी अमेरिकेनं बैरूतमध्ये एका क्षेपणास्त्ररोधक यंत्रणेला निकामी करण्याच्या प्रयत्नात आपली दोन विमानं गमावली होती. शिवाय एक विमानचालक ठार झाला आणि एक दिशादर्शक माणूस शत्रूच्या हाती लागला. या प्रकरणाची अमेरिकी उच्चपदस्थांनी चौकशी केली. खरं म्हणजे घटनास्थळाच्या अगदी जवळच एक अमेरिकी युद्धनौका शस्त्रसज्ज असल्याचं आणि ती शत्रूवर प्रभावी हल्ला करू शकणार असल्याचं नंतर लक्षात आलं. या युद्धनौकेमधल्या अधिकाऱ्यांना शत्रूच्या ठिकाणाविषयी अचूकपणे माहीत नसल्यामुळे ते अमेरिकी हवाईदलाच्या मदतीला धावू शकले नाहीत आणि अमेरिकेवर अवघड प्रसंग ओढवला.

अमेरिकेच्या या फसलेल्या मोहिमेनंतर अमेरिकी नौदलमंत्री तेल अवीवला गेला. त्यानं इस्रायलच्या स्काऊट ड्रोनचं प्रात्यक्षिक बघितलं. यामुळे तो प्रभावित झाला. अर्थात, अमेरिकेसाठी इस्रायलनं ड्रोन तयार करून घेण्यासाठी अमेरिकेमध्ये अनेक प्रकारचे परवाने मिळवणं आवश्यक होतं. हे काम अजिबातच सोपं नव्हतं. असंख्य प्रकारचे प्रश्न विचारले जाणार आणि अनेक शंकाकुशंका व्यक्त केल्या जाणार याची संबंधितांना कल्पना होती. म्हणूनच अमेरिकी नौदलमंत्र्यानं हा प्रवास एकदम छोटा करून टाकायचं ठरवलं. चर्चा, परवाने यांचं गुऱ्हाळ गुंडाळून त्यानं अमेरिकी नौदलाला थेट इस्रायली हवाईदलाशी संपर्क साधण्याचे आदेश दिले. अमेरिकेला स्काऊटहून उत्तम दर्जाचं ड्रोन हवं होतं. ते जास्त टिकाव धरेल आणि युद्धभूमीवरही वापरता येईल अशी सोय त्यात अमेरिकेला अपेक्षित होती. इस्रायली लष्कराच्या तंत्रज्ञान विभागानं अमेरिकी गरजांनुसार अशा जास्त आधुनिक ड्रोनचा

नमुना तयार केला आणि त्याचं प्रात्यक्षिक अमेरिकी अधिकाऱ्यांना दाखवलं. ते बघून अमेरिकी अधिकारी एकदम खूश झाले आणि त्यांनी इस्त्रायली लष्कराला अशी १७५ ड्रोन्स तयार करून मागितली!

करेम आणि त्याचे सहकारी यांनी एक अत्यंत महत्त्वाचं उपकरण तयार केलं. याची पार्श्वभूमी म्हणजे इस्त्रायलच्या हवाईदलाला इजिप्तमध्ये आपली विमानं नेणं अवघड होऊन बसलं होतं. याचं कारण सोव्हिएत युनियनकडून इजिप्तला मिळालेली रडार यंत्रणा हे होतं. ही रडार यंत्रणा हवेमध्ये उडणाऱ्या शत्रूच्या विमानांचा अचूकपणे वेध घेई आणि या माहितीचा वापर करून इजिप्तचे सैनिक हवेतल्या विमानाला आपल्या बंदुकीच्या गोळ्यांनी टिपू शकत. साहजिकच, या रडार यंत्रणेला खिंडार पाडणं इस्त्रायलच्या दृष्टीनं महत्त्वाचं होतं. यासाठी करेम आणि सहकारी यांनी तयार केलेलं उपकरण खूपच उपयुक्त होतं. हे उपकरण हवेत उडवलं की इजिप्तची रडार यंत्रणा सतर्क होई. ही रडार यंत्रणा सतर्क झाल्याचं करेमच्या उपकरणाला समजे. त्याबरोबर इजिप्तचं हे रडार नक्की कुठे आहे हेही कळे. या माहितीच्या आधारे इस्त्रायली क्षेपणास्त्र इजिप्तच्या रडारवर डागलं जाई आणि संबंधित रडार उद्ध्वस्त केलं जाई. अशा प्रकारे इजिप्तची रडार यंत्रणा भेदून इस्त्रायलनं मोठीच मुसंडी मारली.

'पायोनिअर' असं नाव असलेल्या या ड्रोनचं काम १९८६मध्ये पूर्णत्वाला गेलं आणि १९९०-९१च्या आखाती युद्धादरम्यान त्याचा अमेरिकेला फायदा झाला. सद्दाम हुसेन या इराकी हुकूमशहानं कुवेतमध्ये घुसखोरी केली होती. कुवेत (Kuwait) हा आता इराकचाच एक प्रदेश असल्याचं सद्दामनं जाहीर केलं. कुवेतची इराकच्या कचाट्यातून सुटका करण्यासाठी अमेरिकेनं आपल्या मित्रराष्ट्रांच्या साथीत कारवाई केली. या दरम्यान घडलेला एक प्रसंग दखल घेण्याजोगा आहे. एक पायोनिअर ड्रोन अमेरिकेनं पाठवलेलं असताना त्याच्या खालून काही इराकी सैनिक चालले होते. त्यांना आपल्या डोक्यावरून चाललेलं ड्रोन म्हणजे अमेरिकी

हवाईदलाचं विमानच वाटलं. हे इराकी सैनिक पराभूत मानसिकतेमध्ये होते आणि त्यांना शरणागती पत्करायची होती. त्यांनी आपले शर्ट काढून आतले पांढऱ्या रंगाचे बनियन वरून चाललेल्या ड्रोनच्या दिशेनं जोरजोरात फडकवले; जसं शरण येऊ इच्छिणारे सैनिक पांढरा ध्वज फडकवतात तसं. त्याचबरोबर इतिहासात बहुदा प्रथमच माणूस यंत्रमानवाला युद्धभूमीवर शरण आला असावा!

यानंतर काही महिन्यांनी अमेरिकेच्या लॉस एंजेलिसमध्ये आणखी एका नव्या ड्रोनचं काम सुरू असल्याचं अमेरिकी उच्चपदस्थांना समजलं. नौदलाला आपल्या शत्रूचा अचूकपणे वेध घेण्यासाठी हे ड्रोन उपयुक्त ठरेल असं तंत्रज्ञांना वाटत होतं. इस्रायली हवाईदलासाठी विमानं तयार करणाऱ्या कंपनीतलं आपलं पद सोडून अमेरिकेमध्ये कायमसाठी स्थायिक झालेल्या ॲबी करेम या इस्रायली इंजिनिअरची या ड्रोननिर्मितीत महत्त्वाची भूमिका होती.

१९३७मध्ये बगदादमध्ये करेमचा जन्म झाला. १९४८मध्ये इस्रायलची निर्मिती झाल्यावर काही काळातच करेम तिथे गेला. लहानपणापासूनच करेमला सगळ्या वस्तू उघडून बघणं, त्या परत जोडणं वगैरे गोष्टी करायला खूप आवडत. याच्या जोडीला त्याला विमानांचंही खूप आकर्षण वाटे. लवकरच त्यानं हौशी तत्त्वावर काही छोटी विमानंही तयार केली. नंतर विमानाशी संबंधित असलेलं प्रशिक्षण घेतल्यावर तो पायलट बनला. काही वर्षं इस्रायली हवाईदलात काम केल्यानंतर त्यानं इस्रायलच्या हवाईदलाला विमानं तयार करून देणाऱ्या 'इस्रायल एरोस्पेस इंडस्ट्रिज (आयएआय)'मध्ये नोकरी धरली. १९७३च्या 'योम किप्पुर' युद्धादरम्यानच्या काळात करेमनं स्वतःच एक चालकविरहित विमान तयार केलं. याखेरीज करेम आणि त्याचे सहकारी यांनी एक अत्यंत महत्त्वाचं उपकरण तयार केलं. याची पार्श्वभूमी म्हणजे इस्रायलच्या हवाईदलाला इजिप्तमध्ये आपली विमानं नेणं अवघड होऊन बसलं होतं. याचं कारण सोव्हिएत युनियनकडून इजिप्तला मिळालेली रडार यंत्रणा हे होतं. ही रडार यंत्रणा हवेमध्ये उडणाऱ्या शत्रूच्या विमानांचा अचूकपणे वेध घेई आणि या माहितीचा वापर करून इजिप्तचे सैनिक हवेतल्या विमानाला आपल्या बंदुकीच्या गोळ्यांनी टिपू शकत. साहजिकच, या रडार यंत्रणेला खिंडार पाडणं इस्रायलच्या दृष्टीनं महत्त्वाचं होतं. यासाठी करेम आणि सहकारी यांनी तयार केलेलं उपकरण खूपच उपयुक्त होतं. हे उपकरण हवेत उडवलं की इजिप्तची रडार यंत्रणा सतर्क होई. ही रडार यंत्रणा सतर्क झाल्याचं करेमच्या उपकरणाला समजे. त्याबरोबर इजिप्तचं हे रडार नक्की कुठे आहे हेही

कळे. या माहितीच्या आधारे इस्त्रायली क्षेपणास्त्र इजिप्तच्या रडारवर डागलं जाई आणि संबंधित रडार उद्ध्वस्त केलं जाई. अशा प्रकारे इजिप्तची रडार यंत्रणा भेदून इस्त्रायलनं मोठीच मुसंडी मारली. करेमच्या या उपकरणानं असं घवघवीत यश मिळवूनसुद्धा युद्धानंतर तो काम करत असलेल्या आयएआय कंपनीनं अशा प्रकारचं उपकरण अमेरिकेकडून विकत घ्यायचं ठरवलं. करेम वैतागला. त्यानं स्थानिक पातळीवर अशी उपकरणं तयार करण्याचं महत्त्व आपल्या वरिष्ठांना पटवून देण्याचे खूप प्रयत्न केले; पण त्याच्याकडे साफ दुर्लक्ष करण्यात आलं. नाइलाजानं करेमनं आयएआयला रामराम ठोकून अमेरिकेचा रस्ता पकडला.

अमेरिकेमध्ये आपलं बस्तान बसवण्याच्या प्रयत्नात असलेल्या करेमनं जेमतेम दोन महिन्यांच्या आतच पहिलं ड्रोन तयार केलं. त्याच्याकडे दोन माणसं अर्धवेळ काम करत. या ड्रोनच्या अनेक चाचण्या घेतल्यानंतर आणि त्यामध्ये आढळणारे सगळे दोष दूर केल्यावर करेमनं अमेरिकी हवाईदलाशी संपर्क साधला. अमेरिकी हवाईदलाला करेमच्या कामात दम वाटल्यामुळे अशा २०० ड्रोन्सच्या खरेदीचं कंत्राट त्यांनी करेमला दिलं. आता आपल्यासमोरची चिंता मिटली अशा

आताची अत्याधुनिक ड्रोन्स जास्त पल्ल्याची आणि क्षमतेची आहेत. शिवाय, आपली कामगिरी फत्ते करून आपोआप मूळ ठिकाणी परतण्याची सोयही त्यांच्यामध्ये आहे. साहजिकच, या ड्रोन्सवर लक्ष ठेवण्याची गरज उरत नाही. याखेरीज, रात्रीच्या अंधारातही टेहळणी करणं, इन्फ्रारेड तंत्रज्ञानाचा वापर करणं, लेझर यंत्रणा वापरणं, बाँब किंवा इतर घातक स्फोटकांचा / अस्त्रांचा शोध घेणं ही सगळी कामंसुद्धा ड्रोन्स करू शकतात. याखेरीज जमिनीखाली लपवून ठेवलेल्या रॉकेट्सचा पत्ताही या ड्रोन्सला लागतो. गाझा पट्ट्यातून पॅलेस्टिनी युवक इस्त्रायलवर अधूनमधून रॉकेट्स डागण्याचा क्षीण प्रयत्न करतात. हा हाणून पाडणंही इस्त्रायलला आता या ड्रोन्समुळे शक्य होतं. याखेरीज, आता तर ड्रोन्समधून फक्त टेहळणी करणं इतकंच मर्यादित काम करण्यापेक्षा या ड्रोन्सचा वापर क्षेपणास्त्रांसारखा करणं आणि त्यांच्याद्वारे शत्रूवर हल्ला करणंही जमू शकतं.

खुशीत करेम असतानाच त्याला धक्का बसला. १९८७मध्ये अमेरिकी संसदेनं या प्रकल्पासाठीच्या निधीमध्ये घट केली. आता किमान आपल्या ड्रोनची निर्यात तरी करता येते का, यासाठीचे प्रयत्न करेमनं सुरू केले. तेवढ्यात बँकांनी करेमला त्यानं घेतलेल्या तब्बल ५० लाख डॉलर्स कर्जाची परतफेड करण्यासाठीचा तगादा सुरू केला. सगळीकडून अडचणीत सापडलेल्या करेमनं आपली कंपनी दुसऱ्या एका कंपनीला विकून टाकली आणि या कंपनीनं ती आणखी एका वेगळ्याच कंपनीला विकली. करेम मात्र या दोन्ही कंपन्यांमध्ये कायम राहिला. त्यानं आपल्या ड्रोनची आणखी एक सुधारित आवृत्ती काढण्यासाठी जोरदार प्रयत्न केले. याच दरम्यान बॉस्निया आणि इस्रायल यांच्याकडून करेमला अनपेक्षितपणे बोलावणं आलं.

बॉस्नियामध्ये यादवी युद्ध भडकलं होतं. अमेरिकेला नेहमीप्रमाणेच तिथे सहभागी होणं भाग होतं. पारंपरिक पद्धतीनं शत्रूवर हल्ले करणं अमेरिकेला जड जात होतं. कोण मित्र आणि कोण शत्रू हेच अनेकदा समजत नसे. शत्रू शोधून अचूकपणे त्यांचा वेध घेण्यासाठी दीर्घ काळ काम करू शकणारं ड्रोन या कामात अत्यंत उपयुक्त ठरेल याची संबंधित अमेरिकी अधिकाऱ्याला कल्पना होती. त्यानं 'पेंटॅगॉन'कडे अशा प्रकारचं ड्रोन तयार करण्यासंबंधीची विचारणा केली. असं ड्रोन तयार करणं शक्य आहे; पण त्यासाठी सहा वर्षांचा कालावधी लागेल आणि साधारण ५० कोटी डॉलर्स लागतील, असं पेंटॅगॉनच्या वतीनं सांगण्यात आलं. एवढा काळ थांबणं आणि एवढी रक्कम या कामात ओतणं, या दोन्ही गोष्टी अशक्य होत्या. अचानक त्या अमेरिकी अधिकाऱ्याला करेमची आठवण झाली. काही वर्षांपूर्वी तो करेमला इस्रायलमध्ये भेटला होता. त्याचा ठावठिकाणा शोधून त्यानं करेमला फोन केला. उगीचच वायफळ बडबड न करता करेमला त्यानं 'बॉस्नियामध्ये ड्रोनद्वारे अमेरिकी हवाईदलाला उपयुक्त ठरेल असं काम घडवून आणण्यासाठी किती वेळ लागेल आणि काय खर्च येईल', असं विचारलं. यावर '६ महिने आणि ५० लाख डॉलर्स', असं उत्तर करेमनं दिलं. काळाच्या दृष्टीनं पेंटॅगॉनपेक्षा एक-दशांश कमी आणि रकमेच्या दृष्टीनं एक-शतांश कमी असे हे आकडे होते! त्यानं तातडीनं करेमला कामाला लागण्याचे आदेश दिले.

अत्यानंदी अवस्थेत करेमनं आपलं काम सुरू केलं आणि खरोखरच सहा महिन्यांच्या आत बॉस्नियावर त्याची ड्रोन्स घिरट्या घालायला लागली. ड्रोन्सनी आपली अपेक्षित कामगिरी चोख बजावली. बॉस्नियामधल्या हालचाली टिपणं शक्य झालं. खूश होऊन पेंटॅगॉननं करेमच्या नव्या कंपनीला याहून आणखी जास्त

क्षमतेचा ड्रोन तयार करण्यासाठीचं कंत्राट दिलं. या कामाचा एक भाग म्हणून करेमच्या ड्रोनला आता उपग्रहाशी बिनतारी संदेशवहन यंत्रणेनं जोडण्यात आलं. यामुळे या ड्रोनशी जमिनीवरून संपर्क साधणं अजूनच सोपं आणि प्रभावी झालं. आता या ड्रोनचं नामकरण 'प्रिडेटर' (म्हणजे 'भक्षक') असं करण्यात आलं. पाकिस्तान, अफगाणिस्तान, इराक, येमेन अशा अनेक ठिकाणी अमेरिकेनं या ड्रोनचा अत्यंत प्रभावी वापर केला. साहजिकच, अमेरिकेच्या टीकाकारांनी या ड्रोनवर कडाडून टीकाही केली. अमेरिकी लष्कर आणि हवाईदल यांच्या दृष्टीनं मात्र या ड्रोननं मिळवून दिलेलं यश अपूर्वच होतं. यामागे इस्रायल आणि एका इस्रायली इंजिनिअरचा हात होता, हे विशेष!

१९८५पासून जगात वापरल्या जाणाऱ्या ड्रोन्सपैकी जवळपास ६० टक्के ड्रोन्स इस्रायलमध्येच तयार करण्यात आलेले आहेत. याखालोखाल अमेरिकेचा वाटा (२३.९ टक्के) आहे. डझनावारी देशांनी इस्रायली बनावटीची ड्रोन्स खरेदी केली आहेत. स्वतः इस्रायली हवाईदल तर खूप मोठ्या प्रमाणावर ड्रोन्स वापरतंच. उदाहरणार्थ, गाझा, लेबेनॉन आणि सीरिया अशा ठिकाणच्या आपल्या शत्रूंवर लक्ष ठेवण्यासाठी इस्रायल प्रामुख्यानं ड्रोन्सचाच वापर करतं. आताची अत्याधुनिक ड्रोन्स जास्त पल्ल्याची आणि क्षमतेची आहेत. शिवाय, आपली कामगिरी फत्ते करून आपोआप मूळ ठिकाणी परतण्याची सोयही त्यांच्यामध्ये आहे. साहजिकच, या ड्रोन्सवर लक्ष ठेवण्याची गरज उरत नाही. याखेरीज, रात्रीच्या अंधारातही टेहळणी करणं, इन्फ्रारेड तंत्रज्ञानाचा वापर करणं, लेझर यंत्रणा वापरणं, बॉंब किंवा इतर घातक स्फोटकांचा / अस्त्रांचा शोध घेणं ही सगळी कामंसुद्धा ड्रोन्स करू शकतात. याखेरीज जमिनीखाली लपवून ठेवलेल्या रॉकेट्सचा पत्ताही या ड्रोन्सला लागतो. गाझा पट्ट्यातून पॅलेस्टिनी युवक इस्रायलवर अधूनमधून रॉकेट्स डागण्याचा क्षीण प्रयत्न करतात. हा हाणून पाडणंही इस्रायलला आता या ड्रोन्समुळे शक्य होतं. याखेरीज, आता तर ड्रोन्समधून फक्त टेहळणी करणं इतकंच मर्यादित काम करण्यापेक्षा या ड्रोन्सचा वापर क्षेपणास्त्रांसारखा करणं आणि त्यांच्याद्वारे शत्रूवर हल्ला करणंही जमू शकतं.

खेळण्यातल्या विमानांपासून सुरू झालेला हा प्रवास आता अत्याधुनिक ड्रोन्सपर्यंत येऊन पोहोचला आहे, हे नक्की!

■■■

प्रकरण ३

रणगाडे

तो ११ ऑगस्ट २००६चा दिवस होता. लेबेनॉनमध्ये पॅलेस्टिनी मुक्ततावादी संघटनांनी केलेल्या मोर्चेबांधणीला मोडून काढण्यासाठी इस्रायलनं चालवलेल्या प्रयत्नांचा दुसरा टप्पा सुरू होता. यालाच इस्रायल आणि लेबेनॉनमधल्या हिझबुल्ला या संघटनेमधलं दुसरं युद्ध म्हणतात. याच युद्धाला 'सालुकीचं युद्ध' असंही म्हटलं जातं. हे युद्ध थांबवण्यासाठीची बोलणी सुरू होती. वाटाघाटी निर्णायक ठरण्याआधी शक्य तितके प्रयत्न करून इस्रायलला आपलं वर्चस्व निर्माण करण्यासाठी झटायचं होतं. यासाठी तेल अवीव शहरात इस्रायली लष्करातले उच्चपदस्थ आणि राजकीय नेतृत्व यांच्यात बैठका सुरू होत्या. दक्षिण लेबेनॉनमधल्या सालुकी नदीपार इस्रायली लष्कर घुसवण्याचे मनसुबे रचले जात होते. इथूनच हिझबुल्ला ही संघटना इस्रायलवर रॉकेट्सचा वापर करून हल्ले करत होती. जर आपण हिझबुल्लाचं कंबरडं मोडू शकलो तर संयुक्त राष्ट्रसंघाच्या मध्यस्थीनं हे युद्ध थांबवण्यासाठी सुरू असलेल्या चर्चेमध्ये आपल्याला आणखी जोरकसपणे आपली बाजू मांडता येईल, असा इस्रायलचा अंदाज होता. हे युद्ध लवकरच संपुष्टात येण्याची दाट चिन्हं दिसत असली तरी धोका पत्करून आपण हिझबुल्लावर हे आक्रमण केलं पाहिजे, असं संबंधित वरिष्ठांचं मत होतं.

ठरल्यानुसार इस्रायलनं सालुकी नदीपार हिझबुल्लावर हल्ला करण्यासाठीची तयारी केली. तिथे जाण्यासाठीचा मार्ग पर्वतराशींच्या लगतचा होता. तिथून इस्रायली रणगाडे पुढे निघाले खरे; पण सगळ्यांच्याच मनात एक प्रकारची धाकधूक सुरू होती. आपल्यावर रणगाडे चाल करून येत असल्याचं ओळखून त्यांच्यावर आक्रमण

करण्यासाठीची यंत्रणा हिझबुल्लाकडे असावी, असा इस्रायलचा अंदाज होता. साहजिकच, या यंत्रणेचा उपयोग करून हिझबुल्ला आपल्या रणगाड्यांना बेचिराख करू शकेल या भीतीनं इस्रायली लष्कराच्या तुकड्या काहीशा धास्तावल्या होत्या. तरीसुद्धा ज्या खडकाळ आणि धोकादायक रस्त्यांवरून हे रणगाडे पुढे चालले होते त्यासंबंधीच्या विचारांनी इस्रायली सैनिक हिझबुल्लाच्या रणगाडे उद्ध्वस्त करू शकणाऱ्या यंत्रणेविषयी काही काळ विसरूनच गेले. इस्रायली सैनिकांची मूळ भीती खरी ठरली. हिझबुल्लाच्या टोळ्या पर्वतराशींच्या आसपास तैनात होत्या. या टोळ्यांमधल्या लोकांनी तातडीनं आपल्या रणगाडेनाशक पथकाला इस्रायली सैनिक आपले रणगाडे घेऊन चाल करून येत असल्याची बातमी दिली. हे रणगाडेनाशक पथक तिथल्या आजूबाजूच्या परिसरातल्या खेड्यांमध्ये अशा प्रकारच्या बातमीची वाट बघत होतं. इस्रायली तुकडीचा नेता लेफ्टनंट कर्नल इफी डिफ्रिननं आपल्या सहकाऱ्यांना पुढे जाण्याचे आदेश दिले. स्वत: डिफ्रिनच्या रणगाड्यावर संदेशवहनासाठी असंख्य अँटेने बसवण्यात आले होते. यामुळे त्याचा रणगाडा अगदी उठून दिसत होता.

इस्रायली रणगाडे पुढे येत असल्याचं पाहून त्यांच्यावर हल्ले करण्यासाठी हिझबुल्लाचे सैनिक दबा धरून बसले. योग्य वेळ येताच हिझबुल्लाच्या एका सैनिकानं डिफ्रिनच्या रणगाड्यावर हल्ला केला. काही सेकंदांच्या शांततेनंतर डिफ्रिनच्या रणगाड्यामध्ये मोठा आवाज झाला. नक्की काय झालं हे डिफ्रिनला समजलंच नाही. आधी आपल्या रणगाड्यामधल्या साहाय्यकानंच शत्रूवर बंदुकीनं मोठा हल्ला केला असल्याचा डिफ्रिनचा गैरसमज झाला. त्यानं त्या साहाय्यकाला सरळ लाथाडलंच आणि रागाच्या भरात 'तुझं डोकं फिरलंय की काय? तू तोफगोळा डागलास की काय?' असं विचारलं. घाबरगुंडी उडालेल्या त्या साहाय्यकानं चाचरत आपण असं काही केलं नसल्याचं आणि बहुदा आपल्यावरच शत्रूनं हल्ला केला असल्याचं डिफ्रिनला सांगितलं. डिफ्रिनचा मात्र यावर अजिबात विश्वास बसला नाही. हे अशक्य असल्याचं तो पुटपुटला. तेवढ्यात मागून कसलातरी आवाज आल्यासारखं वाटल्यामुळे त्यानं मागे वळून बघितलं. विलक्षण वेगानं तीन क्षेपणास्त्रं आपल्या रणगाड्याच्या दिशेनं येत असल्याचं त्याला दिसलं. त्यापैकी एक रणगाड्याला धडकलं; पण ते रणगाड्याला भेदू शकलं नाही. दुसरं क्षेपणास्त्र रणगाड्यावरून गेलं आणि म्हणूनच त्या रणगाड्याचा वेध घेऊ शकलं

नाही. तिसऱ्या क्षेपणास्त्राचा नेम मात्र चुकला नाही. प्रचंड मोठा आवाज आणि त्यापाठोपाठ एकदम काळोख एवढंच डिफ्रिनला जाणवलं.

खरं म्हणजे इस्रायलला हिझबुल्लाशी हे दुसरं युद्ध करायचं नव्हतं. १२ जुलै २००६ या दिवशी मात्र हे युद्ध अपरिहार्य असल्याचं इस्रायलच्या लक्षात आलं. हिझबुल्लाच्या सैनिकांनी इस्रायलची सीमा भेदून इस्रायली लष्कराच्या वतीनं सीमेची राखण करत असलेल्या एका रक्षकावर हल्ला केला. यानंतर इतर दोन राखीव सैनिकांचं अपहरण करण्यात हिझबुल्लाच्या हल्लेखोरांना यश आलं. या घटनेचं निमित्त साधून एहूद ओल्मर्ट या इस्रायली पंतप्रधानानं तातडीनं आपण याचा बदला घेणार असल्याचं सांगितलं. दोन दशकांच्या काळानंतर इस्रायल प्रथमच मोठ्या प्रमाणात युद्धभूमीवर उतरला. याच्या काही महिने आधी इस्रायली लष्कराकडून एक महत्त्वाची बैठक भरवण्यात आली होती. इस्रायली लष्करामध्ये काही महत्त्वाचे बदल करण्यासंबंधीची चर्चा यात करण्यात आली. अनावश्यक वाटत असलेले काही विभाग बंद करण्याचा प्रमुख मुद्दा यात समाविष्ट होता. तसंच इस्रायली लष्कराचं लक्ष प्रामुख्यानं वेस्ट बँक आणि गाझा पट्टा इथे पॅलेस्टिनी लोकांशी सुरू असलेल्या चकमकींकडे लागून राहिलेलं असल्यामुळे इतर इस्रायली शत्रूंकडे तसं दुर्लक्षच झालं होतं. याखेरीज, इथून पुढे युद्धांमध्ये आपल्याला रणगाड्यांचा फार उपयोग होणार नाही अशा समजुतीपायी इस्रायलनं रणगाड्यांच्या निर्मितीच्या कामालाही अल्पविराम दिला होता. आता याचा फटका आपल्याला सोसावा लागणार, अशी भीती वरिष्ठ लष्करी अधिकाऱ्यांना वाटायला लागली. तेवढ्यात लेबेनॉनच्या सीमेवर असलेल्या एका इस्रायली रणगाड्याच्या खालच्या भागात पूर्वीच हिझबुल्लानं पेरलेल्या शक्तिशाली बाँबचा स्फोट झाला. त्यासरशी रणगाड्यामधले सगळे इस्रायली सैनिक जागीच ठार झाले. इस्रायलला आपल्या लष्करी सामर्थ्याविषयी वाटत असलेल्या अभिमानाच्या पार चिंधड्या झाल्या.

ज्या डिफ्रिनच्या रणगाड्यावर हिझबुल्लानं आधी हल्ला केला होता त्याचा मोठा भाऊ पूर्वी इस्रायली लष्करात 'पॅरॅशूटधारक सैनिक' होता. इतकंच नव्हे; तर तोही हिझबुल्लाशी लढला होता. या लढाईत तो गंभीर जखमी झाला. आपल्या भावाच्या पराक्रमापासून प्रेरणा घेत डिफ्रिननंही इस्रायली लष्करामध्ये प्रवेश करण्याचे बेत आखले. डिफ्रिनच्या दुर्दैवानं पॅरॅशूट वापरण्याचं पुरेसं कौशल्य त्याच्यामध्ये नाही, असं डॉक्टरांनी सांगितल्यामुळे डिफ्रिनचं स्वप्न भंगलं. इस्रायली लष्करासाठी 'पॅरा-ट्रूपर' म्हणून लढणारे लोक अत्यंत कुशल मानले जात. इतकंच नव्हे; तर त्यांना

बढती मिळणं आणि थोडा अनुभव गोळा केल्यानंतर थेट इस्रायली लष्कराच्या प्रमुखपदापर्यंत पोहोचण्याची संधीही त्यापैकी अनेक जणांसमोर असे. डिफ्रिन शारीरिकदृष्ट्या पॅरॅशूट वापरण्यासाठी असमर्थ ठरल्यामुळे त्याच्यासमोरचा हा पर्याय पार खुंटलाच. त्यानं नाइलाजानं इस्रायली पायदळात साधा सैनिक म्हणून पद स्वीकारलं. १९९१च्या एप्रिल महिन्यात डिफ्रिनला इस्रायलच्या दक्षिण भागातल्या लष्करी प्रशिक्षण वर्गामध्ये भरती करण्यात आलं. डिफ्रिनचं यात काही मन लागत नव्हतं. त्यातच अत्यंत कोरडं हवामान, वाळवंटातली त्रासदायक वाळूवादळं आणि प्रचंड उकाडा यामुळे तो त्रासून गेला. या प्रशिक्षण केंद्राच्या दारापाशीच एक गूढ पोलादी वस्तू झाकून ठेवण्यात आली होती. हा इस्रायलनं गुप्तपणे तयार केलेला नवा रणगाडा असल्याचं डिफ्रिनच्या कानांवर आलं. अर्थातच, यामुळे त्याला काही फरक पडला नाही. आपल्याला जे हवं होतं ते मिळालं नसल्याचं दुःख त्याला अजून सतावतच होतं. या रणगाड्याशी आपलं काही देणंघेणं नाही; आपल्याला 'एफ-१६' विमान घेऊन उडायचं आहे आणि शत्रूशी झुंजताना वेळप्रसंगी पॅरॅशूट घेऊन खाली उतरायचं आहे, अशी स्वप्नं तो बघत राही. यासाठी आपली बदली करून घेण्यासंबंधीचे अर्ज त्यानं अधिकाऱ्यांना अनेकदा दिले; पण दर वेळी ते फेटाळण्यात आले. डिफ्रिनचं मन अस्वस्थच होतं. अखेर त्यानं स्वतःचं समाधान करून घेत, आहे त्यात सर्वोत्तम कामगिरी करून दाखवण्याचा पर्याय स्वीकारायचं

नव्यानं तयार करण्यात आलेल्या रणगाड्यांना लष्करी अधिकारी प्रचंड महत्त्व देत. हे रणगाडे म्हणजे सीरियाई शत्रूशी लढण्यासाठीचं आपलं प्रमुख साधन असल्याचं ते मानत. म्हणूनच शुक्रवार या ज्यू धर्मीयांसाठी पवित्र मानल्या जाणाऱ्या दिवशी या रणगाड्यांना आतून धुतलं जाई आणि बाहेरून त्यांना चमक येण्यासाठी चांगलं घासूनपुसून काढलं जाई. एकूणच इस्रायली सैनिक आणि त्यांचे रणगाडे यांच्यामध्ये एक विलक्षण आपुलकीचं नातं प्रस्थापित झालं होतं. इतकंच नव्हे; तर या सैनिकांना खरोखरच रणगाड्यांमध्ये जीव असतो, म्हणून त्यांना जिवापाड जपलं पाहिजे, असं त्यांच्या लष्करी अधिकाऱ्यांनी सांगून ठेवलं होतं.

ठरवलं. साहजिकच, आपल्या सध्याच्या प्रशिक्षणामध्ये जीव ओतायचं नक्की करून डिफ्रिननं या प्रशिक्षणामध्ये चमक दाखवलीच. यादरम्यानचा एक प्रसंग डिफ्रिनच्या मनावर कायमसाठी कोरला गेला.

प्रशिक्षणादरम्यान 'गोलान हाईट्स' म्हणून ओळखल्या भागापाशी डिफ्रिन आणि सगळे प्रशिक्षणार्थी पार दमून बसले होते. गोलान हाईट्स हा मूळचा सीरियाचा भाग होता; पण युद्धांदरम्यान इस्रायलनं तो जिंकून आपल्या ताब्यात घेतला होता. डिफ्रिन आणि इतर मंडळी अवघड प्रकारचा सराव करताना चिखलात पार बुडून गेले होते. तेवढ्यात तिथल्या प्रशिक्षण प्रमुखानं आपल्या हाताच्या बोटानं सगळ्या प्रशिक्षणार्थींना एके ठिकाणी बघायला सांगितलं. ती जागा इस्रायल आणि सीरिया यांच्यामधली सीमारेषा होती. तिच्याकडे निर्देश करत 'तिकडे सीरिया आहे आणि आपल्या मागे इस्रायल आहे ... तुम्ही आत्ता दोघांच्या मध्ये आहात ... जर कुणी आपल्या देशाचं रक्षण करत असेल तर ते म्हणजे तुम्ही लोक आणि तुमचे रणगाडे हेच आहेत ... तर कुणीही हे काम करत नाहीये ...' असं तो म्हणाला. याबरोबर डिफ्रिन आणि त्याचे सहशिक्षणार्थी यांना योग्य तो संदेश मिळाला. सीमेपलीकडे सीरियाचं लष्कर होतं. सीरिया हा इस्रायलशी लढत राहणारा शेवटचाच देश होता. इतर इस्रायली शत्रू क्षीण तरी झाले होते किंवा त्यांनी इस्रायलशी जुळवून घेतलं होतं. सीरियाचं मात्र तसं नव्हतं. अजूनही सीरिया आणि इस्रायल यांच्यामधलं वैर कायम होतं. शिवाय, सीरियाचं लष्कर तयारीचं होतं. सीरियाकडून असलेला संभाव्य धोका लक्षात घेऊन इस्रायली लष्कर अचानकपणे आपत्कालीन स्थितीला तोंड देण्यासाठीचा सराव वारंवार करत असे. सीरिया कधीही हल्ला करू शकेल अशी शक्यता गृहीत धरून इस्रायली लष्कर अशा हल्ल्याचा सामना करण्यासाठी सुसज्ज राहण्याच्या प्रयत्नात होतं. अशा वेळी अक्षरश: रणगाड्यामध्ये बसून तो सुरू करण्यासाठी एखादा क्षण वाया घालवणंसुद्धा आपल्याला महागात पडू शकतं याची जाणीव इस्रायली लष्करी अधिकाऱ्यांना होती. ती नव्यानं भरती होणाऱ्या प्रशिक्षणार्थींमध्ये रुजवण्यासाठी ते नेहमी प्रयत्नशील असत. आत्ताचा सराव आणि संबंधित प्रशिक्षण अधिकाऱ्यानं त्यासंबंधी केलेलं भाष्य हे याचसाठी होतं. सीरिया आपल्यावर हल्ला करणार हे नक्कीच आहे; फक्त आपल्याला बेसावध ठेवून असा हल्ला सीरियाकडून कधी होईल हे सांगणं मुश्कील आहे, असं इस्रायली लष्करी अधिकाऱ्यांचं मत होतं.

यासाठी नव्यानं तयार करण्यात आलेल्या रणगाड्यांना लष्करी अधिकारी प्रचंड महत्त्व देत. हे रणगाडे म्हणजे सीरियाई शत्रूशी लढण्यासाठीचं आपलं प्रमुख साधन असल्याचं ते मानत. म्हणूनच शुक्रवार या ज्यू धर्मीयांसाठी पवित्र मानल्या जाणाऱ्या दिवशी या रणगाड्यांना आतून धुतलं जाई आणि बाहेरून त्यांना चमक येण्यासाठी चांगलं घासूनपुसून काढलं जाई. एकूणच इस्रायली सैनिक आणि त्यांचे रणगाडे यांच्यामध्ये एक विलक्षण आपुलकीचं नातं प्रस्थापित झालं होतं. इतकंच नव्हे; तर या सैनिकांना खरोखरच रणगाड्यांमध्ये जीव असतो आणि म्हणून त्यांना जिवापाड जपलं पाहिजे, असं त्यांच्या लष्करी अधिकाऱ्यांनी सांगून ठेवलं होतं. स्वाभाविकपणे हे सैनिक या रणगाड्यांना ते सजीव असावेत अशा प्रकारे जपत.

१९९०च्या दशकाच्या सुरुवातीला इस्रायल चहूबाजूकडच्या छोट्यामोठ्या युद्धांनी गांजून गेला होता. खासकरून हिझबुल्लानं इस्रायलच्या नाकात दम आणला होता. दक्षिण लेबेनॉनमध्ये इस्रायलची हिझबुल्लासमोर पीछेहाट सुरू होती. म्हणूनच हिझबुल्लाचं वर्चस्व मोडून काढण्यासाठी इस्रायलनं या भागामध्ये मोहिमा सुरू केल्या. लष्करी प्रशिक्षण घेऊन परतलेल्या डिफ्रिनला अशाच एका मोहिमेवर धाडण्यात आलं. आता आपल्याला प्राणप्रिय असलेल्या रणगाड्याचा सगळ्यात मोठा शत्रू असलेल्या रणगाडेनाशक क्षेपणास्त्राची डिफ्रिनला प्रथमच ओळख झाली. खरं म्हणजे १९९०च्या दशकातल्या या मोहिमेवर आल्यापासूनच डिफ्रिनला रणगाड्यांवर हिझबुल्लाकडून सुरू असलेले हल्ले अनुभवायला मिळाले होते. एकदा पुढे चाल करून जाणाऱ्या इस्रायली सैनिकांना सुरक्षाकवच देण्यासाठी म्हणून डिफ्रिनचा रणगाडा तैनात करण्यात आला होता. तेव्हा हिझबुल्लानं सोडलेलं क्षेपणास्त्र डिफ्रिनच्या रणगाड्याला टिपायला म्हणून आलं; पण त्याचा नेम थोडक्यात चुकला होता. हा रणगाडा इस्रायलचा आत्तापर्यंतचा सगळ्यात आधुनिक रणगाडा होता. त्याचं नाव 'मर्कावा एमके-२' असं होतं. याआधीचा 'मगाच' हा रणगाडा आता कालबाह्य समजला जाई.

दरम्यानच्या काळात डिफ्रिनला वाढत्या अनुभवानुसार 'कंपनी कमांडर' म्हणून बढती मिळाली. २००४मध्ये एकदा डिफ्रिनला नव्या रणगाड्यासंबंधी काही चर्चा करण्यासाठी म्हणून इस्रायलच्या एका लष्करी प्रशिक्षण केंद्रात बोलावून घेण्यात आलं. हा नवा रणगाडा 'मर्कावा एमके-४' होता. आयडीएफ ही कंपनी इस्रायली लष्करासाठी नव्या रणगाड्याची निर्मिती करत असल्याचं इस्रायलमधल्या वरिष्ठ लष्करी अधिकाऱ्यांना माहीत होतं; पण हा रणगाडा प्रत्यक्षात फार कमी

मर्कावा एमके-३ रणगाडा

जणांनी बघितला होता. एकूणच या नव्या रणगाड्याविषयी बरीच गुप्तता पाळली जात होती. आपल्याकडे अशा प्रकारचा रणगाडा असल्याचं आपल्या शत्रूंना समजू नये यासाठीची इस्रायलची ही धडपड होती. कुणीही या रणगाड्याची छायाचित्रं टिपू नयेत आणि या रणगाड्याच्या क्षमतेविषयी किंवा कामगिरीविषयी कसलंच भाष्य करू नये, अशा सक्त सूचना देण्यात आल्या होत्या. ज्यांनी हा रणगाडा बघितला होता त्यांना तो रणगाड्याऐवजी अवकाशयानासारखाच भासे. एक तर त्याचा आकार खूप मोठा होता; शिवाय, त्यात बसवण्यात आलेली तोफही एकदम अत्याधुनिक प्रकारची होती. या रणगाड्याचं इंजीन खूप जास्त क्षमतेचं असल्यामुळे तो जास्त वेगानं धावू शके. तसंच भौगोलिकदृष्ट्या कठीण असलेल्या परिसरांमधून वाट काढण्याची क्षमताही त्यात होती. याखेरीज, आपल्या लक्ष्याकडे अत्यंत अचूकपणे बघून ते टिपण्यासाठीची सोय या रणगाड्यात होती. साहजिकच, या रणगाड्यातून शत्रूचा वेध घेणं पूर्वीच्या मानानं खूप सोपं होतं.

२०००मध्ये पॅलेस्टिनी आंदोलकांच्या लढ्याचा म्हणजेच 'इंतिफादा'चा दुसरा अंक सुरू झाला. इस्रायली लष्कराला आपलं लक्ष या लढ्याकडे वळवणं भाग होतं. 'वेस्ट बँक' म्हणून ओळखल्या जाणाऱ्या भागात पॅलेस्टिनी लोकांच्या धुमश्चक्री सुरू झाल्या. तसंच पॅलेस्टिनी लोक इस्रायलमध्ये घुसू नयेत यासाठी सातत्यानं त्यांच्यावर नजर ठेवणं, अडथळे उभे करणं, तपासणी करणं या गोष्टींवर

भर देण्यात आला. इस्रायली लष्कराचा निधी मोठ्या प्रमाणावर या कामांकडे वळवण्याखेरीज दुसरा मार्ग नव्हता. म्हणूनच आधी उल्लेख केल्याप्रमाणे आपलं लक्ष मुख्यत्वे पॅलेस्टिनी लोकांची नाकाबंदी करण्याकडे वळवावं आणि इतर लष्करी कामांसाठीच्या खर्चात कपात करावी, असं इस्रायलच्या लष्करी उच्चपदस्थांनी ठरवलं. रणगाड्यांसह इतर युद्धसामग्रीच्या प्रमाणात घट करावी आणि एकूणच खूप अवाढव्य लष्कर बाळगण्यापेक्षा ते शक्य तितकं आटोपशीर असावं, असा विचार बळावला. यामुळे १९७३च्या योम किप्पुर युद्धानंतर इस्रायलकडे असलेल्या रणगाड्यांइतके कमी रणगाडे आता लष्करानं बाळगायचं ठरवलं. लष्करी प्रशिक्षणासाठीच्या आर्थिक तरतुदीमध्ये विलक्षण घट करण्यात आली. इतकंच नव्हे; तर सैनिकांना आपली प्राणप्रिय शस्त्रं आणि युद्धसामग्री यांचं दर्शनसुद्धा दुर्मीळ झालं. या गोष्टी हाताळणं तर लांबचीच गोष्ट झाली. फक्त काही कार्यक्रमांमध्ये किंवा संगणकांवरच्या फायलींमध्येच ही शस्त्रास्त्रं बघण्यावर सैनिक समाधान मानायला लागले. सीरियाकडून होऊ शकणाऱ्या संभाव्य हल्ल्याच्या धोक्यापासून बचाव करण्यासाठी सीमेवर सैनिकांची फळी तैनात करण्याऐवजी या सैनिकांना वेस्ट बँक, गाझा पट्टा, इजिप्तबरोबरची सीमारेषा अशा ठिकाणी पाठवण्यात आलं. इथे तसा फार धोका नव्हताच. उलट, या ठिकाणी अवैधरीत्या इस्रायलमध्ये घुसू पाहणाऱ्या लोकांना पकडणं, अमली पदार्थांच्या तस्करांना रोखणं अशी कामं सैनिक करायला लागले. डिफ्रिन आणि त्याचे सहकारी यांना रणगाड्याच्या आत काय असतं, याचाही विसर पडायला लागला.

२००६च्या उन्हाळ्यात मात्र परिस्थिती अकस्मात बदलली. लेबेनॉनमधलं दुसरं युद्ध अनपेक्षितरीत्या सुरू झालं. डिफ्रिन आणि त्याचे सहकारी यांना लेबेनॉनमध्ये युद्धभूमीवर उतरावं लागणार हे स्पष्टपणे दिसायला लागलं. घाईघाईनं या मंडळींना त्यांचे हात साफ करण्यासाठी एका युद्धसराव केंद्रात काही दिवस पाठवण्यात आलं. लवकरच डिफ्रिन आणि त्याचे सहकारी यांना आपल्या कौशल्याविषयी परत एकदा आत्मविश्वास जाणवायला लागला. अर्थात, आपल्या रणगाड्यांवर हल्ले करण्यासाठी हिझबुल्लाकडे रणगाडेनाशक यंत्रणा असल्याचं डिफ्रिन २०००पासूनच ऐकत होता. त्यानं प्रत्यक्षात या यंत्रणेचा आधी उल्लेख केल्याप्रमाणे अगदी अपवादानंच अनुभव घेतला होता. साहजिकच, या यंत्रणेमुळे नक्की काय घडू शकतं याचा त्याला नुसता अंदाज होता. रणभूमीवर त्याची तीव्रता किती असेल हे केवळ ऐकीव माहितीवर आधारित असल्यामुळे त्याला

नीटसं समजत नव्हतं. हिझबुल्लाकडे 'मेटिस', 'फॅगट', 'आरपीजी-२९' अशी अत्याधुनिक रणगाडेनाशक यंत्रणांची फळीच होती. तरीसुद्धा 'कॉर्नेट' नावाच्या रणगाडेनाशक यंत्रणेची डिफ्रिन आणि त्याचे सहकारी यांना सगळ्यात जास्त भीती वाटत होती. मुळात रशियानं ही यंत्रणा सीरियाला विकली होती. इस्त्रायल हा आपला समान शत्रू असल्याच्या कारणावरून सीरियाचा राष्ट्रपती बशर अल-असाद यानं ही यंत्रणा हिझबुल्लाला भेट म्हणून दिली होती. कॉर्नेट लेझर तंत्रज्ञानावर चाले. तिची अचूकता वाखाणण्याजोगी होती. कॉर्नेटमधून निघालेलं क्षेपणास्त्र म्हणजे जणू रामाच्या धनुष्यातून निघालेला बाणच असावा, अशी ख्याती पसरली होती. इतकंच नव्हे; तर तब्बल सात किलो वजनाचं क्षेपणास्त्र यातून नेम धरून सोडलं जाई. साहजिकच, जाडजूड पृष्ठभाग म्हणजे एखादा पातळ कागद असावा अशा प्रकारे फाडून काढण्याची क्षमता त्यात होती.

ज्या मोहिमेवर डिफ्रिनला पाठवण्यात आलं होतं त्याविषयी इस्त्रायली लष्कराचे डावपेच बऱ्याच काळापासून आखले जात होते; पण त्याविषयी वरिष्ठ अधिकाऱ्यांच्या मनात अनिश्चितता होती. हे युद्ध २००६च्या जुलैच्या मध्यावर सुरू झाल्यापासूनच आपण सालुकी नदीपार आपलं लष्कर नेलं पाहिजे, असं इस्त्रायलचं मत होतं. तरीसुद्धा या बाबतीत एकवाक्यता होत नसल्यामुळे या मनसुब्यांमध्ये अनेक बदल झाले. मोहिमेची निश्चिती झाली असं वाटल्यावर अगदी शेवटच्या क्षणी तपशील बदलले गेले. असं वारंवार झालं. ११ ऑगस्टच्या शुक्रवारच्या दिवसापर्यंत हे घडत राहिलं. दरम्यान, संयुक्त राष्ट्रसंघाकडूनही या प्रकरणी काही हालचाली सुरू असल्याचं इस्त्रायलच्या कानांवर आलं. त्याच रात्री एक महत्त्वाची बैठक भरवून संयुक्त राष्ट्रसंघ युद्धबंदी घोषित करणार असल्याचं आणि चर्चेनं हा प्रश्न सोडवण्याचा निर्णय जाहीर करणार असल्याचं इस्त्रायलला समजलं. ३४ दिवस सुरू असलेलं युद्ध यामुळे संपणार, हे नक्की होतं. इस्त्रायली पंतप्रधान ओल्मर्ट याला मात्र आपण लगेचच शांत बसणं मान्य नव्हतं. संयुक्त राष्ट्रसंघावर दबाव टाकण्यासाठी आणि आपल्याला अनुकूल असा करार युद्धबंदीच्या निमित्तानं करून घेण्यासाठी तो उत्सुक होता. एकूणच युद्धबंदी घोषित होण्याच्या आत आपण सालुकी नदीपार आपलं लष्कर पाठवून हिझबुल्लाला क्षीण केलं पाहिजे असं इस्त्रायलच्या उच्चपदस्थांना वाटत होतं. यामुळे दक्षिण लेबेनॉनमधल्या हिझबुल्लाच्या हरकतींवर लक्ष ठेवण्यासाठी संयुक्त राष्ट्राच्या वतीनं आंतरराष्ट्रीय सैन्य तैनात करणं शक्य होईल, असा इस्त्रायलचा अंदाज होता. यामुळे सातत्यानं

आपल्या डोक्यावर टांगतं असलेलं हिझबुल्लाचं संकट काहीअंशी दूर होईल अशी आशा इस्रायलला वाटत होती. यासाठी थोडा धोका पत्करावा लागला तरी चालेल; पण आता विचार करायला किंवा चालढकल करायला वेळच नव्हता. तातडीनं हालचाली करणं भाग होतं. साहजिकच, डिफ्रिनला इस्रायली सीमारेषा ओलांडून लेबेनॉनी भागात प्रवेश करण्याचे आदेश मध्यरात्र उलटून गेल्यानंतर देण्यात आले. रात्रीच्या अंधारात १६ किलोमीटरचं अंतर पार करून सालुकी नदी ओलांडणं सोपं काम होतं. कारण हिझबुल्लाच्या रणगाडेनाशक यंत्रणेला इस्रायली हालचालींचा पत्ता लागणं कठीण झालं असतं. मात्र आता खूप उशीर झाला होता. पहाटेचा सूर्य काही तासांमध्येच उगवणार होता. घाईघाईनं तयारी करून आपण मोहीम सुरू केली तरी आपले रणगाडे हिझबुल्लाच्या दृष्टिपथात येणार हे डिफ्रिनला जाणवलं. हे आपण टाळू शकणार नसल्याचं डिफ्रिनला माहीत होतं. साहजिकच, तो या मनसुब्यांविषयी जरा साशंकच होता.

अर्थात, डिफ्रिनच्या तुकडीला इस्रायलनं अगदी पार वाऱ्यावर सोडलं होतं असं मात्र नाही. वरून हेलिकॉप्टर्स या तुकडीला संरक्षण देण्याचा प्रयत्न करणार होती. तरी याचा किती उपयोग होणार याची खात्री नव्हती. त्यातच मधला रस्ता अरुंद बोळक्यासारखा होता. यातून आपले रणगाडे जात असताना हिझबुल्लाच्या रणगाडेनाशक यंत्रणेनं क्षेपणास्त्र सोडलं तर वरून जाणारं इस्रायली हेलिकॉप्टर काय करू शकणार, असा प्रश्न डिफ्रिनला सतावत होता. आदल्या दिवशीच डिफ्रिन आणि त्याचे सहकारी या मोहिमेच्या आखणीसाठी एकत्र जमले होते. आपण नक्की काय केलं पाहिजे, आपल्या मोहिमेत नक्की कोणते कच्चे दुवे आहेत, हिझबुल्ला कशाचा फायदा उठवू शकतं, आपण आपला धोका कमी करण्यासाठी काय केलं पाहिजे, अशा अनेक गोष्टींवर चर्चा झाली. या चर्चेत इस्रायली लष्कराच्या राखीव दलाच्या काही अधिकाऱ्यांचाही समावेश होता. त्यांनी डिफ्रिनला इशाराच दिला. या मोहिमेमध्ये अपयश हाती लागण्याची दाट शक्यता त्यांनी व्यक्त केली. तसंच वाळवंटामध्ये डिफ्रिन आणि त्याचे सहकारी अगदी अलगदपणे शत्रूच्या तावडीत सापडण्याची भीती त्यांनी बोलून दाखवली. यामुळे नाउमेद न होता डिफ्रिननं आत्मविश्वास दर्शवला. आपले जास्तीत जास्त एक-दोन रणगाडेच हिझबुल्लाच्या संभाव्य हल्ल्यात नष्ट होतील, असं तो म्हणाला. अर्थात, त्याचा हा आत्मविश्वास अनाठायी नव्हता. इस्रायली लष्कराच्या गुप्तचर विभागानं दिलेल्या माहितीनुसार या परिसरात हिझबुल्लाच्या एक-दोन रणगाडेनाशक यंत्रणाच तैनात करण्यात आल्या

होत्या. त्यांना आपल्या हल्ल्यांमध्ये यश आलं तरी आपलं नुकसान संबंधित एक-दोन रणगाड्यांपुरतं मर्यादित राहील असा अंदाज डिफ्रिननं याच माहितीच्या आधारे बांधला होता.

प्रत्यक्ष युद्धभूमीवर मात्र सगळे अंदाज खोटे ठरले आणि सगळी आशा फोल ठरली. हिझबुल्लाचा पहिला नेम बरोबर लागला; पण त्यानं नुकसान झालं नाही. दुसरा हल्ला चुकला; पण तिसरा मात्र यशस्वी ठरला. डिफ्रिनला अंधारी आल्यासारखं वाटलं. आपल्याला श्वासही घेता येत नसल्याचं त्याला जाणवायला लागलं. आपल्या घशात काहीतरी अडकल्यासारखं वाटून तो बेशुद्धच पडला. हे पाहताच त्याच्या रणगाड्यामधल्या साहाय्यकानं बिनतारी संदेशवहन यंत्रणेवरून 'कमांडर बेशुद्ध झाले आहेत ... परत एकदा सांगतो - कमांडर बेशुद्ध पडले आहेत ...' असं आपल्या इतर ठिकाणच्या सहकाऱ्यांना कळवलं. डिफ्रिनला नक्की काय झालं आहे हे कुणाला कळू शकत नव्हतं. अर्थात, हे कळून काही फायदा झालाच नसता. तातडीनं काहीतरी करणं भाग होतं. वेळ वाया घालवणं तर अजिबातच परवडण्यासारखं नव्हतं. इतर रणगाड्यांनी पुढे जात राहणं आवश्यक होतं. हिझबुल्लाची रणगाडेनाशक यंत्रणा सज्जच होती. दरम्यान, रक्ताची उलटी होऊन डिफ्रिन शुद्धीवर आला; पण काही क्षणांपुरताच! त्याचं फुप्फुस आक्रसल्यासारखं झालं आणि परत एकदा त्याची शुद्ध हरपली. कॉर्नेट क्षेपणास्त्राला डिफ्रिनच्या एमके-४ रणगाड्याला भेदण्यात यश आलं नसलं, तरी डिफ्रिनचे प्राण संकटात टाकण्याइतकं नुकसान त्यानं निश्चितच केलं होतं. तातडीनं इस्रायली लष्कराचा एक डॉक्टर डिफ्रिनच्या रणगाड्यापाशी आला. त्यानं बेशुद्धावस्थेत असलेल्या डिफ्रिनला उचलून रणगाड्याबाहेर काढून त्याच्यावर तातडीचे उपचार सुरू केले. डिफ्रिन जिवंत राहील का, याची काहीच शाश्वती देता येत नव्हती. मरणाच्या दारात पोहोचलेला डिफ्रिन वाचणं हे एक आश्चर्य ठरण्याचीच दाट शक्यता होती. त्यातच शत्रूचा हल्ला सुरूच होता. त्यातून कसाबसा मार्ग काढत आणि आपला जीव वाचवत इस्रायली सैनिकांनी डिफ्रिनला इस्रायली हद्दीत परत आणलं. त्याला साफेदमधल्या झीव्ह रुग्णालयात दाखल करण्यात आलं. दरम्यान डिफ्रिनऐवजी त्याच्या हाताखालच्या एका अधिकाऱ्यानं आपल्याकडे सूत्रं घेत सालुकी नदीनजीकची मोहीम सुरू ठेवली. इस्रायली सैनिक सालुकी नदीपाशी पोहोचले; पण जबरदस्त नुकसान सोसूनच. हिझबुल्लाच्या रणगाडेनाशक यंत्रणांनी केलेल्या २० हल्ल्यांमध्ये इस्रायली लष्कराचे १२ जण ठार झाले. ११ इस्रायली रणगाड्यांना

इजा झाली. आपणही या चकमकीदरम्यान हिझबुल्लाच्या अनेक सैनिकांना ठार केल्याचा इस्त्रायलनं दावा केला. अखेर पुढच्या दिवशी संयुक्त राष्ट्रसंघाच्या मध्यस्थीमुळे युद्धबंदी जाहीर करण्यात आली.

इकडे डिफ्रिन तब्बल तीन आठवडे अतिदक्षता विभागात राहिला. त्याच्या प्रकृतीत वेगानं सुधारणा होत नव्हती. बऱ्याच अडचणींनंतर त्याला जरा आराम पडला. बरा होताच डिफ्रिन तातडीनं आपल्या सहकाऱ्यांना भेटला आणि त्यानं त्यांच्याशी चर्चा केली. त्यानंतर सालुकी नदीच्या मोहिमेत कामी आलेल्या आपल्या सहकाऱ्यांच्या दु:खात बुडालेल्या आईवडिलांची त्यानं भेट घेतली. स्वत: डिफ्रिन या धुमश्चक्रीत अक्षरश: आश्चयर्यकारकरीत्या बचावला असला, तरी इस्त्रायली लष्करी अधिकारी मात्र या घटनाक्रमामुळे पार हादरले होते. अशा प्रकारचं नुकसान आपल्याला सोसावं लागेल याची त्यांना अजिबातच कल्पना नव्हती. इतके सैनिक गमवावे लागणं आणि त्याच्या जोडीला असंख्य रणगाडे खराब होणं त्यांनी हिशेबात गृहीत धरलेलंच नव्हतं. २००४मध्ये आपण इस्त्रायली लष्करात कपात करण्यासंबंधी घेतलेला निर्णय अत्यंत योग्य होता, असं बहुतेक अधिकारी म्हणायला लागले. याचं कारण म्हणजे लष्कराचा हा विभाग इतका दुबळा असेल तर त्याला भरभक्कम करण्याचा प्रयत्न तरी कशाला करायचा, असं त्यांचं म्हणणं होतं. उलट, हा सगळा प्रकारच रद्द करून टाकावा आणि या विभागाची जबाबदारी इतर सक्षम विभागाकडे द्यावी, असं यामागचं गणित होतं. साहजिकच, या विभागाच्या आर्थिक तरतुदींमध्ये घट होण्याची दाट चिन्हं दिसत होती.

डिफ्रिननं आपल्या कामावर परत रुजू होण्याला साधारण दोन आठवडे झाल्यावर त्याला इस्त्रायली लष्करी अधिकाऱ्यांनी रणगाडेनिर्मितीच्या कामावर देखरेख ठेवणाऱ्या विभागामध्ये बोलावून घेतलं. डिफ्रिन गेले काही दिवस रुग्णालयात अस्वस्थपणे खितपत पडलेला असताना त्याच्या जखमी अवस्थेतल्या मर्कावा एमके-४ रणगाड्याचं तंत्रज्ञान विभाग बारकाईनं निरीक्षण करत होता. प्रत्येक गोष्टीची अगदी नीट चाचपणी केली जात होती. साधा ओरखडाही सूक्ष्मदर्शकाखाली तपासावा अशा प्रकारे चाचण्या सुरू होत्या. अनेक सुटे भाग वेगळे करून परत जोडण्यात आले. नक्की काय घडलं असावं आणि या रणगाड्याला कशा प्रकारे इजा पोहोचली असावी हे इस्त्रायली लष्कराला आणि संरक्षण मंत्रालयाला समजून घ्यायचं होतं. एका वरिष्ठ अधिकाऱ्यानं 'टॉप सीक्रेट' असं लिहिलेलं एक पाकीट डिफ्रिनसमोर ठेवलं. त्यातून त्या माणसानं एक छायाचित्र काढलं. हे छायाचित्र

डिफ्रिनच्या रणगाड्याचं होतं. या रणगाड्यावर दोन ठिकाणी हिझबुल्लाच्या क्षेपणास्त्रांच्या हल्ल्यांच्या खुणा दिसत होत्या. या दोन्ही ठिकाणी छायाचित्रात लाल रंगाची वर्तुळं काढण्यात आली होती. हा रणगाडा चेपल्यासारखा दिसत होता. यामुळे रणांगणावरच्या आठवणी डिफ्रिनच्या मनात परत एकदा जागृत झाल्या. त्याला खरं म्हणजे हे छायाचित्र बघून जरा आश्चर्यच वाटत होतं. याचं कारण म्हणजे ज्या ठिकाणी रणगाड्यावर क्षेपणास्त्रांचे आघात झाल्याच्या खुणा होत्या त्याच्याच आतल्या भागात आपण तेव्हा उभे असल्याचं डिफ्रिनला ठळकपणे आठवत होतं. नेमक्या त्याच ठिकाणी क्षेपणास्त्रं आदळूनसुद्धा आपण कसे काय जिवंत राहिलो, असा प्रश्न त्याला पडला. त्यानं त्या अधिकाऱ्याला याविषयी विचारणा केली. यावर त्या अधिकाऱ्यानं खुलासा केला. एकापेक्षा जास्त क्षेपणास्त्रांनी रणगाड्यावर आघात करूनसुद्धा त्यांच्यापैकी एकही क्षेपणास्त्र रणगाड्याचं कवच भेदून आतपर्यंत येऊ न शकल्याचं तो म्हणाला. म्हणजेच या रणगाड्यानं अक्षरशः अभूतपूर्व कामगिरी बजावली होती. प्रचंड क्षमतेचे एकापेक्षा जास्त हल्ले या रणगाड्यानं पचवले होते. हे छायाचित्र बघून डिफ्रिन पार हरखून गेला. आपण हा किंवा याच्यापेक्षा आधुनिक असेल तर तसा रणगाडा वापरून पुन्हा रणांगणावर जायचं, असं त्यानं स्वतःच्या मनाशी ठरवलं. मर्कावा हा रणगाडा 'तंत्रज्ञानाच्या दृष्टीनं अत्याधुनिक' असल्याचं मत त्यानं दिलं. दरम्यान, काही महिने उलटून गेल्यावर लष्करानं डिफ्रिनला 'कर्नल' म्हणून बढती दिली. डिफ्रिन स्वतः सालुकीमधल्या घटनाक्रमाविषयी फार बोलत नसे. कदाचित त्या अनुभवानं त्याला सुन्न करून टाकलं असावं. काही वर्षं होऊन गेल्यानंतर प्रथमच तो त्याविषयी बोलायला लागला. तरीही त्यानं कायमच मर्कावा रणगाड्याविषयीचं अनुकूल मत शक्य तिथे मांडलं.

अर्थात, डिफ्रिनला मर्कावा या रणगाड्याविषयी विलक्षण आदर वाटत असला तरी इतरांचं मत मात्र अजिबातच असं नव्हतं. खासकरून माध्यमांनी डिफ्रिनच्या लष्करी तुकड्यांसारख्या तुकड्यांवर आणि मर्कावा रणगाड्यावर खूप टीका केली. आपल्या लष्करामधले दुबळे दुवे उघडे पडल्याची जहरी टीका झाली. विदेशी वर्तमानपत्रांनीसुद्धा घडलेल्या प्रसंगांविषयी आश्चर्य व्यक्त केलं. एके काळी उत्कृष्ट दर्जाच्या मानल्या गेलेल्या मर्कावा रणगाड्यांना हिझबुल्लाची क्षेपणास्त्रं कशी काय भारी पडू शकली, असा सवाल ब्रिटिश आणि अमेरिकी माध्यमांनी केला. आधीच इस्रायली लष्करामधले काही जण रणगाडेनिर्मितीचा वेग कमी करण्यासंबंधीच्या मागण्या करत होते. त्यांना या टीकेचा चांगला आधार मिळाला.

आपण आधीपासून म्हणत होतो ते योग्यच असल्याचं मत हे लोक आग्रहानं मांडायला लागले. इस्त्रायली लष्कराला आता आधुनिक प्रकारची युद्धसामग्री आवश्यक असून रणगाड्यांची संकल्पनाच कालबाह्य झाली असल्याचं त्यांचं मत होतं. म्हणूनच इस्त्रायलनं रणगाड्यांच्या निर्मितचा हट्ट सोडून नव्या युगाला साजेशा शस्त्रास्त्रांवर आणि इतर तंत्रज्ञानावर आपलं लक्ष केंद्रित केलं पाहिजे, असं ते म्हणत राहिले. रणगाड्यांच्या बाजूनं बोलणारे मोजके लोक आणि त्यांच्या विरोधात बोलणारे बहुसंख्य लोक यांच्यामधला हा विरोध एकदम धारदार स्वरूपाचा झाला. आधीच इस्त्रायली लष्कराच्या आर्थिक तरतुदींमध्ये घट झाली होती; उपलब्ध असलेला निधी अत्यंत काळजीपूर्वकरीत्या वापरणं गरजेचं झालं होतं. अशा परिस्थितीत नक्की कशावर खर्च केला पाहिजे हा निर्णय अचूकपणे घेणं भाग होतं. लष्करी प्रशिक्षणावरचा खर्च, शत्रूच्या संभाव्य बॉंबहल्ल्यांपासून संरक्षण व्हावं यासाठीची यंत्रणा, शत्रूच्या क्षेपणास्त्रांपासून होणारं नुकसान टाळण्यासाठीची यंत्रणा या सगळ्यांसाठी निधीची गरज होती. युरोपमधून येत असलेल्या बातम्याही याला पूरक स्वरूपाच्याच होत्या. पाश्चिमात्य देशांची आणि खासकरून युरोपीय देशांची लष्करं रणगाड्यांवरचा आपला खर्च कमी करत होती. अमेरिकाही युरोपमध्ये तळ ठोकून असलेले आपले रणगाडे काढून घेण्याच्या विचारात होती. दुसऱ्या महायुद्धापासून अमेरिकेनं हे रणगाडे तैनात केले होते. आता त्यांची गरज नाही किंवा वेळ पडल्यास त्यांचा उपयोग होणार नाही, अशी अमेरिकेची धारणा होत होती. याखेरीज, काही शांतताप्रिय इस्त्रायली लोक तर मुळात लष्करी खर्चातच कपात करण्याची मागणी सरकारकडे करत होते. शिक्षण, आरोग्य आणि इतर मूलभूत तसंच समाजोपयोगी सोयीसुविधा यांच्यावर जास्त पैसे खर्च व्हायला हवेत आणि लष्करावरचा खर्च कमी व्हायला हवा, अशी त्यांची मागणी होती.

या संदर्भात 'लावी' नावाच्या लढाऊ विमानाचं उदाहरण काही जण द्यायला लागले. १९८०च्या दशकात इस्त्रायलनं हे विमान आपल्या हवाईदलासाठी तयार करण्याच्या प्रकल्पाला हात घातला. प्रत्यक्षात मात्र त्यासाठीचं काम सुरू झाल्यावर या विमानाच्या निर्मितीसाठीचा खर्च आवाक्याबाहेर जाणार असल्याचं संबंधित अधिकाऱ्यांच्या लक्षात आलं. यामुळे हे विमान तयार करावं का, याविषयी वादंग निर्माण झाले. याला पर्याय म्हणून अमेरिकेकडून अशा प्रकारचं विमान खरेदी करण्याचा विचार समोर आला. या प्रस्तावानुसार येणारा खर्च हा इस्त्रायलनं स्वत: विमान तयार करण्याच्या खर्चापेक्षा बराच कमी असेल असं लक्षात आलं. अखेर

अमेरिकेकडूनच ही विमानं विकत घेण्यात आली आणि इस्रायलनं स्वत: त्यांची निर्मिती करण्यासाठी राखून ठेवलेल्या निधीपैकी राखीव निधी इतर कामांकडे वळवण्यात आला. आतासुद्धा इस्रायलनं स्वत: रणगाडे तयार करण्याचा उपद्व्याप करण्यापेक्षा अमेरिका किंवा युरोप इथून त्या मानानं कमी खर्चीक असलेले रणगाडे विकत घ्यावेत आणि वाचलेले पैसे दुसऱ्या कामांमध्ये वापरावेत, अशा मतप्रवाहानं जोर पकडला. हे शक्य नसेल तर मर्कावा रणगाडे अमेरिकेमध्ये तयार करण्यासाठी इस्रायलमधून सुटे भाग तिथे पाठवून द्यावेत आणि तिथल्या कारखान्यांमध्ये हे रणगाडे तयार करावेत, असाही विचार समोर आला. अर्थात, यामध्ये एक मोठा धोका होता. इस्रायलनं निश्चितपणे या निर्णयाद्वारे रणगाड्यांवरच्या खर्चात कपात केली असती; पण याच्या जोडीला इस्रायलच्या रणगाड्यांविषयीची खास गुपितं अमेरिकेला समजली असती.

डिफ्रिन आणि त्याचे सहकारी मात्र या सगळ्या वैचारिक द्वंद्वात आपल्या भूमिकेवर ठाम होते. त्यांनी आग्रहानं मर्कावा रणगाड्याची उपयुक्तता आणि खर्चाचा मुद्दा बाजूला ठेवत त्याची निर्मिती पूर्णपणे इस्रायलमध्येच करण्याची गरज वारंवार मांडली. तसंच रणगाडा ही संकल्पना अजिबात कालबाह्य झालेली नसून युद्धभूमीवर शत्रूच्या हल्ल्यांना तोंड देण्यासाठी किंवा आक्रमकपणे शत्रूवर चालून जाण्यासाठी रणगाडेच सगळ्यात प्रभावी ठरू शकतात याविषयी त्यांच्या मनात कुठलीच शंका नव्हती. म्हणूनच इस्रायलनं रणगाड्यांवरचं आपलं लक्ष काढून घेणं म्हणजे लष्करी बाबतींमधला आपला प्रभाव क्षीण करणं असल्याचं त्यांचं स्पष्ट मत होतं. मर्कावा आणि एकूणच कुठलाही रणगाडा वापरण्यात अजिबात धोका नव्हता असं नाही; पण म्हणून त्यांच्याकडे साफ दुर्लक्ष करण्याचा आणि निधी इतरत्र वळवण्याचा पर्याय अजिबातच योग्य नसल्याचं त्यांना वाटत होतं. या प्रश्नानं निर्माण केलेली कोंडी दूर होणं आवश्यक होतं. अनेक चर्चांनंतर डिफ्रिन आणि त्याचे सहकारी यांनी इस्रायली हवाईदल आणि पायदळ यांच्या वरिष्ठ अधिकाऱ्यांना आपलं मत पटवून देण्यात यश मिळवलं. मर्कावाच्या निर्मितीच्या कामावर बंदी घालता कामा नये, असा महत्त्वाचा निर्णय घेण्यात आला; पण याच्याच जोडीला मागच्या पानावरून पुढे अशा प्रकारे या रणगाड्याची निर्मिती होणार नाही, असंही त्यांनी ठरवलं.

अगदी आजसुद्धा मर्कावा रणगाड्याविषयी इस्रायलनं विलक्षण गुप्तता बाळगली आहे. अनेक दशकांपासून या रणगाड्याविषयीचं गूढ कायम राखण्यात

इस्रायलला यश लाभलं आहे. ऐन मोक्याच्या क्षणी शत्रूवर तुटून पडायला हा रणगाडा आपल्याला अत्यंत उपयुक्त ठरू शकतो आणि आपला हुकमाचा एक्का ठरू शकतो, हे इस्रायलला माहीत आहे. अनेक जणांनी या मर्कावा रणगाड्याच्या निर्मितीत महत्त्वाची भूमिका बजावली असली तरी त्यांच्यापैकी मेजर जनरल इस्रायल तालिक ताल याचा खास उल्लेख करणं गरजेचं आहे. इस्रायली लष्कराची सेवा करणाऱ्या या अधिकाऱ्याला 'मर्कावाचा जनक' म्हणून संबोधलं जातं. १९२४मध्ये जन्मलेल्या तालिकची लहानपणीच धोकादायक आयुष्याशी ओळख झाली. पॅलेस्टाईन किंवा इस्रायल अशा भूभागांमध्ये राहणं म्हणजे कुठल्याही क्षणी आणीबाणीच्या परिस्थितीचा सामना करणं हे सगळ्यांना माहीतच होतं. १९२९मध्ये तर मूळचे पॅलेस्टिनी लोक आणि बाहेरून आलेले ज्यू लोक यांच्यामधला संघर्ष अत्यंत तीव्र झाला. आपली भूमी ज्यू लोक हिरावून घेणार, या अगदी स्पष्टपणे जाणवत असलेल्या भीतीमुळे स्थानिक अरब लोकांनी तेव्हा सत्तेवर असलेल्या ब्रिटिशांच्या विरोधात संघर्ष सुरू केला. साफेद या इस्रायलच्या उत्तरेकडच्या शहरात राहणाऱ्या तालिकच्या घराला बाहेरून कुलूप ठोकून अरबांनी त्याला आग लावली. अर्थातच, सगळं कुटुंब आतल्या आत जळून खाक होणार, हे जवळपास निश्चित दिसत होतं. तेवढ्यात तालिकच्या एका काकानं कशीबशी आपली सुटका करून घेत काही ब्रिटिश पोलिसांच्या मदतीनं या संकटातून आपल्या कुटुंबीयांना सोडवलं. पोलिसांनी अरबांनाही पांगवलं. फक्त पाच वर्षं वय असलेल्या तालिकच्या मनावर या घटनेचे पडसाद कायमसाठी उमटले.

आपल्या वयाच्या सतराव्या वर्षीच तालिकनं ब्रिटिश लष्कराच्या वतीनं दुसऱ्या महायुद्धात लढण्यासाठी भरती होण्याची तयारी दाखवली. त्यानुसार रणगाड्यातून शत्रूवर बंदूक चालवणारा सैनिक म्हणून त्यानं कामही केलं. महायुद्ध संपल्यावर त्यानं नव्यानं स्थापित होत असलेल्या इस्रायल या आपल्या देशासाठीच्या भूमिगत कारवायांमध्ये मदत केली. खासकरून इस्रायलला आवश्यक असलेल्या शस्त्रास्त्रांच्या खरेदीच्या कामात तो सहभागी झाला. इस्रायलच्या निर्मितीच्या काळातल्या अरब देशांच्या विरोधातल्या युद्धात तालिक लढला. इस्रायली लष्करात त्याला भराभर बढती मिळत गेली. अनेक महत्त्वाच्या भूमिका बजावल्यानंतर तो इस्रायली संरक्षण मंत्रालयाचा 'विशेष सल्लागार' बनला. २०१०मध्ये तालिकचं निधन झालं. त्याच्या स्मृतीप्रीत्यर्थ अमेरिकेच्या केंटकी

राज्यातल्या लष्करासंबंधीच्या वस्तुसंग्रहालयात एक सन्मानचिन्ह ठेवण्यात आलं. या तालिकनं इस्रायली रणगाड्यांच्या निर्मितीमध्ये महत्त्वाचं योगदान दिलं.

खरं म्हणजे इस्रायलला रणगाड्यांची गरज सुरुवातीपासूनच भासली. याचं ठळक उदाहरण या सुमाराच्या इस्रायली स्वातंत्र्यलढ्याच्या दरम्यानच बघायला मिळालं. पूर्वी ब्रिटिशांच्या आधिपत्याखाली असलेल्या 'लॅट्रन' नावाच्या किल्ल्यावर इस्रायलला आपला कब्जा करायचा होता. सध्या त्यावर जॉर्डनचं वर्चस्व होतं. हे वर्चस्व मोडून काढण्यासाठी इस्रायली लष्करानं आपले काही सैनिक जवळच्या भागात आणले. हे सैनिक जॉर्डनची आघाडी मोडून किल्ल्यामध्ये घुसण्यासाठी झगडत होते. प्रचंड उष्णता आणि इतर प्रतिकूल भौगोलिक परिस्थिती यांचा सामना करताना या सैनिकांनी शर्थीची झुंज दिली; पण ती अपुरी ठरली. पायदळानं रणगाड्यांविना ही मोहीम यशस्वीरीत्या पार पाडणं तसं अशक्यच होतं. खूप झगडूनही इस्रायली सैनिकांना अपयश आलं. तसं ते अनपेक्षित नव्हतंच. महत्त्वाचा मुद्दा म्हणजे या घटनाक्रमामुळे रणगाड्यांची गरज इस्रायलला प्रकर्षानं जाणवली. तातडीनं इस्रायली उच्चपदस्थांनी पाश्चिमात्य देशांकडून रणगाडे खरेदी करण्यासाठी प्रयत्न सुरू केले. यात यश आल्यासारखं वाटायचं; पण तेवढ्यात कुठे तरी माशी शिंकायची. खासकरून इस्रायलच्या वादग्रस्त पार्श्वभूमीची आणि पॅलेस्टिनी लोकांवर झालेल्या अन्यायाच्या इतिहासाची अडचण इस्रायलच्या मार्गात नेहमीच यायची. आक्रमक इस्रायलला दहशतवादी देश ठरवण्यासाठी सातत्यानं अनेक देश मागणी करत. स्वाभाविकपणे अशा परिस्थितीत इस्रायलला शस्त्रास्त्रं किंवा इतर युद्धसामग्री विकण्याचं धाडस फारसं कुणी उघडपणे करत नसे. १९६७च्या 'सहा दिवसांचं युद्ध' म्हणून ओळखल्या गेलेल्या इस्रायल-अरब देश युद्धानंतर मात्र चित्र बदललं. या युद्धात इस्रायलनं आपल्या अरब शत्रूंचं कंबरडं पार मोडून टाकलं. इस्रायलचा आकार युद्धपूर्व काळाच्या जवळपास दुप्पट झाला! इजिप्तच्या साईनाई भागावर आता इस्रायलचा कब्जा झाला. तसंच जॉर्डनकडून वेस्ट बँक आणि सीरियाकडून गोलान हाईट्स हे प्रदेशसुद्धा इस्रायलनं मिळवले. हे देश गप्प बसणार नसून आपले गमावलेले प्रदेश इस्रायलकडून परत मिळवण्यासाठी ते प्रयत्न करणार याची इस्रायलला पुरेपूर कल्पना होती. आता तर या शत्रूंशी समर्थपणे लढायचं असेल तर आपल्याला लष्करी ताकद झपाट्यानं वाढवावी लागणार, हे इस्रायलच्या लक्षात आलं.

या युद्धानंतर इस्रायलला प्रथमच फ्रेंच आणि अमेरिकी रणगाडे खरेदी करता आले. याच दशकात इस्रायलनं 'सेंच्युरियन' नावाचा बलाढ्य ब्रिटिश रणगाडाही खरेदी केला. या रणगाड्यात इस्रायलनं काही फेरफार केले. उदाहरणार्थ, त्यामधून तोफगोळे झाडण्यासाठी १०५ मिमी क्षमतेची अत्याधुनिक तोफ बसवण्यात आली. याच करारादरम्यान इस्रायलला 'चिफ्टेन' नावाचा ब्रिटिशांचा अत्याधुनिक आणि विलक्षण गुप्तता राखण्यात आलेला रणगाडा मिळाला. याच्या यशस्वी चाचण्या घेतल्यानंतर असे अनेक रणगाडे इस्रायलला मिळण्याची दाट चिन्हं दिसत होती. ऐन वेळी ब्रिटिशांनी या करारातून माघार घेतली. बहुधा आंतरराष्ट्रीय समुदायाच्या संभाव्य प्रतिक्रियांची ब्रिटिशांना भीती वाटत असावी. ब्रिटिशांच्या या निर्णयामुळे इस्रायल निराश झाला. इजिप्त आणि सीरिया या आपल्या शत्रूंना सोव्हिएत युनियनकडून लष्करी मदत मिळत असताना आपण मात्र एकटे पडत चाललो आहोत, असं इस्रायलला वाटलं.

या घटनाक्रमाचा तालिक जवळचा साक्षीदार होता. ब्रिटिशांनी इस्रायलला रणगाडे विकायला नकार दिल्यामुळे तो पार निराश झाला. तसंच आपण रणगाड्यांसाठी इतर कुणावरही विसंबून राहता कामा नये, अशी त्याची खात्री झाली. म्हणूनच इस्रायलनं स्वतःच रणगाडेनिर्मितीचं काम हाती घेतलं पाहिजे, अशी त्याची धारणा झाली. बहुतेक लोक तालिकला वेड लागलं, असं म्हणत होते. इस्रायलला अशा कामाचा अजिबातच अनुभव नव्हता. आजवर इस्रायलनं लष्करी विमान, युद्धनौका, रणगाडा यांच्यापैकी कशाचीही निर्मिती करण्याचा कोणताच प्रकल्प हाती घेतलेला नव्हता. हे काम किती अवघड आहे याची तालिकसकट सगळ्यांना कल्पना होती. तरीही, आपल्यासमोर आता दुसरा कुठलाच पर्याय उपलब्ध नसल्यामुळे आपण स्वतःच रणगाडे तयार करण्याची मोहीम उघडणं गरजेचं असल्याचं तालिक म्हणायला लागला. आपण यासाठी इतरांवर अवलंबून राहिलो तर आपले शत्रू आपल्याला भारी पडतील असं त्याचं पक्कं मत झालं. ब्रिटिशांनी जसं ऐन वेळी आपल्याला रणगाडे विकायला नकार दिला तसंच इतरही देश करतील आणि आपण अडचणीत सापडू याविषयी त्याच्या मनात अजिबात शंका नव्हती.

ब्रिटिशांच्या चिफ्टेन या रणगाड्यावर इस्रायली अभियंत्यांनी काही प्रयोग केले होते. या रणगाड्याचे सुटे भाग उकलणं, त्यांचं निरीक्षण करणं, रणगाडा तयार करण्यासाठी नक्की काय करावं लागतं याचा अभ्यास करणं या गोष्टींची

तोंडओळख या निमित्तानं काही जणांना झाली होती. हा अनुभव अगदी मर्यादित असला तरी सुरुवात करण्याच्या दृष्टीनं पुरेसा असल्याचं तालिकचं मत होतं. काही समविचारी मंडळींना आणि भागीदारांना गोळा करून तालिकनं आपल्या डोक्यातल्या संभाव्य रणगाड्याचं रेखाचित्र तयार केलं. साधारण १९६९पर्यंत इस्त्रायलनं स्वत:चा रणगाडा करण्याचं स्वप्न हास्यास्पद नसून ते प्रत्यक्षात आणणं शक्य असल्याचं संबंधित लोकांना वाटायला लागलं. अर्थात, सोव्हिएत युनियन ज्या दर्जाचे रणगाडे इजिप्त आणि सीरिया यांना विकत होता, त्या तोडीचे रणगाडे तयार करणं आपल्याला शक्य होईल का, हे कुणा इस्त्रायलीला माहीत नव्हतं. तसंच यासाठी येणारा खर्च आणि त्यासाठीचं तंत्रज्ञान या गोष्टी तरी आपल्या आवाक्यातल्या आहेत का, याविषयी कुणी खात्रीनं सांगू शकत नव्हतं.

१९७०च्या उन्हाळ्यात पूर्वी इस्त्रायली युद्धांमधला 'हिरो' म्हणून ओळखला जाणारा आणि इस्त्रायलचा तत्कालिन संरक्षणमंत्री असलेला मोशे दयान आणि अर्थमंत्री पिन्हास सपीर भेटले. तालिकच्या रणगाडेनिर्मिती प्रकल्पासंबंधीच्या शक्यता त्यांना पडताळून बघायच्या होत्या. याआधी इस्त्रायलच्या संरक्षण आणि अर्थ मंत्रालयातल्या काही अधिकाऱ्यांनी या प्रकल्पाविषयीचा अभ्यास केला होता. या अभ्यासातून तालिकच्या संभाव्य रणगाड्याबद्दलचे सगळे मुद्दे तपासण्यात आले. मुळात असा रणगाडा तयार करणं शक्य आहे का, हा प्रश्न विचारात घेण्यात आला. याखेरीज मुख्य प्रश्न या रणगाड्याच्या विश्वासार्हतेबद्दलचे आणि त्यासाठी येणाऱ्या खर्चाबद्दलचे होते. सपीर या अर्थमंत्र्याचा दृष्टिकोन जरा वेगळाच होता. या रणगाड्याच्या निर्मितीमुळे इस्त्रायलच्या लष्कराला खरोखर किती फायदा होईल, याची त्याला कल्पना नव्हती. त्या विषयातलं त्याला फारसं काही माहीतही नव्हतं. त्याच्या दृष्टीनं या प्रकल्पामुळे इस्त्रायलच्या आर्थिक विश्वात जरा जान येईल आणि इस्त्रायली अर्थव्यवस्था जरा जोर पकडेल, ही मुख्य आशा होती. यामुळे त्यानं हा प्रकल्प राबवावा असं आपलं मत असल्याचं दयानला सांगितलं. दयान या प्रकल्पाविषयी जरा साशंक होता. या प्रकल्पामध्ये आपण गुंतवणूक केली तर इतर लष्करी प्रकल्पांसाठी निधी शिल्लक न राहण्याची भीती त्याला सतावत होती. साहजिकच, या मोठ्या प्रकल्पाला संमती देताना आपण खूप विचार केला पाहिजे, असं तो म्हणत होता. त्यानं सपीरला सबुरीचा इशारा दिला; पण सपीर आत्मविश्वासानं या प्रकल्पाच्या मागे उभा ठाकलेला असल्याचं बघून दयाननंही अखेर या प्रकल्पाला मंजुरी दिली.

तांत्रिकदृष्ट्या कुशल आणि कल्पक असलेल्या लोकांमध्ये राहायला तालिकला आवडे. यामुळे आपल्या लष्कराला सातत्यानं नवनवीन गोष्टी शिकायला आणि करायला मिळतात, असं त्याचं मत असे. तसंच सगळ्यांच्या कल्पनेपलीकडची शस्त्रास्त्रं आणि इतर युद्धसामग्री तयार करण्याची स्फूर्तीही यातूनच मिळते, असं तो म्हणे. याखेरीज, तंत्रज्ञांनी फक्त बंद खोल्यांमध्ये बसून युद्धसामग्रीची जुळणी करत बसायचं आणि सैनिकांनी युद्धभूमीवर लढायचं ही ठोकळबाज संकल्पनाही त्याला अजिबात आवडत नसे. उलट, या दोघांमध्ये सातत्यानं संवाद झाला पाहिजे आणि सैनिकांना लढताना नेमक्या कोणत्या अडचणी येतात हे तंत्रज्ञांनी जवळून अनुभवलं पाहिजे, असं तो म्हणत असे. यातूनच तंत्रज्ञांना सैनिकांच्या खऱ्या परिस्थितीचा अंदाज येईल आणि ते आपल्या तंत्रज्ञानात योग्य अशा सुधारणा करतील, असं त्याचं मत होतं. काल्पनिक प्रश्न सोडवण्यापेक्षा प्रत्यक्षातले प्रश्न सोडवण्यावर तंत्रज्ञांचा भर असला पाहिजे, असं त्याला वाटे.

१९७१मध्ये तालिकनं या संदर्भात लेफ्टनंट कर्नल अव्हिग्दॉर कहलानीला आपल्याला भेटायला सांगितलं. तालिककडून भेटायला येण्यासाठीचा निरोप कुणी धुडकावून लावण्याचा प्रश्नच उद्भवत नव्हता. तालिक हे आता इस्रायलमध्ये मोठं प्रस्थ म्हणून ओळखलं जात होतं. स्वाभाविकपणे कहलानी त्याला भेटायला गेला. तेल अवीवमधल्या इस्रायलच्या लष्करी तळाच्या ठिकाणी तालिक काम करत असे. तालिकनं कहलानी आल्यावर त्याला आतल्या एका मोठ्या खोलीत नेलं. तिथे एक मोठी वस्तू झाकून ठेवण्यात आली होती. तालिकनं त्यावरचं झाकण्यासाठीचं आवरण काढलं. पहिल्यांदा ही वस्तू म्हणजे नेमकं काय आहे, हे कहलानीला समजलंच नाही. काही क्षणांनंतर तो रणगाडा असावा, असं त्याला वाटलं. गंमत म्हणजे तो लाकडाचा होता. तसंच तो नेहमीच्या रणगाड्यांसारखा नव्हता. सर्वसाधारणपणे रणगाड्यांच्या बुडाशी जसा भाग असतो तसा भाग या रणगाड्याला नव्हता. या रणगाड्याचा आकारही जरा विचित्रच दिसत होता. त्याला इंजीनही नव्हतं. यामुळे कहलानी बुचकळ्यात पडला. तालिकला कहलानीचा

गोंधळ समजला. या रणगाड्याभोवती गोलाकार चकरा मारता-मारता त्यानं कहलानीच्या मनातले प्रश्न दूर करण्याचा प्रयत्न केला. रणगाड्यासाठी ही अगदी नव्यानं तयार करण्यात आलेली रचना असल्याचं तालिक म्हणाला. या रणगाड्याचं इंजीन समोरच्या बाजूला असून त्याचा दरवाजा मागच्या बाजूला होता. हे अगदी सनसनाटीच होतं! कारण आत्तापर्यंत रणगाड्याचं इंजीन मागच्या बाजूला असणं आणि त्याचा दरवाजा छतापाशी असणं याची सगळ्यांना पार सवय झाली होती. रणागड्याच्या रचनेमधले हे बदल कहलानीला अवाक् करून सोडणारे होते.

कहलानी हा इस्रायली लष्करामधला तरुण आणि तडफदार अधिकारी होता. त्याच्या कर्तृत्वावर वरिष्ठ लोक खूप खूश होते. स्वाभाविकपणे त्याचा पाठिंबा मिळवण्यासाठी तालिक उत्सुक होता. जर कहलानीलासुद्धा हा रणगाडा आवडला तर तालिकचं काम सोपं झालं असतं. १९६७च्या 'सहा दिवसांच्या' युद्धात कहलानीनं अत्यंत चमकदार कामगिरी केल्यामुळे त्याला विशेष पदकानं गौरवण्यात आलं होतं. या युद्धात अर्थातच त्यानं 'सेंच्युरियन' रणगाडा वापरला होता. नंतर १९७३च्या योम किप्पुर युद्धात तर कहलानीनं विलक्षण तडफदार भूमिका बजावली. सीरियाचा गोलान हाईट्सवरचा हल्ला यशस्वीपणे परतवून लावण्यात कहलानीची भूमिका अत्यंत महत्त्वाची ठरली. खरं म्हणजे हे युद्ध अचानकपणे पेटलं तेव्हा कहलानी गोलान हाईट्स भागातच होता. त्यानं तातडीनं धावाधाव करून १५० रणगाड्यांसह फौज जमा केली. ही तयारी अपुरी ठरेल असं वाटत होतं; कारण सीरियाकडे याच्या पाचपट मनुष्यबळ होतं. याची पर्वा न करता जिवाच्या आकांतानं इस्रायली सैनिक लढले. त्यांनी सीरियाचं आक्रमण यशस्वीरीत्या परतवलं. सीरियाचे शेकडो रणगाडे उद्ध्वस्त झाले. या पराक्रमाचं नेतृत्व कहलानीनं केल्यामुळे त्याला इस्रायली लष्कराच्या सर्वोच्च गौरवानं सन्मानित करण्यात आलं.

अर्थात, कहलानीचे नंतरचे पराक्रम अजून घडायचे असले तरी त्याच्याभोवती आधीपासूनच आदरयुक्त वलय निर्माण झालं होतं. म्हणूनच त्याचा पाठिंबा आपल्या रणगाड्यासाठी मिळवणं तालिकला महत्त्वाचं वाटत होतं. अर्थात, तालिकला टीकाकारांची काही कमतरता नव्हती. रणगाडे तयार करण्याचा हा प्रकल्प इस्रायलला मोठ्या आर्थिक नुकसानाकडे नेईल, अशी भीती त्यांना वाटत होती. तालिक मात्र अशा गोष्टींमध्ये आपला वेळ वाया घालवू इच्छित नव्हता. विनाकारण टीका करणाऱ्यांकडे लक्ष देण्याची त्याची अजिबात इच्छा नव्हती. हळूहळू त्यानं हे रणगाडे तयार करण्यासाठीची यंत्रणा उभी केली. तसंच यासाठी लागणारी आर्थिक

तरतूदसुद्धा त्यानं योग्य ठिकाणी संपर्क साधून केली. १९७९ साल संपण्याच्या सुमाराला पहिला मर्कावा रणगाडा तयार झाला. खरं म्हणजे अगदी शेवटपर्यंत या रणगाड्याची रचना तसंच त्यात आढळलेले काही बारीकसारीक दोष यामुळे रणगाडा तयार होण्यामध्ये शेवटच्या क्षणी अडचणी निर्माण होतील असं वाटत होतं; पण तालिकचे अथक प्रयत्न यशस्वी ठरले. हार न मानण्याची त्याची वृत्ती विलक्षणच होती. कुठल्याही अडथळ्यासमोर न झुकता तो त्यातून मार्ग काढतच असे. तीन वर्षांनी लेबेनॉनबरोबरच्या पहिल्या युद्धात इस्त्रायलला या रणगाड्याचं महत्त्व समजलं. यानंतर आणखी तीन वर्षं झाल्यावर या रणगाड्याची 'मर्कावा मार्क २' ही पुढची आवृत्तीही तयार झाली.

मोठ्या अभिमानानं तालिक इस्त्रायली सैनिकांना 'आपल्यामध्ये ज्यू जनुकं आहेत' असं सांगत असे. अर्थातच, आपण कोणत्याही परिस्थितीत कच खाणारे नसून शर्थीनं लढणारे असल्याचं त्याला सांगायचं होतं. याला पुस्ती देत 'पण म्हणून आपण आपली शिकाऊ वृत्ती कधीच सोडता कामा नये; कारण मूर्ख लोकच आपलं शिक्षण थांबवतात' असं तो म्हणत असे. तांत्रिकदृष्ट्या कुशल आणि कल्पक असलेल्या लोकांमध्ये राहायला तालिकला आवडे. यामुळे आपल्या लष्कराला सातत्यानं नवनवीन गोष्टी शिकायला आणि करायला मिळतात, असं त्याचं मत असे. तसंच सगळ्यांच्या कल्पनेपलीकडची शस्त्रास्त्रं आणि इतर युद्धसामग्री तयार करण्याची स्फूर्तीही यातूनच मिळते, असं तो म्हणे. याखेरीज, तंत्रज्ञांनी फक्त बंद खोल्यांमध्ये बसून युद्धसामग्रीची जुळणी करत बसायचं आणि सैनिकांनी युद्धभूमीवर लढायचं ही ठोकळबाज संकल्पनाही त्याला अजिबात आवडत नसे. उलट, या दोघांमध्ये सातत्यानं संवाद झाला पाहिजे आणि सैनिकांना लढताना नेमक्या कोणत्या अडचणी येतात हे तंत्रज्ञांनी जवळून अनुभवलं पाहिजे, असं तो म्हणत असे. यातूनच तंत्रज्ञांना सैनिकांच्या खऱ्या परिस्थितीचा अंदाज येईल आणि ते आपल्या तंत्रज्ञानात योग्य अशा सुधारणा करतील, असं त्याचं मत होतं. काल्पनिक प्रश्न सोडवण्यापेक्षा प्रत्यक्षातले प्रश्न सोडवण्यावर तंत्रज्ञांचा भर असला पाहिजे, असं त्याला वाटे.

अशा तंत्रज्ञांचं एक ठळक उदाहरण म्हणजे यारॉन लिवनत हा होता. लिवनतच्या वडिलांनी इस्त्रायली लष्कराच्या रणगाडे देखभाल पथकाचा प्रमुख म्हणून पूर्वी काम केलं होतं. इलेक्ट्रॉनिक इंजिनिअरिंगची पदवी घेतलेल्या यारॉन लिवनतला सातत्यानं नव्या तंत्रज्ञानाचा अभ्यास करायला आवडे. साहजिकच,

तालिक त्याच्यावर बेहद्द खूश असे. लिवनतचं मूलभूत लष्करी प्रशिक्षण पूर्ण झाल्यावर त्यालाही रणगाड्यांच्या देखभालीशी संबंधित असलेल्या कामातच घेण्यात आलं. तसंच त्याला युद्धभूमीवरचे अनुभव आपल्या कामासाठी घेता यावेत म्हणून दोन महिन्यांसाठी त्याला कहलानीच्या तुकडीबरोबर धाडण्यात आलं. इतर सैनिकांप्रमाणेच लिवनत समोरून गोळीबार सुरू असताना स्वत:चा जीव वाचवण्यासाठी टेकड्यांवरून पळणं, वाळूमध्ये रांगणं अशा गोष्टी करे. रणगाड्यांच्या तोफांमध्ये तोफगोळे भरणं, आपल्याबरोबरच्या सैनिकांच्या चित्तथरारक कथा ऐकणं याचाही अद्‌भुत अनुभव तो घेई. या सगळ्यातून रणगाड्यामध्ये काय सुधारणा केल्या पाहिजेत याचा आराखडा त्याच्या मनात पक्का होत जाई. गंमत म्हणजे लिवनत सैनिकांबरोबर युद्धभूमीवर का जातो, हे फारसं कुणाला समजत नसे. अनेक जण तर त्याचं डोकं ठिकाणावर नसल्यामुळेच तो असल्या आततायी गोष्टी करतो, असं म्हणत. आपल्या कार्यालयात काम करायचं सोडून हा माणूस गोलान हाईट्ससारख्या धोकादायक आणि युद्धग्रस्त भागात कशाला जातो, असा सवाल ते करत. लिवनतला मात्र आपल्या उद्दिष्टांविषयी कसलीच शंका वाटत नसे. आपण नक्की काय करत आहोत आणि ते कशासाठी करत आहोत, याची पक्की कल्पना त्याच्या मनात असे. प्रत्यक्ष अनुभवातून त्याला शिकायला तर मिळालंच; पण याखेरीज अनेक लष्करी अधिकारी आणि सैनिक यांच्याशी त्याचे घनिष्ट संबंध प्रस्थापित झाले.

लिवनत सतत शिकण्यासाठी धडपडतो आणि कशाचीच फिकीर करत नाही याचं तालिकला खूप कौतुक वाटे. तसंच विनाकारण नियमांचा बाऊ– त्यांच्याकडे बोट दाखवण्यापुरता– करण्याची सवय लिवनतला नाही, याचाही तालिकला विशेष आनंद होई. इतर लोक अनेक कारणं सांगण्यासाठी या पळवाटा शोधतात; उलट लिवनत कसल्याही सबबी न सांगता कामात झोकून देण्यासाठी उत्सुक असतो, हे तालिकला जाणवे. कदाचित आपल्या तरुणपणाची झाक त्याला लिवनतमध्ये दिसत असावी. एके दिवशी तालिकनं लिवनतला बोलावणं धाडलं आणि आपला 'कार्यालयप्रमुख' म्हणून काम करायला आवडेल का, असं विचारलं. तालिकनं अशा प्रकारचा प्रस्ताव समोर ठेवणं म्हणजे अत्यंत अभिमानाची गोष्ट होती. तरीसुद्धा लिवनतनं या आनंदात वाहून न जाता, आपण तरुण असून खूपच अननुभवी आहोत आणि आपल्याला तंत्रज्ञानाविषयी अजून खूप काही शिकायचं आहे, असं तालिकला सांगितलं. याच कारणासाठी त्यानं तालिकच्या प्रस्तावाला नम्रपणे नकार

दिला. कुणी आपला प्रस्ताव नाकारणं तालिकला नवीनच होतं. त्यामुळे तो जरा बिथरला; पण त्यानं लगेचच भानावर येत लिवनतच्या प्रामाणिकपणाबद्दल त्याचं कौतुक केलं. नेहमीच्या स्पष्टपणे त्यानं लिवनतला इतर कुणी आपल्याला नकार देण्याचा परिणाम म्हणजे स्वत:ची कारकिर्द संपुष्टात आणण्यासारखं असल्याचं सांगितलं; लिवनतच्या बाबतीत मात्र आपण उलट करणार असून त्याला आपल्या पंखांखाली घेण्याची आपली इच्छा असल्याचं स्पष्ट केलं.

कुणाबरोबर अत्यंत कठोरपणे वागायचं आणि कुणाच्या बाबतीत मऊ राहायचं याची उत्तम जाण असलेल्या तालिकनं इस्रायली गुप्तचर विभागाला नव्या उंचीवर नेलं. लिवनतसारखे हिरे आपल्याला शोधूनही सापडणार नाहीत याची तालिकला कल्पना होती. त्यानं लगेचच लिवनतला अत्याधुनिक तंत्रज्ञानाच्या आधारे इस्रायली लष्कराला काय करता येईल याचा अभ्यास करण्याच्या कामामध्ये सहभागी करून घेतलं. 'मर्कावा मार्क ३' या इस्रायली रणगाड्याच्या पुढच्या आवृत्तीच्या कामामध्ये लिवनतनं हातभार लावला. त्यानं यात जीव ओतून केलेली कामगिरी इतकी प्रभावशाली होती, की त्याला यासाठी 'इस्रायल डिफेन्स प्राईझ' हा अत्यंत मानाचा पुरस्कार मिळाला.

आधुनिक काळातल्या युद्धांमध्ये एके ठिकाणी उभं राहून शत्रूवर तोफा डागण्याचं आणि गोळ्या झाडण्याचं काम रणगाड्यांनी करणं पुरेसं नसल्याचं तालिकच्या लक्षात आलं होतं. रणगाड्यांनी शक्य तितक्या वेगानं हालचाली केल्या पाहिजेत, एकीकडून दुसरीकडे वेगानं प्रवास केला पाहिजे आणि हा प्रवास करत असतानासुद्धा रणगाड्यामधल्या सैनिकांना शत्रूवर तोफगोळे आणि बंदुकांच्या गोळ्या यांचा वर्षाव करता आला पाहिजे, हे तालिकला माहीत होतं. थोडक्यात, एके ठिकाणी स्थिर असताना ज्या अचूकतेनं रणगाड्यांमधून शत्रूवर हल्ला करता येतो तितक्याच अचूकतेनं गतिमान असलेल्या रणगाड्यांतूनही शत्रूचा वेध घेता आला पाहिजे, याची तालिकला कल्पना होती. यामुळे रणगाड्यामधल्या लष्करी अधिकाऱ्यावर आपला रणगाडा एकेच ठिकाणी उभा करून शत्रूवर हल्लाबोल करण्याचं बंधन राहणार नाही आणि रणगाडा चालत असतानाही तितक्याच सहजपणे आपलं काम सुरू ठेवता येईल, असा तालिकचा उद्देश होता. तालिकची इच्छा भन्नाट असली तरी ती प्रत्यक्षात आणणं खूप कठीण असल्याचं लिवनतचं मत होतं. तो तालिकशी या संदर्भात बोलल्यावर खरं म्हणजे अवाक्‌च झाला. हे काम अशक्य असल्याचं त्यानं तालिकला सांगूनही टाकलं. स्थिर नसलेल्या

रणगाड्यातून अचूकपणे आपल्या लक्ष्याचा वेध घेण्याची कल्पनाच मुळात अशक्यप्राय कोटीतली असल्याचं, तो म्हणाला. तालिक मात्र आपल्या मतांवर ठाम होता. हे काम अशक्य नसून पुरेशा प्रयत्नांद्वारे साधणं शक्य आहे, असं त्याला वाटत होतं. यामुळे इस्रायली संरक्षण दलातल्या इंजिनिअर्सपुढे दुसरा पर्यायच उरला नाही. अनेक क्लृप्त्या लढवून त्यांनी अखेर 'बाझ' नावाची यंत्रणा विकसित केली. हिब्रू भाषेतल्या या शब्दाचा अर्थ 'ससाणा' असा होतो.

लिवनतला तालिकच्या दूरदृष्टीचं खूप अप्रूप वाटलं. तालिकला तंत्रज्ञानाविषयी खूप सखोल माहिती नसली तरी सर्वसामान्य लोकांपेक्षा एक वेगळी संवेदनाच जणू त्याच्यात होती. तसंच ही संवेदना वैज्ञानिक दृष्टिकोनातून वगैरे निर्माण झालेली नसून त्याला ही जन्मजात मिळालेली भेटच होती, असं लिवनत म्हणत असे. कदाचित यामागचं आणखी एक कारण म्हणजे दुसरं महायुद्ध हेही असावं. दुसऱ्या महायुद्धात लढताना तालिकनं इतक्या गोळ्या झाडल्या, की एखाद्या माणसानं कपडे बदलावेत किंवा सहजपणे उठून फिरायला जावं तसं तालिक या कामात प्रवीण झाला. साहजिकच, लक्ष्याचा वेध घेण्यासंबंधीचे बारकावे त्याच्याइतकं दुसरं कुणी सांगू शकत नसे. या अनुभवातूनच त्यानं लिवनत आणि त्याचे सहकारी यांना काही गोष्टींवर लक्ष केंद्रित करायला सांगितलं. त्यात रणगाड्यातून सोडले जाणारे तोफगोळेच मुळात पूर्ण अचूकतेनं आपल्या लक्ष्यापर्यंत जात नसल्याचं त्यांच्या लक्षात आलं. याखेरीज तोफा आणि बंदुका यामधून हल्ला होत असताना त्या स्थिर राहू शकत नसल्याची दुसरी अडचणही लक्षात आली. तिसरं म्हणजे हालचाल होत असताना सैनिकांना आपल्या लक्ष्याचा वेध घेण्यामध्ये अडचणी येत असल्याचंही स्पष्ट झालं.

लिवनतनं हे मुद्दे केंद्रस्थानी ठेवत तेव्हा अस्तित्वात असलेल्या यंत्रणांच्या असंख्य चाचण्या घेतल्या. त्यातून त्याला मिळालेल्या निष्कर्षांचं सार रणगाड्यांमध्ये शत्रूवर हल्ला करण्यासाठी म्हणून बसवण्यात आलेली यंत्रणाच वर उल्लेख केलेल्या शक्यता लक्षात घेते असं होतं. या यंत्रणेचा नीटपणे वापर करण्यात रणगाड्यामधला बंदूकधारी सैनिक अपयशी ठरतो, असं बहुतेक वेळा आढळून आलं. म्हणजेच रणगाड्याच्या यंत्रणेचा वापर करून लक्ष्याचा अचूक वेध घेणं शक्य असलं तरी रणगाड्यामधल्या सैनिकांची एकाग्रता हे काम पूर्ण करण्याइतकी टिकून राहत नसे. साहजिकच, त्यांचा नेम चुके. याचं कारण म्हणजे रणगाड्यामधली यंत्रणा दाखवत असलेले निरनिराळे आकडे बघून दिशा, कोन,

अंतर यांचा पटकन हिशेब लावणं आणि त्यानुसार हल्ला करणं यात सैनिक गल्लत करत. एकाच वेळी या सगळ्या गोष्टी साधणं त्यांना जड जाई. त्यामुळे सगळी माहिती उपलब्ध असूनसुद्धा तिचा वापर होत नसे. म्हणजेच उपलब्ध असलेली माहिती वापरून तिच्या आधारे निर्णय घेण्याची जबाबदारी बंदूकधारी सैनिकांवर टाकणंच मुळात चुकीचं होतं. या सैनिकांना आपलं काम सहजपणे करता येईल अशा प्रकारचं काहीतरी बनवणं गरजेचं होतं. यावर लिवनत आणि त्याचे सहकारी यांनी खूप परिश्रम घेतले. अखेर १९८९मध्ये त्यांच्या कामाला यश लाभलं. लक्ष्याचा वेध घेणारी यंत्रणा आणि व्हीडिओ कॅमेरा यांची सांगड घालून त्यांनी बंदूकधारी सैनिकाचं काम सोपं करून टाकलं. आता निरनिराळ्या गोष्टींचे आकडे बघून, त्यांच्या आधारे लक्ष्य नक्की कुठे आहे, याचा अंदाज घेणं गरजेचं राहिलं नाही. त्याऐवजी नुसतं आपल्या व्हीडिओ कॅमेरात बघायचं आणि त्यात दिसत असलेलं लक्ष्य टिपायचं असं सोपं काम त्यांच्याकडे आलं. यामुळे आपलं लक्ष्य खरोखरच आपल्या टप्प्यात आहे का, हे त्यांना अगदी अचूकपणे समजू शके. तशी खात्री असेल तरच बंदूकधारी सैनिक गोळी झाडणार; अन्यथा तो वाट बघणार, असा याचा अर्थ झाला.

तालिकनं आपल्या सहकाऱ्यांना प्राप्त परिस्थितीवर समाधानी न राहता अशक्यप्राय वाटणाऱ्या गोष्टी घडवून आणण्यासाठी प्रोत्साहित करणं आणि आपल्या बाजूनं त्यासाठी शक्य ती सगळी मदत करणं यामुळेच हे घडू शकलं. युद्धभूमीवर लढणाऱ्या सैनिकांच्या अडचणी नेमक्या काय असतात आणि त्या दूर करण्यासाठी तंत्रज्ञानाचा वापर कशा प्रकारे होऊ शकतो, याची विलक्षण जाण त्याला होती. साहजिकच, प्रत्यक्ष तंत्रज्ञानामधल्या खाचाखोची माहीत नसूनही तालिकनं इस्रायली संरक्षण दल आणि गुप्तचर विभाग यामधल्या अभियंत्यांकडून अभिनव संकल्पना राबवून घेतल्या. नेमकं कशावर आपलं लक्ष केंद्रित केलं पाहिजे, याचीही जाण त्याला होती. याचं उत्तम उदाहरण म्हणजे एकदा लिवनत त्याच्याकडे रणगाड्यामध्ये ३० सुधारणा करण्याची गरज असल्याचं सांगत आल्याचं होतं. या ३० सुधारणांना तालिकनं 'अत्यंत महत्त्वाच्या' आणि 'कमी महत्त्वाच्या' अशा याद्यांमध्ये विभागून आणायला लिवनतला सांगितलं. लिवनतनं खूप विचार करून दोन याद्या बनवल्या आणि त्या घेऊन तो तालिककडे आला. आता तालिकनं या याद्या बघितल्यासुद्धा नाहीत. 'अत्यंत महत्त्वाच्या' म्हणून ज्या गोष्टी लिवनतनं लिहिल्या होत्या त्यावर काम करण्यासंबंधी आपण परवानगी देत

असून उरलेल्या गोष्टींविषयी नंतर कधीतरी बघू, असं तालिकनं त्याला मानसुद्धा वर न करता सांगितलं. म्हणजेच आपला आणि आपल्या सहकाऱ्यांचा अमूल्य वेळ नेमका कशा प्रकारच्या कामांमध्ये गेला पाहिजे; तसंच इस्रायलचा लष्करी खर्चही कोणत्या गोष्टींवर होणं गरजेचं आहे अशा सगळ्या गोष्टींचं भान तालिकला सतत असायचं. त्याविषयी थेटपणे न बोलता आपल्या कृतींमधून आणि निर्णयांमधून तो ते दाखवून देत असे.

अगदी सुरुवातीपासूनच तालिकनं आपले रणगाडे काळानुरूप बदलणारे आणि कुठल्याही तांत्रिक किंवा इतर बंधनांमध्ये अडकून न राहणारे असले पाहिजेत, असा आग्रह धरला होता. युद्धाचं तंत्रज्ञान सातत्यानं बदलत राहणार आणि जो यात अग्रेसर असेल तोच इतरांवर वर्चस्व गाजवणार, याची तालिकला जाणीव होती. साहजिकच, युद्धभूमीवर लढणाऱ्या इस्रायली सैनिकांना येणाऱ्या अडचणी तसंच त्यांच्या गाठीशी जमा होत असलेले नवनवे अनुभव या सगळ्यांचा वापर तालिक आपले रणगाडे आणखी समृद्ध करण्यासाठी करत असे. यामुळे इस्रायली रणगाड्यांमध्ये सातत्यानं बारीकसारीक सुधारणा होत असत. २००३मध्ये इस्रायलनं 'मर्कावा मार्क ४' हा रणगाडा वापरायला सुरुवात केली. इतर अनेक सुधारणांबरोबरच या रणगाड्याचं प्रमुख वैशिष्ट्य म्हणजे मोहिमेनुसार त्यात आवश्यक असलेली शस्त्रास्त्रं बसवली जाणं शक्य होतं. उदाहरणार्थ, समजा हा रणगाडा जात असलेल्या भागामध्ये रणगाडारोधक किंवा रणगाडेनाशक यंत्रणा असेल तर आपल्यासोबत खूप जास्त शस्त्रास्त्रं नेणं गरजेचं असल्याची सैनिकांना कल्पना असे. याउलट, अशी यंत्रणा शत्रूकडे नसेल तर तुलनेनं खूप कमी शस्त्रास्त्रं नेणंही पुरेसं असे. याखेरीज युद्धभूमीवर शस्त्रास्त्रांना इजा झाली तर ती बदलून त्या ठिकाणी दुसरी शस्त्रास्त्रं रणगाड्यामध्ये बसवणं सैनिकांना शक्य होई. पूर्वी अशा प्रसंगी रणगाडा युद्धभूमीवरून परत आणून लष्कराच्या दुरुस्ती केंद्रात नेणं हाच एकमेव पर्याय शिल्लक असे.

पूर्वी इस्रायलच्या शत्रूंकडेही रणगाडे असल्यामुळे इस्रायलचे रणगाडे आणि शत्रूचे रणगाडे यांच्यात सामना होत असे. आता इस्रायलच्या बहुतेक कोणत्याच शत्रूकडे रणगाडे नसतात. अनेक वर्षांच्या यादवी युद्धामुळे सीरियाचं लष्कर अत्यंत खिळखिळं झालं आहे. हमास आणि हिझबुल्ला या संघटनांकडे रणगाडेच नाहीत. साहजिकच, रॉकेट किंवा इतर शस्त्रास्त्रं वापरून लढणाऱ्या शत्रूंचा सामना इस्रायली रणगाड्यांना करावा लागतो. ही आव्हानं पेलण्यासाठी इस्रायलनं आपल्या

रणगाड्यांना अत्याधुनिक तंत्रज्ञानाची जोड दिली आहे. उदाहरणार्थ, इस्रायली रणगाड्यांना आता उपग्रहांकडून मिळत असलेली दिशांसंबंधीची अचूक माहिती मिळू शकते. इमारतींवर हल्ला करणं, रणगाडेनाशक पथकाचा सामना करणं आणि हवेत उडणाऱ्या विमानाचा वेध घेणं या सगळ्या गोष्टीसुद्धा आता इस्रायली रणगाडे करू शकतात. यातूनच 'कलानित' नावाचं नवं स्फोटक इस्रायलनं तयार केलं. हे साधंसुधं स्फोटक नाही. ते संगणकांद्वारे नियंत्रित करता येतं. त्याचं वैशिष्ट्य म्हणजे ते हव्या त्या ठिकाणापर्यंत पोहोचवता तर येतंच; शिवाय हव्या त्या ठिकाणी ते मध्येच थांबवताही येतं. साहजिकच, लपून बसलेले दहशतवादी किंवा शत्रूची साधनसामग्री अशा कुठल्याही ठिकाणाचा ते वेध घेऊ शकतं. याखेरीज, इस्रायली रणगाड्यांना 'झयाद' म्हणजे 'शिकारी' नावाची यंत्रणाही आता जोडलेली असते. या यंत्रणेमध्ये संगणकाच्या पडद्यासारखा एक पडदा असतो. तो रणगाड्यामधले इस्रायली सैनिक बघू शकतात. त्यावर शत्रूच्या ठिकाणाचा नेमका पत्ता त्यांना लागू शकतो. तसंच ही माहिती आजूबाजूच्या सगळ्या इस्रायली रणगाड्यांना आणि सहकाऱ्यांनाही मिळते. इतकंच नव्हे; तर शत्रूवर नेमक्या कोणत्या शस्त्रास्त्रांनी हल्ला केला पाहिजे हेसुद्धा झयाद सॉफ्टवेअर सुचवतं! झयादमुळे शत्रूचा ठावठिकाणा शोधणं आणि त्याच्यावर हल्ला करणं यामधलं वेळेचं अंतर अगदी काही मिनिटांवर आल्याचं मानलं जातं. यामुळे इस्रायलला तातडीनं शत्रूला गारद करणं शक्य होतं.

२०१२मध्ये मर्कावा रणगाड्यावर शत्रूकडून होणारे हल्ले रोखण्यासाठीच्या 'ट्रॉफी' नावाच्या यंत्रणेची निर्मिती झाली. तोपर्यंत जगात कुठेही एका रणगाड्यावर होणारा हल्ला रोखण्यासाठीची यंत्रणा अस्तित्वात नव्हती. क्षेपणास्त्रं किंवा इतर ठिकाणचे साठे सुरक्षित राहावेत यासाठीची बचाव यंत्रणा अनेक देशांकडे होती. आता इस्रायलनं आपला एक रणगाडासुद्धा नष्ट होऊ नये यासाठीची व्यवस्था केली. खरं म्हणजे या संकल्पनेची मुळं १९७०च्या दशकातल्या योम किप्पुर युद्धादरम्यानच रोवली गेली. इजिप्तच्या रणगाडेनाशक यंत्रणेच्या माऱ्यानं इस्रायलच्या रणगाड्यांचं या युद्धात खूप नुकसान केलं. यावर उपाय म्हणून एका इस्रायली लष्कर अधिकाऱ्यानं एक ओबडधोबड वाटेल अशी युक्ती सुचवली. आपल्या रणगाड्याच्या बाहेर स्फोटकांची एक माळच बसवायची, असं तो म्हणाला. यामुळे शत्रूकडून आपल्या रणगाड्यावर होणाऱ्या माऱ्याला या स्फोटकांनीच रोखायचं, अशी यामागची कल्पना होती. म्हणजेच शत्रूचा हल्ला रणगाड्याच्या आतपर्यंत न पोहोचता बाहेरच्या स्फोटकांपुरताच मर्यादित राहील आणि जे स्फोट व्हायचे ते

रणगाड्याबाहेरच होतील, असं यामागचं तर्कशास्त्र होतं. दुसऱ्या लेबेनॉन युद्धापूर्वी इस्रायली गुप्तचर विभागाला या संदर्भात महत्त्वाची माहिती मिळाली. त्यानुसार हिझबुल्ला मोठ्या प्रमाणावर रणगाडेनाशक यंत्रणा उभी करत असल्याचं इस्रायलला समजलं. याशिवाय, गाझा पट्ट्यामधल्या हमास संघटनेकडेही याची जमवाजमव सुरू होती. इतकंच नव्हे; तर सीरिया हा इस्रायलचा पहिल्या दिवसापासूनचा कट्टर शत्रूही रणगाडेनाशक यंत्रणेचा साठा करत होता. या सगळ्यांचा शोध घेणं आणि ती नष्ट करणं इस्रायलच्या दृष्टीनं खूप अवघड काम होतं. तसंच हा सगळा प्रदेश अत्यंत दुर्गम तसंच चिखलानं भरलेला असल्यामुळे तिथे रणगाडे नक्की कुठपर्यंत न्यायचे, हा प्रश्नही सोडवणं कठीण होतं. स्वाभाविकपणे रणगाडेनाशक यंत्रणा दुरून शोधणं आणि तिचं खच्चीकरण करणं हा इस्रायलच्या दृष्टीनं सगळ्यात आदर्श मार्ग होता. रणगाड्याच्या बाहेर स्फोटकं बांधण्याची मूळ कल्पना इस्रायलमध्ये क्षेपणास्त्रांची निर्मिती करणाऱ्या सरकारी मालकीच्या 'रफाल' या कंपनीच्या कानांवर घालण्यात आली. यातूनच 'ट्रॉफी'ची निर्मिती करण्यात आली. अतिशय छोट्या आकाराची रडार यंत्रणा वापरून ट्रॉफी आपल्या दिशेनं येणाऱ्या शत्रूंच्या क्षेपणास्त्रांचा अंदाज घेत असे. त्यांना रोखण्यासाठी ट्रॉफी त्यांच्यावर धातूच्या छोट्या गोळ्यांचा वर्षाव करत असे.

२०१४मध्ये गाझा पट्ट्यामध्ये हमास संघटनेच्या विरोधात ट्रॉफीचा प्रथमच वापर झाला. याच्या आधी आठ वर्षं दुसरं लेबेनॉन युद्ध झालं होतं. त्या युद्धानंतर प्रथमच मर्कावा रणगाड्यांचाही इस्रायलनं इतक्या मोठ्या प्रमाणावर वापर केला. याच युद्धात इफी डिफ्रिन अक्षरश: मरता-मरता कसाबसा वाचला होता. आता मात्र इस्रायलच्या रणगाड्यांमध्ये अत्याधुनिक यंत्रणा होती. साहजिकच, इस्रायली रणगाडे शत्रूला अक्षरश: कापून काढत पुढे चालत राहिले. डझनावारी रणगाडेनाशक क्षेपणास्त्रं शत्रूनं या रणगाड्यांच्या दिशेनं सोडली; पण त्यांचा अजिबात उपयोग होऊ शकला नाही. यातल्या बहुतेकांचा नेम चुकला आणि जी २० क्षेपणास्त्रं योग्य मार्गानं आली त्यांना ट्रॉफीनं अचूकपणे टिपलं. अक्षरश: एकही क्षेपणास्त्र इस्रायली रणगाड्यांवर अगदी अचूकपणे हल्ला करू शकलं नाही; फक्त एक क्षेपणास्त्र टिपण्यात ट्रॉफीला आलेल्या अपयशामुळे एक इस्रायली सैनिक ठार झाला. हे शत्रूला एकदम अनपेक्षित होतं. आपल्या क्षेपणास्त्रांच्या हल्ल्यात इस्रायली रणगाडे पार नष्ट होतील, असा शत्रूचा अंदाज होता; पण तो पार धुळीला मिळाला. इस्रायली रणगाड्यांनी आपलं काम चोखपणे बजावलं. २०१२मध्ये इस्रायलनं आपल्या

रणगाड्यांशी संबंधित असलेलं काम आणखी आधुनिक करायचं ठरवलं. यासाठी २०१२मध्ये 'रकिया' नावाच्या नव्या रणगाड्याचं काम इस्रायलनं हाती घेतलं. हिब्रू भाषेतल्या या शब्दाचा अर्थ 'स्वर्ग' असा होतो!

■■■

प्रकरण ४

उपग्रहनिर्मिती

इजिप्त आणि इस्रायल हे अगदी पहिल्यापासूनच एकमेकांचे कट्टर शत्रू होते. अरब देशांपैकी इजिप्त हा देश लष्करी सामर्थ्याच्या दृष्टीनं सगळ्यात मजबूत समजला जात असल्यामुळे इस्रायलला इजिप्तकडून सगळ्यात जास्त भीती जाणवत असे. बहुतेक सगळ्या युद्धांमध्येही इजिप्तनंच इस्रायलवर मोठे हल्ले करण्याचा प्रयत्न केला. एकूणच इजिप्त हाच आपल्या दृष्टीनं सगळ्यात मोठा धोका असल्याची इस्रायलची रास्त भावना होती. योम किप्पुर युद्धाला पाच वर्षं उलटून गेल्यानंतर अचानकपणे याच इजिप्तबरोबर समझोता करण्याच्या वाटाघाटी सुरू असल्यामुळे इस्रायलमध्ये अविश्वासाचं वातावरण होतं. आपला सगळ्यांत कट्टर शत्रू आपला मित्र होऊ शकतो, ही कल्पनाच इस्रायलच्या पचनी पडत नव्हती.

तो १९७८चा वसंत ऋतू होता. याच्या काही महिने आधी इजिप्तचा राष्ट्रपती अन्वर सदात यानं जेरुसलेमला भेट देण्याचा अत्यंत अकल्पित आणि सनसनाटीनं भरलेला प्रकार केला होता. इजिप्तच्या राष्ट्रपतीनं इस्रायलची संसद असलेल्या जेरुसलेममध्ये जावं हेच मुळात भन्नाट होतं. त्यात सदातनं इस्रायली संसदेसमोर भाषण दिल्यामुळे तर इस्रायलमध्ये अक्षरशः अद्‌भुत वातावरण निर्माण झालं होतं. इस्रायलबरोबरच्या तीन दशकांच्या युद्धाला आणि रक्तपाताला आपण पूर्णविराम देणार असल्याचं, सदात म्हणाला. आता सप्टेंबर महिन्यात अमेरिकेच्या मध्यस्थीनं अमेरिकेमधल्याच 'कॅम्प डेव्हिड' इथे इजिप्त, इस्रायल आणि अमेरिका यांच्यात त्रिपक्षी चर्चा व्हायचं ठरलं होतं. यासाठी या तिन्ही देशांमधून एकमेकांना अत्यंत महत्त्वाचे आणि गुप्त संदेश घाईघाईनं पाठवले जात होते.

१९६१मध्ये हवामानाविषयीची माहिती मिळवण्यासाठी इस्रायलनं हिब्रू भाषेतला 'शवित' म्हणजे 'धूमकेतू' नावाचा उपग्रह अवकाशात सोडला होता; पण त्याचा खरा वापर वेगळ्याच कारणांसाठी होणं अपेक्षित होतं. इजिप्त आपल्या भूमीवर थेट हल्ला करू शकणारं रॉकेट तयार करत असल्याची खबर इस्रायलला मिळाली होती. इजिप्तनं असं रॉकेट तयार करण्याच्या आत आपण असं रॉकेट तयार केलं पाहिजे, अशी इस्रायली लष्कराची इच्छा होती. या तंत्रज्ञानाची पूर्वतयारी म्हणून इस्रायलनं हा उपग्रह अवकाशात सोडला होता.

हाईम इशद या इस्रायली लष्करामधल्या कर्नलला मात्र या घडामोडी अस्वस्थ करून सोडत होत्या. इजिप्तबरोबर शांतता करार करण्याचे परिणाम काय असू शकतील याची त्याला कल्पना होती. १९६७च्या सहा दिवसांच्या युद्धात इस्रायलनं इजिप्तचा साईनाई हा मोठा भूभाग जिंकला होता. आता इजिप्तबरोबर शांतता करार केला तर हा भाग आपण इजिप्तला परत देणं भाग पडेल, हे इशदला माहीत होतं. इस्रायलच्या दृष्टीनं साईनाई प्रांत अत्यंत महत्त्वाचा होता. १९६७च्या युद्धापूर्वीच्या भौगोलिक स्थितीचा विचार करता साईनाई प्रांत हा तेव्हाचं इजिप्त आणि तेव्हाचं इस्रायल यांच्या मधला भाग मानला जाई. आता मात्र इस्रायलचा त्यावर कब्जा असल्यामुळे, इजिप्तला पुन्हा काही कारणानं इस्रायलवर हल्ला करायचा असला तर त्याला आधी साईनाई प्रांत परत मिळवणं भाग होतं.

अर्थातच, इस्रायल असं सहजासहजी होऊ देणं शक्य नव्हतं. म्हणजेच इजिप्तच्या अशा संभाव्य हल्ल्याची चाहूल लागताच इस्रायल हा हल्ला उधळून लावण्यासाठीची मोर्चेबांधणी करू शकणार होता. अशा परिस्थितीत साईनाई प्रांत इजिप्तला परत देणं इशदसारख्या लोकांना अत्यंत धोकादायक वाटत होतं. आपण इजिप्तकडून होऊ शकणाऱ्या हल्ल्यांना कसं रोखायचं, असा प्रश्न त्यांच्यासमोर यामुळे निर्माण झाला असता. इस्रायली लष्कराच्या गुप्तचर विभागामधल्या संशोधनासंबंधीच्या 'अमान' म्हणून ओळखल्या जाणाऱ्या विभागाचा इशद प्रमुख होता. त्याच्यावर या प्रश्नातून मार्ग काढण्याची जबाबदारी सोपवण्यात आली.

विचार करून त्यानं साईनाई प्रांत इजिप्तला नाइलाजानं परत करावा लागला, तरी इजिप्तच्या लष्करी हालचालींवर लक्ष ठेवता यावं यासाठी उपग्रहांचा वापर करायचं ठरवलं. इतकंच नव्हे; तर हे उपग्रह इस्रायली बनावटीचेच असले पाहिजेत, असा चंग त्यानं आपल्या मनाशी बांधला.

इस्रायली लष्कराच्या गुप्तचर विभागामधले बहुतेक सगळे वरिष्ठ अधिकारी अत्यंत आक्रमक आणि बेशिस्त म्हणून ओळखले जात. इशदचा मात्र याला पूर्ण अपवाद होता. तो सगळ्यांशी नीटपणे बोलायचा आणि सौजन्यानं वागायचा. इंग्लिश भाषेवरही त्याचं चांगलं प्रभुत्व होतं. १९३९मध्ये इस्तंबुलमध्ये जन्मलेल्या इशदचं कुटुंब त्याच्या पुढच्याच वर्षी पॅलेस्टिनी भूमीत स्थलांतरित झालं, तेव्हा पॅलेस्टाईनवर ब्रिटिशांची सत्ता होती. काही वर्षांनी पॅलेस्टिनी भूमी बळकावून इस्रायलनं तिथे आपली राष्ट्रनिर्मिती झाल्याचं जाहीर केलं तेव्हा इशद फक्त आठ वर्षांचा होता. कालांतरानं त्यानं इस्रायली लष्कराला पूरक असलेली अत्यंत महत्त्वाची भूमिका बजावली. लहानपणापासूनच तंत्रज्ञानामध्ये रस असलेल्या इशदनं आपल्या शिक्षणातही एककल्लीपणा येऊ न देता निरनिराळ्या गोष्टी शिकण्यावर भर दिला. इलेक्ट्रिक इंजिनिअरिंगची पदवी मिळवल्यानंतर त्यानं अमेरिकेच्या कॅलिफोर्निया राज्यामधल्या विद्यापीठातून संगणकशास्त्राची उच्च पदवी मिळवली.

इस्रायली लष्कराच्या गुप्तचर विभागामध्ये नोकरीसाठी अर्ज केलेल्या इशदची उत्कृष्ट शैक्षणिक पार्श्वभूमी बघता त्याला तिथे प्रवेश मिळण्यात कुठलीच अडचण आली नाही. शिकण्यासाठी उत्सुक असलेल्या इशदनं आपल्यावर पडत असलेल्या जबाबदाऱ्या पूर्ण प्रयत्नांनिशी पार पाडण्याचा प्रयत्न केला. साहजिकच, या खात्यात त्यानं वेगानं प्रगती साधली. गाजलेल्या सहा दिवसांच्या युद्धाच्या काही दिवस आधी इशदला खास पदक देत इस्रायली लष्करानं त्याच्या कामगिरीचं कौतुक केलं.

अशी पार्श्वभूमी असूनसुद्धा इस्रायली सरकारला उपग्रहांशी संबंधित असलेलं तंत्रज्ञान विकसित करण्यासाठीचा निधी खर्च करायला तयार करणं, ही इशदच्या दृष्टीनं अत्यंत कठीण गोष्ट होती. इस्रायलसारख्या छोट्या देशाच्या दृष्टीनं अवकाशाशी संबंधित असलेलं संशोधन करणं किंवा त्याच्यावर आधारित असलेलं तंत्रज्ञान बनवणं, ही उधळपट्टी असल्याचं मानलं जाई. यापेक्षा आधी इतर गरजेच्या गोष्टींवर आपण खर्च केला पाहिजे, असं बहुतेक जणांचं मत होतं. अमेरिका आणि

सोव्हिएत युनियन यांच्यासारख्या महासत्तांनाच अवकाशासारख्या संकल्पनांमध्ये रमणं शक्य आहे, असं काही जण उद्वेगानं म्हणत.

एकूणच फक्त सात देशांनी तोपर्यंत अवकाशात कृत्रिम उपग्रह सोडले होते. यातला शेवटचा देश म्हणजे इंग्लंड होता आणि इंग्लंडचा उपग्रहसुद्धा बराच आधी म्हणजे १९७१मध्ये अवकाशात झेपावला होता. त्यानंतर कुठल्याही देशानं अवकाशात उपग्रह पाठवण्याचं धाडस केलं नव्हतं. तसंच इस्रायलला अवकाशामध्ये उपग्रह सोडण्यासंबंधी काहीच माहिती नव्हती. यासाठी नेमकं कशा स्वरूपाचं तंत्रज्ञान आवश्यक असतं, ते कितपत खर्चीक असतं, त्यात नेमक्या काय अडचणी असू शकतात, अशा अनेक गोष्टी इस्रायलच्या दृष्टीनं तशा नवीनच होत्या. नाही म्हणायला १९६१मध्ये हवामानाविषयीची माहिती मिळवण्यासाठी इस्रायलनं हिब्रू भाषेतला 'शवित' म्हणजे 'धूमकेतू' नावाचा उपग्रह अवकाशात सोडला होता; पण त्याचा खरा वापर वेगळ्याच कारणांसाठी होणं अपेक्षित होतं. इजिप्त आपल्या भूमीवर थेट हल्ला करू शकणारं रॉकेट तयार करत असल्याची खबर इस्रायलला मिळाली होती. इजिप्तनं असं रॉकेट तयार करण्याच्या आत आपण असं रॉकेट तयार केलं पाहिजे, अशी इस्रायली लष्कराची इच्छा होती. या तंत्रज्ञानाची पूर्वतयारी म्हणून इस्रायलनं हा उपग्रह अवकाशात सोडला होता.

१९६५मध्ये इस्रायलनं आपल्या अवकाश तंत्रज्ञानावर खूप वेगानं काम सुरू करायचं ठरवलं. यासाठी उपग्रहांशी संबंधित असलेलं मूलभूत संशोधन करणं, अवकाशझेप घेण्यासाठी नक्की काय करावं लागतं यासाठीचा अभ्यास करणं, उपग्रह आणि रॉकेट्स यांचा उपयोग लोकहिताच्या तसंच लष्करासाठीच्या कामांसाठी करणं, अशा अनेक गोष्टींवर काम सुरू झालं. अर्थातच, हे सगळे प्रकल्प अत्यंत महत्त्वाकांक्षी आणि खर्चीक असल्यामुळे त्यांना इस्रायली सरकारची मान्यता मिळणं गरजेचं होतं. यासाठीचे प्रस्ताव तयार करून ते संबंधित सरकारी विभागांकडे पाठवण्यात आले. हे सगळे प्रस्ताव अत्याधुनिक तंत्रज्ञानाशी संबंधित असले तरी अजून इस्रायलनं अशा गोष्टींमध्ये आपला निधी आणि आपले श्रम यांची गुंतवणूक करता कामा नये, असं मत झाल्यामुळे ते फेटाळण्यात आले. इशदला या सगळ्या घटनाक्रमाविषयी माहीत होतं. तरीसुद्धा त्यानं उपग्रहांशी संबंधित असलेल्या कामाला नव्यानं हात घालण्याच्या आपल्या मनसुब्यांना पुढे न्यायचं ठरवलं.

मुळात आपल्या डोक्यातल्या कल्पनेला आपल्या साहेबानं मान्यता देणं गरजेचं असल्याची इशदला कल्पना होती. म्हणूनच त्यानं 'अमान' या आपल्या विभागाचा प्रमुख असलेल्या मेजर जनरल येहोशुआ सॅग्वायसमोर संबंधित प्रस्ताव ठेवला. येहोशुआला नव्या कल्पना आवडत. आपण सातत्यानं भविष्यात काय घडू शकेल याचा विचार करून त्या दृष्टीनं पावलं टाकली पाहिजेत, असं त्याचं मत होतं. साहजिकच, इशदनं मांडलेल्या संकल्पना त्याला एकदम भन्नाट वाटल्या आणि त्यानं लगेचच इशदला सकारात्मक प्रतिसाद दिला. येहोशुआ आणि इशद यांनी इशदचा प्रस्ताव इस्रायली हवाईदलासमोर सादर केला. तिथे मात्र त्यांना अपेक्षित असलेला उत्साह जाणवला नाही. उपग्रहांसंबंधीचं तंत्रज्ञान आपल्या आवाक्याबाहेरचं असल्याची प्रतिक्रिया इस्रायली हवाईदलात वैमानिक म्हणून काम करणाऱ्या मंडळींनी दिली आणि या प्रस्तावाला नकारघंटा दाखवली. यामुळे नाउमेद न होता येहोशुआ आणि इशद इस्रायली गुप्तचर विभागाच्या लेफ्टनंट जनरल रफुल आईतन या प्रमुखाला भेटले. त्याला आपल्या म्हणण्यात दम वाटेल अशी त्यांची आशा फोल ठरली. हा प्रस्ताव म्हणजे 'हवेत मारलेल्या उंच आणि लांबलचक काल्पनिक भराऱ्या' असल्याचं सांगून त्यानं त्याला केराची टोपलीच दाखवली! साईनाई प्रांतातून इस्रायलनं आपल्या फौजा मागे घेणं गरजेचं असल्याचं आईतनला मान्य होतं. याला पर्यायच नव्हता. यानंतर इजिप्तवर लक्ष ठेवण्यासाठी उपग्रहाची निर्मिती करणं मात्र त्याला वेडपटपणाचं वाटलं. तसंच इस्रायली लष्करानं साईनाई प्रांतातून आपले सैनिक मागे घेतल्यानंतरसुद्धा या प्रांतावर नजर ठेवण्याची क्षमता आपल्याकडे असल्याचं इस्रायली हवाईदलानं आईतनला सांगितलंच होतं. साहजिकच, या कामासाठी उपग्रह तयार करायला घेणं त्याच्या दृष्टीनं वेळ आणि पैसे वाया घालवण्यासारखं होतं. इतकंच नव्हे; तर एकदा का इजिप्त आणि इस्रायल यांच्यामध्ये शांतता करार झाल्यानंतर साईनाईमधली परिस्थिती नेमकी कशी आहे आणि इजिप्तचं लष्कर आपल्यावर चाल करण्याची तयारी करतं आहे का, हे तपासण्यासाठी आपलं पायदळसुद्धा साईनाईमध्ये जाऊ शकतं, असं त्याला वाटत होतं. सॅग्वायला मात्र हे अजिबात पटलं नाही. इजिप्तचं लष्कर नेमकं काय करतं आहे हे खरोखर समजून घ्यायचं असेल तर आपल्याला इजिप्तच्या लष्कराच्या प्रत्येक तंबूमध्ये शिरून तिथे नेमकं काय सुरू आहे हे जाणून घ्यावं लागेल, असं तो म्हणत होता.

आईतनचा उपग्रहांच्या निर्मितीला असलेला विरोध मात्र पोकळ नव्हता. इस्रायली नेतृत्वाच्या सर्वोच्च पातळीवरचं मतही आईतनच्या मतांशी मिळतंजुळतंच होतं. याच्या साधारण एक वर्ष आधी इस्रायली पंतप्रधान इशॅक रबिननं अमेरिका दौरा केला होता. या दौऱ्यादरम्यान रबिनची चर्चा अमेरिकी राष्ट्रपती गेराल्ड फोर्डशी झाली. तेव्हा अमेरिकेच्या स्थापनेला २०० वर्षं झाली होती. या प्रसंगी अमेरिकी दौरा करणारा रबिन हा पहिलाच विदेशी राष्ट्रप्रमुख होता.

अमेरिकेत असताना रबिननं अमेरिकी संसदेच्या दोन्ही सभागृहांना म्हणजेच सीनेट आणि हाउस ऑफ रिप्रेझेंटेटिव्हज्‌ना संयुक्तरीत्या उद्देशून एक भाषण करावं, अशी विनंती त्याला करण्यात आली. या भाषणानंतर काही अमेरिकी संसदपटू रबिनला भेटले. त्यांनी अचानकपणे इस्रायलला उपग्रहांची गरज का भासते आहे, असं रबिनला विचारलं. यामुळे रबिन चकितच झाला. असा प्रश्न अमेरिकेमध्ये आपल्याला विचारला जाईल अशी त्याला अजिबातच कल्पना नसावी. मुळात अमेरिकेला इस्रायली उपग्रहांविषयी कसं काय समजलं, हे त्याच्या लक्षात येत नव्हतं. खरं म्हणजे रबिनच्या नकळत इस्रायली लष्करानं अमेरिकेला आपल्याला आवश्यक असलेल्या युद्धसामग्रीची आणि इतर वस्तूंची एक यादी पाठवली होती. यातच १०० कोटी डॉलर्स मूल्य असलेल्या उपग्रहाचाही समावेश होता. अमेरिका यामुळे अडचणीत सापडली. एकीकडे इस्रायलला लष्करी मदत करावी अशी अमेरिकेची इच्छा होती; पण दुसरीकडे यामुळे मध्यपूर्व आशियामधली अस्थिरता वाढेल आणि आपल्यावर पक्षपातीपणाचे आरोप होतील, अशी भीतीही सतावत होती. १९७९मध्ये प्रसिद्ध झालेल्या आपल्या आत्मचरित्रात रबिननं हा प्रसंग आपल्यासाठी अत्यंत अवघड असल्याचं वर्णन केलं आहे. जणू आपण या अमेरिकी संसदपटूंच्या कोंडीतच सापडलो असल्याची भावना तेव्हा आपल्या मनात असल्याचं रबिननं लिहिलं. आपल्यावर झालेल्या प्रश्नांच्या सरबत्तीला पटतील अशी उत्तरं देणं शक्यच नसल्यामुळे आपण सरळ इस्रायलला अशा उपग्रहांची गरज नसल्याचं सांगून मोकळे झाल्याचं रबिननं नमूद केलं.

आता उपग्रह नसतील तर इजिप्तच्या लष्करी हालचाली टिपायच्या कशा, हा प्रश्न सोडवणं भाग होतं. त्या काळात यासाठी शत्रूच्या भूमीवरून टेहळणी करणारी विमानं उडवण्यावाचून दुसरा पर्याय नसे. ही विमानं शत्रूच्या लक्षात येणार नाही अशा प्रकारे उडण्याचा प्रयत्न करत; पण हे दर वेळी शक्य होईलच असं सांगता येत नसे. शत्रूला अशी विमानं आपल्या हद्दीत आल्याचं बरेचदा समजे. शिवाय,

इतर कोणता पर्याय नसताना हा मार्ग उपलब्ध असला तरी यातली मुख्य अडचण म्हणजे या विमानांमधून टिपली जाणारी छायाचित्रं अस्पष्ट असत. योम किप्पुर युद्धात इस्रायली हवाईदलाची किमान १०० विमानं इजिप्तनं सोव्हिएत युनियनकडून मिळालेल्या क्षेपणास्त्रांवर आधारित यंत्रणेद्वारे उद्ध्वस्त केली होती. या घटनेला काही काळ झाल्यानंतर रबिन इस्रायलचा पंतप्रधान झाला होता. आता इजिप्तवर नजर ठेवणं तर भाग आहे; पण त्यासाठी टेहळणी करणारी विमानं इजिप्तच्या भूमीवर पाठवायची का, हे कोडं त्याला सोडवता येत नव्हतं. इजिप्तच्या लष्कराला अशी विमानं आल्याचं समजलं तर यातून नवा संघर्ष सुरू होण्याची शक्यता होती.

एकीकडे शांततेशी संबंधित असणारं ऐतिहासिक पाऊल टाकलं जात असताना दुसरीकडे असं वादळ निर्माण करणं इस्रायलच्या दृष्टीनं अजिबातच हितकारक नव्हतं. साहजिकच, इजिप्तच्या भूमीवरून अगदी एकही इस्रायली विमान जाणार असेल तर त्यासाठी आधी आपली परवानगी घेणं आवश्यक असल्याचे आदेश रबिननं जारी केले. आपोआपच इजिप्तच्या भूमीवरून इस्रायली विमान उडण्याच्या घटना एकदम दुर्मीळ झाल्या. आता तर इस्रायली गुप्तहेर खात्याचं काम अजूनच कठीण झालं. इजिप्तच्या लष्कराच्या हालचाली टिपण्यासाठी इस्रायली भूमीवरूनच विमान उडत असताना शक्य तितक्या निरनिराळ्या कोनांमधून इजिप्तच्या भूमीवरची छायाचित्रं टिपण्यासाठी धडपडायचं, अशी कसरत सुरू झाली. ही छायाचित्रं तर अगदीच खराब दर्जाची आणि जवळपास कुठलीच उपयुक्त माहिती पुरवू न शकणारी ठरली यात आश्चर्य वाटण्यासारखं काहीच नव्हतं.

एकीकडे इस्रायली लष्कर आणि गुप्तचर खातं यांची अशा प्रकारे कोंडी झालेली असताना दुसरीकडे इस्रायलच्या गुप्तचर खात्यामध्ये नव्याच अफवा पसरल्या. इशदला अमान संघटनेनं बडतर्फ केलं असल्याचं काही जण म्हणायला लागले. काही अधिकाऱ्यांनी 'इशदला अजून काढलं नसलं तरी आपण त्याला काढून टाकल्यावरच शांत होऊ, अशी विधानं केली. एक अधिकारी तर इशदचा साहेब मेजर जनरल येहोशुआ सॅग्वाय याच्याकडे गेला आणि त्यानं इशदला काढून टाकण्यासंबंधी अत्यंत आक्रमक शब्दांमध्ये मागणीच केली. दरम्यान, आपल्याला उपग्रह तयार करण्यामागे बढती मिळवणं किंवा पगार वाढवून मिळणं असल्या गोष्टी अजिबातच अभिप्रेत नसून इस्रायली लष्कराला अत्याधुनिक करणं हाच आपला एकमेव उद्देश असल्याचं, इशद म्हणत राहिला. अर्थात, आपल्या डोक्यातल्या भव्यदिव्य कल्पनेला कुठूनच सकारात्मक प्रतिसाद मिळत नसल्यामुळे आणि

एकूणच हा प्रकल्प आवाक्याबाहेरचा वाटत असल्यामुळे इशदनं शेवटचा प्रयत्न म्हणून इस्रायलचा संरक्षणमंत्री असलेल्या आणि पूर्वी इस्रायली हवाईदलामध्ये विमानचालक म्हणून विलक्षण कामगिरी बजावलेल्या एझर वाईझमनशी थेट संपर्क साधला. खरं म्हणजे वाईझमन हा इशदपेक्षा खूपच वरिष्ठ पदावर होता. तसंच सर्वसामान्यपणे इशदच्या हुद्द्यावर असलेल्या कुणाला वाईझमनपर्यंत थेट पोहोचणं खूपच अवघड होतं. इशदच्या बाबतीत मात्र एक महत्त्वाचा फरक म्हणजे १९६०च्या दशकात वाईझमन आणि इशद यांनी एका मोहिमेत एकत्र काम केलं होतं. तरीही, आपण वाईझमनची थेट भेट घेणं हे अनेक लोकांच्या भुवया उंचवण्यासारखं असल्यामुळे इशदनं या भेटीसंबंधीची बातमी अत्यंत गुप्त ठेवली. विनाकारण या गोष्टीचा बोभाटा व्हायला नको आणि आपल्यावर कुणी टीका करू नये यासाठी हे करणं गरजेचं असल्याची त्याला जाणीव होती.

वाईझमनला भेटायला म्हणून एके दुपारी इशद तेल अवीवमधल्या इस्रायली संरक्षण मंत्रालयाच्या इमारतीत पोहोचला. याच इमारतीत इस्रायली लष्कराच्या मोहिमांसंबंधीचे तसंच इतर डावपेचांविषयीचे अत्यंत महत्त्वाचे निर्णय घेतले जात. साहजिकच, इथली सुरक्षाही खूप कडक होती. आपलं ओळखपत्र दाखवून इशद त्या इमारतीत गेला आणि वाईझमननं आपल्याला बोलावण्यासाठीची वाट बघत बसला.

या वाईझमनचा काका चेम वाईझमन यानं इस्रायलच्या निर्मितीमध्ये अतिशय महत्त्वाची भूमिका बजावली होती. चेम वाईझमन इंग्लंडमध्ये राहत असे. ब्रिटिशांना महायुद्धादरम्यान त्यानं खूप मदत केली आणि याच्या मोबदल्यात पॅलेस्टिनी भूमीवर इस्रायल या राष्ट्राची निर्मिती करण्यासाठीची मदत मिळवली. याचा नंतर इस्रायलच्या स्थापनेमध्ये खूप मोठा वाटा ठरला. त्याचा पुतण्या एझर वाईझमन तेल अवीवमध्ये जन्मला असला तरी त्यानंही दुसऱ्या महायुद्धात ब्रिटिशांच्या हवाईदलात काम केलं. या कामादरम्यानच्या अनुभवाआधारे एझर वाईझमननं इस्रायली हवाईदलाची निर्मिती करण्यात महत्त्वाची भूमिका बजावली. संख्येनं इस्रायली हवाईदल आपल्या अरब शत्रूंच्या मानानं कमी असलं तरी दर्जाच्या बाबतीत ते या देशांच्या हवाईदलांहून खूप सरस होतं. अर्थातच, एझर वाईझमनसारख्या लोकांचा अनुभव आणि त्यांची दूरदृष्टी या गोष्टी त्याला कारणीभूत ठरल्या.

एझर वाईझमनच्या साहाय्यकानं लवकरच इशदला भेटायला बोलावलं. इशदनं आपला पोशाख नीट असल्याची खात्री करून, घसा साफ करत वाईझमनच्या केबिनमध्ये प्रवेश केला. वाईझमनला त्यानं लगेचच 'आपल्यासमोर एक अडचण

निर्माण झालेली असून तिचं उत्तर माझ्याकडे आहे असं मला वाटतं' असं म्हटलं. त्याच्या बोलण्याचा सारांश असा होता : सध्या साईनाईच्या प्रदेशावर इस्त्रायलचं नियंत्रण आहे. साहजिकच, इजिप्तच्या लष्करी हालचालींवर साईनाईमधून लक्ष ठेवणं आपल्याला शक्य आहे. इजिप्त आणि इस्त्रायल यांच्यामध्ये शांतता करार झाल्यानंतर मात्र परिस्थिती बदलेल. इजिप्तचं लष्कर जमवाजमव करत आहे का, किंवा आपल्यावर हल्ला करण्याची तयारी करत आहे का, हे आपल्याला समजूच शकणार नाही. याचं कारण म्हणजे इजिप्त आणि इस्त्रायल यांच्यामधल्या शांतता कराराचा एक भाग म्हणून साईनाई प्रांत इस्त्रायलकडून परत एकदा इजिप्तकडे हस्तांतरित होईल. साहजिकच, साईनाई भागावर लक्ष ठेवणंसुद्धा इस्त्रायलला अशक्य होईल. म्हणजेच साईनाई प्रांतातच इजिप्तनं आपलं लष्कर आणलं तर इस्त्रायलला काहीच कळू शकणार नाही. इस्त्रायल यामुळे गाफील राहील. साहजिकच, शांतता करार करून झाल्यावर अनपेक्षितपणे इजिप्तनं आपल्यावर हल्लाबोल केला तर आपल्याला याचा जोरदार फटका बसेल.

वाईझमनच्या खुर्चीमागे इस्त्रायल आणि इजिप्त यांच्या सीमारेषेचा मोठा नकाशा होता. त्याकडे निर्देश करून इशदनं त्या सीमारेषेवर होणाऱ्या हालचाली आपल्याला धोकादायक ठरू शकतात, असं मत व्यक्त केलं. यासाठी आपल्याला उपग्रह खूपच उपयुक्त ठरतील, असं इशद म्हणाला. तसंच इस्त्रायली हवाईदलामधले

उपग्रहांमधून आपल्या लक्ष्याची नेमकी छायाचित्रं टिपण्याच्या कामाला 'व्हिजइंट' असं तांत्रिक नाव मिळालं होतं. 'व्हिज्युअल इंटेलिजन्स' म्हणजेच 'दृश्य स्वरूपातली उपयुक्त माहिती' असा त्याचा अर्थ होता. अशा प्रकारे आपल्या लक्ष्यांचा नेमका ठावठिकाणा शोधणं शत्रूला गाफील ठेवण्यासारखं होतं; याचं कारण म्हणजे फोन यंत्रणा बंद पाडणं किंवा दूरसंचार यंत्रणा वापरून एकीकडून दुसरीकडे संदेश पाठवण्याच्या यंत्रणेत अडथळे आणणं हे शत्रूला जमत असे. दृश्य स्वरूपातली माहिती म्हणजे छायाचित्रं टिपण्याचं काम उपग्रहांद्वारे केलं तर मात्र त्यामध्ये अडथळा आणणं शत्रूला जमत नसे. यासाठीची यंत्रणा तेव्हा उपलब्ध नव्हती.

काही अधिकारी इजिप्तवर नजर ठेवण्यासाठी टेहळणी करणारी विमानं उडवण्याची भाषा करत असले, तरी हा पर्याय व्यवहार्य नसल्याचं त्यानं वाईझमनला सांगितलं. ज्या देशाबरोबर आपण नुकताच शांतता करार केलेला असेल अशा देशाच्या भूमीवरून टेहळणी करणारी विमानं उडवणं म्हणजे हा करार उद्ध्वस्त करण्यासारखं असल्याचं विधानही त्यानं केलं.

वाईझमननं इशदला उपग्रहांशी संबंधित असलेले काही तांत्रिक प्रश्न विचारले. तसंच उपग्रहनिर्मितीसाठी किती खर्च येईल, ते तयार करण्यासाठी किती काळ लागेल, त्यांच्यामधून काढलेल्या छायाचित्रांचा उपयोग आपल्या गुप्तचर संघटनेला आणि लष्करला कितपत होऊ शकेल, अशा गोष्टींचीही त्याला पडताळणी करायची होती. म्हणजेच एवढा मोठा प्रकल्प हाती घ्यायचा तर त्यातून हाती लागणारी छायाचित्रं उपयुक्त असतील का, हे त्याला जाणून घ्यायचं होतं. वाईझमननं आपल्या संकल्पना एकदम धुडकावून न लावता आपलं म्हणणं नीटपणे ऐकून घेतल्याचं आणि त्याच्याशी संबंधित असलेले प्रश्न विचारल्याचं समाधान इशदला लाभलं. यामुळे 'आपला प्रकल्प पूर्ण होईल' असा गोड गैरसमज त्यानं करून घेतलेला नसला, तरी इतर लोक ज्या सहजपणे त्याची संकल्पना झटकून टाकायचे तसं तरी वाईझमननं केलं नसल्याचा आनंद त्याला झाला. आपल्याला या कामात अपयशी ठरण्याची तरी संधी वाईझमन देईल असं आपल्याला वाटलं असल्याचं नंतर तो म्हणाला. वाईझमननं नुसतंच बोलण्यापुरतं आपलं काम मर्यादित न ठेवता त्यावर कृतीही केली. इशदनं मेरिलँड इथल्या 'नासा'च्या उपग्रहनिर्मितीच्या अत्याधुनिक प्रकल्पाला भेट देण्याची व्यवस्था त्यानं केली. इतकंच नव्हे; तर तिथून इशद फ्रान्समधल्या 'युरोपियन स्पेस एजन्सी'लाही भेट देऊन आला. यातून मिळालेल्या निष्कर्षांच्या आधारे इस्रायलला उपग्रहांची निर्मिती करणं गरजेचं असल्याचं त्याचं मत बनलं. अर्थातच, यासाठी आधी अशा प्रकल्पाची व्यवहार्यता तपासणं गरजेचं होतं. मुळात यासाठीच एक छोटा प्रकल्प राबवणं योग्य ठरलं असतं. त्यासाठी निधी मिळवण्यापासून सुरुवात करायची होती. याला मान्यता मिळणं कठीण असलं तरी नशिबानं इशदला अचानकपणे साथ दिली!

१९८१च्या सुरुवातीला इजिप्तबरोबर शांतता करार केल्यानंतर इस्रायल साईनाई भागातून आपलं लष्कर मागे घेण्यासाठीच्या हालचाली करत होता. दरम्यान एक वेगळाच प्रश्न निर्माण झाला. इराकचा सर्वेसर्वा सद्दाम हुसेन अण्वस्त्रनिर्मिती करण्याच्या बेतात असल्याच्या बातम्या इस्रायली गुप्तहेरांना मिळाल्या होत्या.

या कामासाठी इराकला अणुभट्टीची यंत्रणा उभी करायची होती. याचं काम काही अंशी पूर्णत्वालाही गेलं होतं. इस्रायलच्या दृष्टीनं हा मोठा धोका होता. इराकपासून आपल्याला मोठा धोका संभवू शकतो अशी भीती वाटत असल्यामुळे इस्रायलनं या संदर्भात अमेरिकेची मदत घ्यायचं ठरवलं. या संदर्भात 'सेंट्रल इंटेलिजन्स एजन्सी (सीआयए)' या अमेरिकी गुप्तहेर संघटनेशी चर्चा करण्यासाठी इशदचा साहेब येहोशुआ सॅग्वाय हा अमेरिकेच्या व्हर्जिनिया राज्यात गेला. तांत्रिकदृष्ट्या अत्यंत प्रवीण असलेला सॅग्वाय सतत नवनव्या संकल्पना राबवण्यासाठी उत्सुक असे. उदाहरणार्थ, शत्रूला आपल्या गुप्तहेरांचं संभाषण टिपता येऊ नये यासाठी आपल्या दूरसंचार यंत्रणेमध्ये एकाच फ्रिक्वेन्सीचा वापर न करता ती सतत बदलत ठेवण्याचं म्हणजेच 'फ्रिक्वेन्सी हॉपिंग'चं तंत्रज्ञान त्यानं राबवलं. यामुळे इस्रायली गुप्तहेर आणि इस्रायली लष्करी अधिकारी एकमेकांशी दुरून संवाद साधत असताना त्यामधल्या कोणत्याच गोष्टीचा शत्रूंना पत्ता लागत नसे. यामुळेच अमान या संघटनेचा पहिला प्रमुख म्हणून त्याची नेमणूक झाली होती. सॅग्वायनं सीआयएशी चर्चा करण्यामागचं मुख्य कारण म्हणजे इराक उभ्या करत असलेल्या अणुभट्टीवर इस्रायलला हल्ला करून ती नष्ट करायची होती. इराकी अणुभट्ट्यांचा अचूकपणे वेध घेण्यासाठी उपग्रहांमधून त्यांची नेमकी छायाचित्रं टिपावीत आणि त्यानंतरच हा हल्ला करावा, असा इस्रायलचा बेत होता. याच कामाची चर्चा करण्यासाठी सॅग्वाय अमेरिकेला गेला होता.

उपग्रहांमधून आपल्या लक्ष्याची नेमकी छायाचित्रं टिपण्याच्या कामाला 'व्हिजइंट' असं तांत्रिक नाव मिळालं होतं. 'व्हिज्युअल इंटेलिजन्स' म्हणजेच 'दृश्य स्वरूपातली उपयुक्त माहिती' असा त्याचा अर्थ होता. अशा प्रकारे आपल्या लक्ष्यांचा नेमका ठावठिकाणा शोधणं शत्रूला गाफील ठेवण्यासारखं होतं; याचं कारण म्हणजे फोन यंत्रणा बंद पाडणं किंवा दूरसंचार यंत्रणा वापरून एकीकडून दुसरीकडे संदेश पाठवण्याच्या यंत्रणेत अडथळे आणणं हे शत्रूला जमत असे. दृश्य स्वरूपातली माहिती म्हणजे छायाचित्रं टिपण्याचं काम उपग्रहांद्वारे केलं तर मात्र त्यामध्ये अडथळा आणणं शत्रूला जमत नसे. यासाठीची यंत्रणा तेव्हा उपलब्ध नव्हती. अर्थात, या तंत्रामधली एक कमतरता म्हणजे फक्त दृश्य स्वरूपातली माहिती वापरून आपल्या लक्ष्याच्या ठिकाणी नक्की काय सुरू आहे याचा नेमका पत्ता लागेलच असं नव्हतं. म्हणजेच त्या ठिकाणी शत्रूच्या हालचाली नेमक्या कोणत्या कारणांसाठी होत आहेत हे कसं समजणार? उदाहरणार्थ, जरी साईनाई

प्रांतात इजिप्तच्या लष्कराची जमवाजमव सुरू असल्याचं उपग्रहांनी टिपलेल्या छायाचित्रांमध्ये आढळलं तरी ही जमवाजमव नक्की कशासाठी केली जात आहे हे कसं कळणार? इस्त्रायलवरच्या संभाव्य हल्ल्यासाठीच हे काम केलं जात असल्याचा पुरावा कुठून मिळणार? कदाचित इजिप्तच्या लष्कराच्या नियमित सरावाचा एक भाग म्हणून ते सैनिक तिथे कशावरून नसतील? म्हणजेच यासाठी आणखी हेरगिरी करण्याची गरज भासणार.

अर्थात, अमेरिकेनं इस्त्रायलला सहजपणे मदत करण्याचा तसा इतिहास नव्हता. १९७३मध्ये इजिप्त आणि सीरिया हे देश सैन्याची जमवाजमव करून आपल्यावर हल्ला करण्याचे बेत आखत असल्याचं इस्त्रायली गुप्तचर खात्याला समजलं होतं. या संदर्भात आणखी पक्की माहिती मिळवण्याच्या आणि आपल्या शत्रूंच्या नेमक्या ठावठिकाण्याचा अंदाज घेण्यासाठी इस्त्रायलला उपग्रहांमधून टिपलेली छायाचित्रं खूपच उपयुक्त ठरली असती. म्हणून तेव्हा इस्त्रायलनं सीआयएशी संपर्क साधून अमेरिकी उपग्रहांनी टिपलेली छायाचित्रं मागितली. त्या वेळच्या सीआयएच्या प्रमुखाला इस्त्रायलला मदत करण्याची अजिबात इच्छा नव्हती. यामुळे इस्त्रायलला सरळ 'अमेरिकी उपग्रहांचं कामकाजच बंद असल्यामुळे त्यांनी छायाचित्रं टिपण्याचा प्रश्नच उद्‌भवत नाही' असं उत्तर देण्यात आलं. १९७६मध्ये जॉर्ज एच. डब्ल्यू. बुश हा सीआयएचा प्रमुख झाल्यावर मात्र परिस्थिती बदलली. इस्त्रायलला उपग्रहांद्वारे टिपलेली छायाचित्रं उपलब्ध करून देण्याचा निर्णय त्यानं घेतला. यामुळे अमान संघटना एकदम खूश झाली. तिनं आपले दोन कर्मचारी कायमस्वरूपी तत्त्वांवर अमेरिकेलाच धाडून दिले. सीआयएच्या उपग्रहांमधून टिपण्यात आलेल्या छायाचित्रांच्या विश्लेषणाचं काम करणाऱ्या अमेरिकी कर्मचाऱ्यांच्या शेजारच्या खोलीत हे इस्त्रायली लोक आता बसत असत. गरजांनुसार ते अमेरिकी उपग्रहांनी टिपलेल्या छायाचित्रांपैकी निवडक छायाचित्रं आपल्याला मिळावीत यासाठीची मागणी नोंदवत. त्यानंतर ही छायाचित्रं हाती लागल्यावर त्यांचा बारकाईनं अभ्यास करून इस्त्रायली गुप्तचर विभागाला योग्य ती माहिती ते पुरवत. बुशनंतर स्टॅन्सफील्ड टर्नर हा सीआयएचा प्रमुख बनला. त्यानं बुशचा निर्णय बदलला. इस्त्रायलला मदत करण्याची आपली तयारी असली तरी आपल्या उपग्रहांनी टिपलेली छायाचित्रं इस्त्रायलच्या स्वाधीन करण्याची आपली तयारी नसल्याचं त्याचं म्हणणं होतं. म्हणूनच त्यानं ही छायाचित्रं इस्त्रायलला न पुरवता त्यातून मिळणारी माहिती इस्त्रायलला देण्याची व्यवस्था केली. याचाच अर्थ इस्त्रायलला अमेरिकी उपग्रहांनी

टिपलेल्या छायाचित्रांच्या आधारे अमेरिकी गुप्तहेरांनी केलेलं विश्लेषण मिळणार असा होता. अमेरिकी उपग्रहांनी टिपलेली छायाचित्रं मात्र इस्रायलला मिळू शकणार नव्हती. १९८१मध्ये विल्यम केसीची सीआयएच्या प्रमुखपदी नेमणूक झाल्यावर परत एकदा या धोरणामध्ये बदल झाला. त्यानं इस्रायलला पुरवल्या जाणाऱ्या माहितीच्या संदर्भात परत एकदा बुशसारखं धोरण स्वीकारायचं ठरवलं. मात्र त्यानं बुशच्या धोरणांना काहीअंशी फाटा दिला. बुशनं इस्रायलला अगदी मोकळेपणानं सगळी छायाचित्रं आणि त्यांच्याशी संबंधित असलेली माहिती हे सगळं पुरवण्याचे आदेश आपल्या हाताखालच्या कर्मचाऱ्यांना दिले होते. केसीनं मात्र 'याची आवश्यकता नसून फक्त इस्रायलला जिथे शत्रूकडून धोका संभवतो अशाच ठिकाणांशी संबंधित असलेली छायाचित्रं पुरवली जावीत' असे आदेश दिले.

या पार्श्वभूमीवर सॅग्वाय अमेरिकेकडून मदत मिळवण्यासाठी परत एकदा अमेरिकेत दाखल झाला. इराकमध्ये उभारल्या जात असलेल्या अणुभट्ट्यांविषयी आपल्याला जाणून घेणं गरजेचं असल्याचं सॅग्वायला सीआयएला सांगायचं होतं. आपल्याला यात यश मिळेल का, याची त्याला खात्री नव्हती. सीआयएची भूमिका बदलत्या स्वरूपाची असल्यामुळे आपल्या विनंतीला काय उत्तर मिळेल, हे त्याला माहीत नव्हतं. विनंती करायचीच तर ती एकदम जोरदार प्रकारची असावी या हेतूनं त्यानं एक मोठीच उडी मारली. अमेरिकेनं आपल्याला तिच्या उपग्रहांनी टिपलेल्या छायाचित्रांचं विश्लेषण करून संबंधित माहिती पुरवणं तर लांबच; अमेरिकेनं तिच्या उपग्रहांचा थेट वापरच आपल्याला करू द्यावा, अशी एकदम जोरदार मागणी त्यानं केली. अर्थातच, ही मागणी एकदम विलक्षणच असली तरी आपली बाजू अमेरिकेपुढे अत्यंत हुशारीनं मांडण्यासाठीची जय्यत तयारी इस्रायलनं केली होती. 'उडू शकणारी रडार यंत्रणा' म्हणून ओळखलं जाणारं अत्याधुनिक प्रकारचं तंत्रज्ञान सौदी अरेबियाला विकण्याची तयारी अमेरिकेनं केली होती. सौदी अरेबिया हा इस्रायलचा शत्रू. अमेरिकेच्या या निर्णयामुळे इस्रायली लष्कराच्या अत्याधुनिकतेसमोर आव्हान निर्माण होण्याची दाट शक्यता होती. याची भरपाई म्हणून इस्रायलनं अमेरिकेसमोर दोन पर्याय ठेवले : एक तर अमेरिकेच्या सध्या अस्तित्वात असलेल्या उपग्रहांपैकी एका उपग्रहाचा अमेरिका स्वत:प्रमाणेच इस्रायललासुद्धा हवा तितका आणि हवा तसा वापर करू देणार किंवा दुसरं म्हणजे एक नवा उपग्रह आणि त्यासाठीचा नियंत्रण कक्ष ही सगळी यंत्रणा अमेरिका फक्त इस्रायलसाठी उभी करणार. अमेरिकेनं इस्रायलच्या या पर्यायांवर आपण विचार

करणार असल्याचं आश्वासन दिलं असलं तरी इस्रायलला तेव्हा घाईनं हव्या असलेल्या इराकी अणुभट्ट्यांची उपग्रहांमधून टिपलेली छायाचित्रं मात्र आपण देणार नसल्याचं अमेरिकेनं सॅग्वायला सांगितलं. यामुळे एकीकडे सॅग्वायला आनंद झाला असला तरी दुसरीकडे तो पार वैतागून गेला. तेल अवीवला परतत असताना त्याच्या मनात इशदच्या प्रकल्पाविषयी काहीतरी करण्याचे विचार आले. जर आपण ही मागणी इस्रायली संरक्षण मंत्रालयाकडे घेऊन गेलो तर आपल्याला पुन्हा असंख्य अडचणींचा सामना करावा लागेल; आणि मुळात आपल्या विनंतीला अनुकूल प्रतिसाद तरी मिळेल का, याची त्याला खात्री वाटत नव्हती. यामुळे त्यानं आपल्या स्वत:च्या विभागाच्या आर्थिक निधीतून ५० लाख डॉलर्सचा निधी अमान संघटनेला दिला. तसंच त्यानं इशदला भेटायला बोलावलं. आपण उपग्रहनिर्मितीसंबंधीच्या संशोधनाला हिरवा कंदील दाखवत असून इशदनं आता या कामात आपलं कसब दाखवावं, अशी आपली अपेक्षा असल्याचं सॅग्वाय म्हणाला.

पृथ्वीच्या प्रदक्षिणेच्या दिशेच्या उलट म्हणजे पश्चिम दिशेनं आपला उपग्रह अवकाशात पाठवणं इस्रायलच्या दृष्टीनं आवश्यक होतं. हे काम अत्यंत कठीण होतं. एक तर पृथ्वीच्या गुरुत्वाकर्षणाच्या शक्तीच्या उलट दिशेनं रॉकेटला प्रवास करायचा होता. म्हणजेच विलक्षण ताकदीनं त्याला आकाशाकडे झेपावायचं होतं. दुसरं म्हणजे अवकाशात योग्य ठिकाणी हा उपग्रह पोहोचवून तो तिथे स्थिर करत असताना पृथ्वीच्या प्रदक्षिणा मारण्याच्या कक्षेच्या मार्गाच्याही उलट मार्गानं रॉकेटला जायचं होतं. इस्रायली अभियंत्यांसाठी हे आव्हान खूपच मोठं होतं.

या कामासाठी सॅग्वायनं इस्रायली लष्कराच्या कामांची कंत्राटं सर्वसामान्यपणे ज्या कंपन्यांना दिली जात त्यामधल्या दोघांना नेमलं. खरं म्हणजे अशा कामांची कंत्राटं देण्यापूर्वी इस्रायली लष्करी अधिकाऱ्यांची परवानगी घ्यावी लागत असे; पण इस्रायलच्या सुरक्षिततेविषयीचे मूलभूत प्रश्न सोडवू शकणारी कामं हाती घेत असताना अमान अधूनमधून या परवानगीशिवायच आपलं काम सुरू करू

शकायची. आश्चर्याची गोष्ट म्हणजे यासाठी कुठलीही अधिकृत परवानगी अमानकडे नव्हती; पण अमाननं जणू हे गृहीतच धरलं होतं. याचाच फायदा उठवून सॅग्वायनं उपग्रहनिर्मितीच्या संभाव्यतेच्या कामाला सुरुवात केली. या कामात दोन मुख्य अडचणी होत्या : पहिली अडचण म्हणजे अवकाशात सोडलेल्या उपग्रहातून आपल्याला उपयुक्त ठरू शकतील इतक्या स्पष्टतेची छायाचित्रं टिपणं शक्य आहे का, हे निश्चितपणे समजण्यासंबंधीची होती. किमान टिपलेल्या छायाचित्रातलं वाहन हे शत्रूचा रणगाडा आहे, की शत्रूचा ट्रक आहे, इतकं तरी आपल्याला कळलं पाहिजे अशी अमानची अपेक्षा होती. दुसरी अडचण, हा उपग्रह अवकाशात नेमका हव्या त्या ठिकाणी पोहोचवण्यासाठी लागणाऱ्या रॉकेटच्या निर्मितीशी संबंधित होती.

या कामासाठी इशदनं 'इस्रायल एरोस्पेस इंडस्ट्रीज (आयएआय)' कंपनीच्या डॉव्ह रविव्ह या प्रमुखाची भेट घेतली. याच कंपनीनं कुठल्याही अरब देशावर अणुबाँबचा हल्ला करू शकणारं क्षेपणास्त्र तयार केलं असल्याचं मानलं जातं. आता ही कंपनी आपल्या संकल्पित उपग्रहाला अवकाशात नेण्यासाठीचं रॉकेट तयार करू शकेल का, अशी विचारणा इशदनं रविव्हपाशी केली. तोपर्यंत सगळे देश आपले उपग्रह अवकाशात पूर्व दिशेला नेण्यासाठी प्रयत्नशील असत. याचं कारण पृथ्वीच्या सूर्याभोवतीच्या प्रदक्षिणेच्या दिशेशी जोडलेलं होतं. इस्रायलला मात्र आपला उपग्रह पूर्व दिशेला रॉकेट सोडून अवकाशात नेणं शक्य नव्हतं. कारण या दिशेला जॉर्डन आणि इराक हे इस्रायलचे कट्टर शत्रू देश होते. चुकून उपग्रहाला नेणारं रॉकेट काही कारणामुळे आपलं काम योग्य प्रकारे करू शकलं नाही, तर ते या देशांपैकी एका देशाच्या भूमीत पडणार, हे उघड होतं. त्यामुळे एक तर इस्रायल अशा प्रकारचं काहीतरी काम करण्याच्या प्रयत्नात असल्याचं या शत्रूच्या लक्षात आलं असतं. यामधल्या तांत्रिक खाचाखोचा समजून घेण्यासाठी या देशांनी नक्कीच काहीतरी केलं असतं. तसंच दुसरं म्हणजे इस्रायलनं हा आपल्यावर केलेला हल्ला असल्याचा गैरसमज संबंधित देशानं करून घेतला असता. यातून नवी चकमक सुरू होण्याचा आणि ती एकदम टोकाला जाऊन पोहोचण्याचा धोका संभवत होता. यामुळे पृथ्वीच्या प्रदक्षिणेच्या दिशेच्या उलट म्हणजे पश्चिम दिशेनं आपला उपग्रह अवकाशात पाठवणं इस्रायलच्या दृष्टीनं आवश्यक होतं. हे काम अत्यंत कठीण होतं. एक तर पृथ्वीच्या गुरुत्वाकर्षणाच्या शक्तीच्या उलट दिशेनं रॉकेटला प्रवास करायचा होता. म्हणजेच विलक्षण ताकदीनं त्याला आकाशाकडे झेपावायचं होतं. दुसरं म्हणजे अवकाशात योग्य ठिकाणी हा उपग्रह पोहोचवून तो

तिथे स्थिर करत असताना पृथ्वीच्या प्रदक्षिणा मारण्याच्या कक्षेच्या मार्गाच्याही उलट मार्गानं रॉकेटला जायचं होतं. इस्रायली अभियंत्यांसाठी हे आव्हान खूपच मोठं होतं. तरीसुद्धा, आपण मागे हटायला तयार नसून उलट आपण ते पेलायला तयार असल्याचं रविव्हनं इशदला सांगितलं.

७ जून १९८१ रोजी सोळा एफ-१६ विमानं साईनाईमधल्या इस्रायली धावपट्टीवरून इराकच्या दिशेनं झेपावली. 'ओसिराक' या इराकी अणुभट्टीवर हल्ला करून ती उद्ध्वस्त करण्यात या विमानांना यश मिळालं. या घटनेनं सगळ्या जगामध्येच आश्चर्याची भावना उमटली. इराकच्या अण्वस्त्रसज्जतेसंबंधीच्या प्रयत्नांमुळे इस्रायल चिंतित असल्याचं सगळ्यांनाच ठाऊक असलं तरी तब्बल १६०० किलोमीटर्सचा प्रवास करून इराकवर हल्ला करून इस्रायलमध्ये सुखरूप परतण्याची क्षमता इस्रायली हवाईदलात असेल असं कुणालाच वाटलं नव्हतं.

इराकच्या दिशेनं झेपावत असताना इस्रायली हवाईदलाची ही बॉंबर विमानं सौदी अरेबिया आणि जॉर्डन या देशांच्या भूमीवरून प्रवास करत पुढे गेली. कहर म्हणजे त्यांचा वेगवान प्रवास सुरू असताना जॉर्डनचा राजा हुसेन यानं ती बघितली. सुट्टीवर असल्यामुळे आराम करत असलेल्या हुसेनला ही विमानं इस्रायली असल्याचंही त्यांच्यावरच्या बोधचिन्हांमुळे समजलं! ही विमानं इराकवर हल्ला करण्यासाठी जात असणार याविषयी त्याच्या मनात कोणतीच शंका नव्हती. त्यानं तातडीनं इराकला सावध करण्यासंबंधीचा निरोप धाडण्याचे आदेश आपल्या लोकांना दिले. हा निरोप इराकपर्यंत काही कारणांमुळे पोहोचू शकला नाही आणि इस्रायली बॉंबर विमानं आपला प्रवास पूर्ण करून इराकी अणुभट्टी उद्ध्वस्त करण्यात यशस्वी ठरली. अमेरिकेसकट अनेक देशांनी इस्रायलच्या या आक्रमक कृतीचा निषेध केला.

ही अमेरिकी विमानं खरं म्हणजे मुळात इराणला विकण्यासाठीच्या वाटाघाटी झाल्या होत्या; पण १९७९मध्ये इराणमध्ये अयातुल्ला खोमेनीच्या नेतृत्वाखाली अमेरिकाविरोधी 'इस्लामी क्रांती' घडल्यामुळे अमेरिका आणि इराण यांच्यामधले संबंध पार बिघडले. यामुळे ही विमानं अमेरिकेनं नुकतीच इस्रायलला विकली होती. आताच्या घटनेमुळे आणखी बॉंबर विमानं इस्रायलला विकण्याचा निर्णय अमेरिकी राष्ट्रपती रोनाल्ड रीगननं रद्द केला. तसंच अमेरिकी उपग्रहांनी टिपलेल्या छायाचित्रांचं इस्रायलसाठी विश्लेषण करणाऱ्या मंडळींना इस्रायलमध्ये परत हाकलून देण्यात आलं. इतकंच नव्हे; तर इराकी अणुभट्टीचा नेमका ठावठिकाणा इस्रायलला कसा

मिळाला, याची चौकशी करण्याचे आदेश अमेरिकी अधिकाऱ्यांनी दिले. अमेरिकेनं इस्रायलला उपग्रहांमधून टिपलेली छायाचित्रं द्यायला नकार दिलेला असताना इस्रायलला ही माहिती कशी मिळू शकली, हे अमेरिकेला जाणून घ्यायचं होतं. तसंच या घटनेच्या आधीच्या सहा महिन्यांमध्ये इस्रायलनं अमेरिकेकडे उपग्रहांनी टिपलेली नेमकी कोणती छायाचित्रं मागितली होती किंवा या छायाचित्रांमधून मिळणाऱ्या तपशिलांची माहिती मागितली होती, याचाही अभ्यास करण्यात आला. यातून हाती लागलेली माहिती धक्कादायक होती. इस्रायलच्या दृष्टीनं थेट धोका ठरू शकणाऱ्या देशांमधली ठरावीक प्रकारची माहितीच इस्रायलला दिली जाणं अपेक्षित असताना इस्रायलला इराक, लीबिया, पाकिस्तान आणि इस्रायल यांच्यापासून दूर असलेल्या इतर अनेक देशांविषयीची माहिती मिळत असल्याचं उघडकीला आलं.

सीआयए या अमेरिकी गुप्तचर संघटनेनं यामुळे लगेचच इस्रायलला पुरवल्या जाणाऱ्या माहितीवर कडक निर्बंध घालायचं ठरवलं. 'इस्रायलपासूनच्या ४०० किलोमीटर्स परिसरातल्या देशांविषयीचीच माहिती इथून पुढे आपल्याकडून गेली पाहिजे', असे आदेश या संघटनेच्या कर्मचाऱ्यांना देण्यात आले. यापलीकडच्या ठिकाणांविषयीची माहिती इस्रायलला काही कारणांसाठी हवी असेल तर त्यासाठी इस्रायलनं खास विनंती करणं आणि सीआयएच्या संचालकानं स्वत: याला परवानगी दिल्याशिवाय ही माहिती पुरवली न जाणं, असे नियम करण्यात आले. तेव्हा इस्रायलचा संरक्षणमंत्री असलेल्या एरिअल शेरॉननं या संदर्भात अमेरिकी संरक्षणमंत्र्याकडे निषेध व्यक्त केला; पण त्याचा काही उपयोग झाला नाही.

तिकडे इस्रायलमध्ये इशदनं उपग्रह तयार करणं आणि तो अवकाशात सोडणं या संदर्भातली सगळी तांत्रिक माहिती मिळवली होती. त्याच्या अंदाजानुसार इस्रायलला हे काम जमण्यासारखं होतं. अमेरिकेकडून उपग्रहाशी संबंधित असलेलं सहकार्य मिळणं आता अवघड झालेलं असल्यामुळे इतके दिवस इशदला विरोध करत असलेले उच्चपदस्थसुद्धा इशदच्या कामाला प्रोत्साहन द्यायला लागले होते. आपण आता इतरांवर अवलंबून न राहता स्वयंभू पद्धतीनं उपग्रहांची निर्मिती केली पाहिजे, असं त्यांनाही वाटायला लागलं होतं. अमेरिकेवरचं परावलंबित्व आपल्या देशाची सुरक्षितता धोक्यात आणू शकतं असं अगदी स्पष्टपणे दिसत होतं. गंमत म्हणजे त्याच वेळी अमेरिकेमध्येही इस्रायलला उपग्रहांशी संबंधित असलेली माहिती देण्याविषयीचा विचार सुरू होता. इराकच्या अणुभट्टीवर इस्रायलनं केलेला हल्ला कदाचित टळू शकला असता असं काही अमेरिकी उच्चपदस्थांना वाटत होतं.

यामागचं कारण म्हणजे, जर अमेरिकेकडून इस्रायलला उपग्रहांमधून मिळालेली छायाचित्रं पुरवण्यात आली असती तर कदाचित इस्रायलला इराकमधल्या परिस्थितीची अचूक माहिती मिळाली असती आणि घायकुतीला येऊन इस्रायलनं हा हल्ला केलाच नसता, असं होतं. अर्थातच, याच्या एकदम विरुद्ध मत असलेलेही अनेक अमेरिकी अधिकारी होते. या लोकांच्या मते, इस्रायलला उपग्रहांमधून मिळणारी छायाचित्रं पुरवली तर इस्रायल गप्प न बसता उलट आणखी आक्रमकपणे आपल्या शत्रूंवर हल्ले सुरू करेल, अशी शक्यता होती. तसंच जर अमेरिकेनं आपला एखादा उपग्रह इस्रायललाच जवळपास हवाली केला तर याचा बदला म्हणून आपला शत्रू असलेला सोव्हिएत युनियन त्यांचा एखादा उपग्रह अरब देशांच्या स्वाधीन करेल, अशी भीतीही त्यांना वाटत होती.

अमेरिकेमध्ये अशा प्रकारची द्विधा मन:स्थिती असताना इस्रायलमध्ये पंतप्रधान मेनॅचेम बिगिन यानं एक महत्त्वाची बैठक भरवली. इस्रायली उपग्रहाशी संबंधित असलेलं काम हाती घेण्याविषयीची चर्चा त्यात होणार होती. इतकंच नव्हे; तर या बैठकीतून 'आर या पार' अशा स्वरूपाचा निर्णय घेतला जाणार होता. एक तर बिगिन उपग्रहनिर्मितीशी संबंधित असलेल्या कामाला परवानगी देणार होता किंवा हे काम रद्द करून हा विषय संपवणार होता. या बैठकीआधी सॅग्वायनं बिगिनची भेट घेतली. अमान संघटनेचा प्रमुख या नात्यानं तो अधूनमधून इस्रायली पंतप्रधानाची थेट भेट घेत असे. अशाच एका बैठकीत सॅग्वायनं बिगिनपाशी इस्रायली उपग्रहनिर्मितीचा विषय काढला होता. बिगिननं या विषयात रस दाखवला; पण सावधगिरी बाळगायचा सल्ला सॅग्वायला दिला. यामागे काही कारणं होती. पहिली गोष्ट म्हणजे, जर या प्रकल्पात इस्रायलकडून चूक झाली आणि हा उपग्रह तयार होऊ शकला नाही किंवा अवकाशात पोहोचू शकला नाही तर यामुळे इस्रायलचा आंतरराष्ट्रीय पातळीवरचा दबदबा कमी झाला असता. इस्रायलची शत्रूच्या हल्ल्यापासून बचाव करण्याची क्षमता किंवा शत्रूवर हल्ला करू शकण्याची क्षमता या दोन्ही गोष्टींविषयी इतरांनी शंका घेतली असती. दुसरी गोष्ट म्हणजे, या प्रकल्पात इस्रायलला यश मिळालं असतं तरीसुद्धा एक अडचण होती. इस्रायलसारख्या छोट्या ज्यू-बहुल देशाकडे स्वत:चा उपग्रह आल्यामुळे इस्रायलच्या शत्रूंच्या मनात असुरक्षिततेची भावना निर्माण होण्याची शक्यता होती. स्वाभाविकपणे या शत्रूंनी एखादी आक्रमक कृती करणं किंवा इस्रायलकडे उपग्रह असल्याच्या भीतीपोटी आंतरराष्ट्रीय पातळीवर थयथयाट करणं, या शक्यता दुर्लक्ष

करण्याजोग्या नव्हत्या. म्हणूनच आपण स्वत:चा उपग्रह बनवण्याच्या फंदात पडू नये आणि अमेरिकेकडून जी मदत मिळते त्यावर समाधान मानावं, असा बिगिनचा सॅग्वायला सल्ला होता.

या पार्श्वभूमीवर आपला प्रस्ताव पुढे नेण्यासाठी उत्सुक असलेले इशद आणि सॅग्वाय या बैठकीला हजर राहिले. ही आपल्यासाठीची कदाचित शेवटची संधी असल्याची त्यांना पुरेपूर कल्पना होती. बिगिननं जरी उपग्रहनिर्मितीच्या प्रकल्पाविषयी पूर्वी सॅग्वायला सबुरीचा इशारा दिला असला तरी, जर कधी हा प्रकल्प पूर्णत्वाला जायचा असेल तर त्यासंबंधीचा निर्णय घेण्याच्या दृष्टीनं बिगिन हाच सर्वोत्तम नेता असल्याचं त्यांचं मत होतं. बिगिनसारखं तांत्रिक कौशल्य आणि त्याच्यासारखी दूरदृष्टी ही खूप कमी नेत्यांमध्ये असते, याची इशद आणि सॅग्वाय या दोघांनाही कल्पना होती.

पंतप्रधान बिगिनचा जन्म लिथुआनियामध्ये झाला होता. 'झिओनिझम' म्हणजे ज्यू लोकांच्या देशाच्या निर्मितीच्या संकल्पनेनं तो पुरता भारावून गेला. त्यानं स्वत: ज्यू धर्मीयांच्या द्वेषाचा जवळून अनुभव घेतला होता. साहजिकच, या अन्यायाचा बदला घेतला पाहिजे असं त्याला सुरुवातीपासूनच वाटे. उदाहरणार्थ, एक पोलिश पोलीस एका ज्यू धर्मगुरूची दाढी कापून त्याचा अपमान करण्याचा प्रयत्न करत असताना बिगिनच्या वडिलांनी त्या पोलिसाला थांबवण्याचा प्रयत्न केला. यामुळे भडकलेल्या पोलिसानं बिगिनच्या वडिलांना भरपूर मारहाण केली. यामुळे दारुण अवस्थेतच बिगिनचे वडील घरी परतले. अशा प्रकारच्या घटना बिगिनच्या आयुष्यात अधूनमधून घडत राहिल्यामुळे त्याच्या मनावर हे सगळं कायमसाठी कोरलं गेलं. ज्यू धर्मीयांवरच्या या अन्यायाचा बदला आपण आपलं स्वतंत्र राष्ट्र स्थापन करूनच घेतला पाहिजे, अशी त्याची इतर अनेक ज्यू लोकांप्रमाणे धारणा झाली.

लहानपणी बिगिन अत्यंत अशक्त होता. साहजिकच, ज्यू धर्मीयांची निंदा करणारी धट्टीकट्टी मुलं त्याला शाळेच्या मैदानात खूप चिडवत आणि मारहाणही करत. बिगिन मात्र आपल्या परीनं याला जोरदार प्रतिकार करत असे. १९३०मध्ये ज्यूंच्या राष्ट्रनिर्मितीची गरज अधोरेखित करणारं एक अत्यंत आक्रमक भाषण ऐकल्यानंतर त्याच्या मनावर ही कल्पना पुरेपूर ठसली. त्यानं या प्रकल्पामध्ये सहभागी होऊ इच्छिणाऱ्या ज्यू तरुणांच्या संघटनेमध्ये भाग घेतला. तसंच दुसऱ्या महायुद्धादरम्यान तो मुक्त झालेल्या पोलिश सैनिकांसह पॅलेस्टिनी भूमीवर लढायला

गेला. याला एक वर्ष झालेलं असताना नाझी लष्कर त्याच्या गावामध्ये घुसलं. नाझी सैनिकांनी बिगिनच्या वडिलांसकट एकंदर ५०० ज्यू लोकांची धरपकड केली आणि त्यांना जवळच्या नदीत बुडवून ठार केलं. तसंच इस्पितळात उपचार घेत असलेल्या त्याच्या आईला नाझी सैनिकांनी बाहेर खेचलं आणि मारून टाकलं.

१९४३मध्ये ३० वर्षीय बिगिनची नेमणूक 'इर्गिन' नावाच्या संघटनेच्या प्रमुखपदी करण्यात आली. हॅगेना ही आक्रमक ज्यू लोकांची संघटना पॅलेस्टिनी भूमीवर ब्रिटिश तसंच अरब लोकांची हत्या करण्याच्या प्रयत्नात असे. या हॅगेना संघटनेमधून फुटून काही जणांनी इर्गिन या संघटनेची स्थापना केली होती. अर्थातच, इर्गिन ही संघटना तशी दुबळी होती. या संघटनेचे फार सदस्य नव्हते; तसंच तिच्याकडे शस्त्रास्त्रांचाही पुरेसा साठा नव्हता. एकूणच या संघटनेचं कामकाज नक्की कसं असलं पाहिजे, तिच्या वाटचालीची रूपरेषा कशी असली पाहिजे, हे सगळं ठरवणं अवघड होऊन बसलं होतं. बिगिननं इर्गिन संघटनेची चुकत चाललेली दिशा ओळखून तिला पुन्हा योग्य मार्गावर आणण्यासाठी प्रयत्न केले. आपण नेमकं कुणावर आक्रमण केलं पाहिजे हे ठरवण्यासाठी त्यानं चाली आखल्या. यातूनच १९४६मध्ये पॅलेस्टिनी भूमीवरच्या ब्रिटिश राजवटीचं मुख्यालय असलेल्या 'किंग डेव्हिड हॉटेल'वर त्याच्या संघटनेनं मोठा हल्ला केला आणि यात ९१ ब्रिटिश लोक ठार झाले. हा हल्ला खूप गाजला आणि ब्रिटिशांना हादरवणारा ठरला. बिगिनच्या दृष्टीनं मात्र हा हल्ला अजिबातच गैर नव्हता. पॅलेस्टिनी भूमीवर इस्रायल या राष्ट्राची निर्मिती आपल्याला करायची असली तर त्यासाठी इथून आधी ब्रिटिशांनी आपला मुक्काम हलवला पाहिजे, असं त्याचं सोपं समीकरण होतं. साहजिकच, ब्रिटिशांवर केलेला हल्ला अजिबात चुकीचा नसून उलट आपल्या कामाचा एक भागच असल्याचं त्याचं मत होतं.

१९७७मध्ये इस्रायलमधल्या कट्टर उजव्या विचारसरणीच्या 'लिकुड' पक्षाचा प्रमुख असलेल्या बिगिनची सत्ता आली. यामुळे जवळपास तीन दशकं इस्रायलवर असलेल्या डाव्या विचारसरणीच्या सत्तेचा अंत झाला. बिगिननं इस्रायलच्या धोरणांमध्ये कमालीचे बदल करायला सुरुवात केली. १९७८मध्ये इजिप्तबरोबर शांतता करार करण्यासंबंधी बिगिननं महत्त्वाचं पाऊल उचललं. आयुष्यभर हिटलरच्या राजवटीतल्या ज्यू लोकांवरच्या अत्याचारांचं सावट बिगिनवर राहिलं. याचाच परिणाम म्हणून १९८१मध्ये इराकी अणुभट्ट्या उद्ध्वस्त केल्यानंतर बिगिनची प्रतिक्रिया 'मला दुसऱ्यांदा छळछावण्यांचा अनुभव घ्यायचा नाही' अशी

होती. म्हणजेच, ज्यू लोकांच्या कुठल्याच शत्रूला डोईजड होऊ देणं आपल्याला परवडण्यासारखं नाही, असं त्याला म्हणायचं होतं.

बिगिनबरोबरच्या बैठकीत इशदनं इस्रायलच्या स्वयंनिर्मित उपग्रहांचा विषय काढला आणि त्याला सॅग्वायनं अनुमोदन दिलं. आता आपण अमेरिकेसारख्या आपल्या सहकाऱ्यांवर विसंबून राहू शकत नसल्याचं सॅग्वाय म्हणाला. अर्थातच, या विषयावर भरपूर वादविवाद झाले. इस्रायली गुप्तचर विभागाचा प्रमुख असलेल्या लेफ्टनंट जनरल रफुल आईतन यानं पूर्वीच इशदच्या प्रस्तावाला हसण्यावारी नेलं होतं. त्यानं आताही आपली हीच भूमिका कायम ठेवली. उपग्रहनिर्मितीचा प्रकल्प अत्यंत महत्त्वाकांक्षी असून त्यामुळे इस्रायलला श्रम आणि पैसा या दोन्ही बाबतींमध्ये मोठं नुकसान सोसावं लागण्याची दाट शक्यता असल्याचं मत त्यानं मांडलं. इस्रायली लष्कराला ही चैन अजिबात परवडण्यासारखी नसल्याचं तो म्हणाला. इतर काही जणांनीही आईतनचीच री ओढली. इस्रायलनं उपग्रहाची निर्मिती करण्याच्या फंदात पडण्याऐवजी योग्य मार्गानं प्रवास करू शकणारं 'क्रूझ' क्षेपणास्त्र तयार करावं, असं त्यांचं मत होतं. बिगिनला मात्र उपग्रहनिर्मितीच्या संकल्पनेत दम वाटला. यामुळे इस्रायलच्या संरक्षणात वाढ होणार असल्याची खात्री आहे का, असं त्यानं इशदला विचारलं. तसंच बिगिनला तांत्रिक गोष्टींमध्ये फारसा रस नसल्यामुळे त्यानं या विषयाशी संबंधित असलेल्या चर्चेकडे दुर्लक्ष केलं. ही चर्चा थांबवून त्यानं या उपग्रहाचा वापर नक्की लष्करी कामांसाठीच होणार असल्याची आणि व्यावसायिक किंवा खासगी स्वरूपाच्या प्रकल्पांसाठी होणार नसल्याची खात्री करून घेतली. या प्रश्नांविषयीच्या स्पष्टीकरणांमुळे बिगिनचं समाधान झालं. इस्रायलची निर्मिती होण्याला सुमारे चार दशकं होऊन गेलेली असताना इस्रायलला अत्याधुनिक सुरक्षा पुरवण्यासाठी उपग्रह आणि असा उपग्रह अवकाशात योग्य ठिकाणी पोहोचवण्यासाठीची रॉकेट यंत्रणा यांची गरज असल्याचं त्याचं मत बनलं. इस्रायलला स्वसंरक्षणाची प्रचंड गरज असल्याच्या भावनेतूनच त्यानं इराकी अणुभट्ट्यांवर हल्ला करण्याच्या प्रस्तावाला हिरवा कंदील दाखवला होता. आता याचीच पुढची पायरी म्हणून तो संभाव्य उपग्रहाकडे बघत होता. उत्साहानं त्यानं इशदला 'इस्रायली कौशल्याची ही उत्तम चुणूक असेल ... आपण महान गोष्टी साध्य करू शकतो हे जगाला यामुळे समजेल ... या प्रकल्पाला माझा पाठिंबा आहे ...' असं सांगितलं. इशद अत्यानंदानं बिगिनसोबत चर्चा करत

खोलीबाहेर पडला तेव्हा इस्रायलच्या सुरक्षिततेसाठी हा किती महत्त्वाचा निर्णय ठरणार आहे, याची त्यालासुद्धा कदाचित कल्पना आली नसावी!

अर्थातच, उपग्रहनिर्मितीचा निर्णय घेतला असला तरी तो प्रत्यक्षात साकार करणं खूपच कठीण काम होतं. मुळात यासाठीचा अनुभव इस्रायलपाशी नव्हता. इतर कुणाकडून तो मिळवणंही शक्य नव्हतं. कारण इतर कुठल्याच देशाला आपल्या उपग्रहनिर्मितीविषयी कळून चालणार नाही, याची इस्रायलला कल्पना होती. आपल्या प्रकल्पाविषयी प्रचंड गुप्तता बाळगणं आवश्यक असल्याचं सगळ्यांनाच माहीत होतं. मध्यपूर्व आशियामध्ये युद्ध पेटवू शकेल असा हा निर्णय बिगिननं घेतला होता. याची अमेरिकेला तर अजिबातच चाहूल लागून चालणार नव्हतं. अमेरिकेनं इस्रायलच्या इराकवरच्या हल्ल्याविषयी व्यक्त केलेली तीव्र नापसंती आणि यातून अरब देशांकडून इस्रायलवर प्रतिहल्ला होऊन मोठी चकमक सुरू होण्यासंबंधी व्यक्त केलेली भीती यांची पार्श्वभूमी विसरणं इस्रायलच्या दृष्टीनं अशक्य होतं. यातून मार्ग काढण्यासाठी बिगिननं 'इस्रायल स्पेस एजन्सी' नावाची सामाजिक धाटणीची संघटना स्थापन करण्याची घोषणा केली. तिच्या प्रमुखपदी युवाल नीमन याची नेमणूक करण्यात आली. भौतिकशास्त्रात प्रवीण असलेल्या नीमननं पूर्वी बिगिनच्या मंत्रिमंडळात विज्ञान खात्याचा मंत्री म्हणून काम केलं होतं. नीमननं त्याआधी अमान संघटनेसाठी हेरगिरीचं काम केलं होतं. याखेरीज,

आपल्याला शत्रूवर हवाई हल्ला करू शकणारी अत्याधुनिक विमानं हवी असल्याचं सांगून त्यासाठीचा निधी उपग्रहांसारख्या अनावश्यक गोष्टींवर खर्च केला जात असल्याविषयी हवाईदलप्रमुखानं तीव्र नापसंती व्यक्त केली होती. दुसरा मुद्दा म्हणजे खरोखरच उपग्रहांचा वापर इस्रायलच्या संरक्षणासाठी करायचा असेल तर त्यातून मिळणारी छायाचित्रं ही त्या क्षणाची परिस्थिती दर्शवणारी आणि ही माहिती सातत्यानं अद्ययावत करणारी असली पाहिजेत, अशी इस्रायली हवाईदलाची मागणी होती. ही मागणी पूर्ण करायची असेल तर त्यासाठी इस्रायलला तब्बल २० उपग्रह अवकाशात सोडणं भाग होतं. हे तर इस्रायलच्या आर्थिक परिस्थितीशी अजिबातच जुळणारं नव्हतं.

त्याला इस्रायलच्या अणुऊर्जा विभागामध्येही काम करण्याचा अनुभव होता. आता इस्रायलच्या उपग्रहनिर्मितीच्या प्रकल्पाविषयी फक्त नीमननंच जाहीर वक्तव्यं करायची, असा निर्णय बिगिननं घेतला. हा प्रकल्प इस्रायलच्या राष्ट्रीय विज्ञान संशोधनाचा एक भाग म्हणून राबवला जात असल्याचा भास निर्माण करण्याची जबाबदारी नीमनवर होती. साहजिकच, या विषयाशी संबंधित असलेल्या बातम्यांमध्येही फक्त त्याचाच उल्लेख असेल, अशी व्यवस्था करण्यात आली. तसंच लष्कर आणि गुप्तचर विभाग यामधल्या त्याच्या अनुभवाचा उल्लेख कुठेही न करता फक्त त्याच्या संशोधनाशी संबंधित असलेल्या अनुभवाविषयीच सगळीकडे लिहिलं / बोललं जाईल, याची व्यवस्था करण्यात आली.

इशद आणि नीमन यांनी इस्रायलनिर्मित उपग्रहांविषयी चर्चा सुरू करताच या उपग्रहाचा आकार छोटा असला पाहिजे, हे त्यांच्या लक्षात आलं. याचं कारण म्हणजे या उपग्रहाला अवकाशात घेऊन जाणाऱ्या रॉकेटवर खूप जास्त भार टाकणं परवडण्यासारखं नव्हतं. उपग्रहाचा आकार मर्यादित असेल तरच हे रॉकेट त्या उपग्रहाला योग्य ठिकाणापर्यंत नेऊ शकणार, हे उघड होतं. हे लक्षात घेत इस्रायलनं तयार केलेला पहिला उपग्रह कॅमेराविना असेल असं ठरलं. त्याचं नाव 'ओफेक' असं ठेवण्यात आलं. हिब्रू भाषेतल्या या शब्दाचा अर्थ 'क्षितिज' असा होतो. या उपग्रहाच्या निर्मितीमागचा हेतू त्याची फक्त चाचणी घेण्याचा होता. 'शवित' नावाचं रॉकेट हा उपग्रह अवकाशात योग्य ठिकाणी पोहोचवू शकतो का, हे तपासणं गरजेचं होतं. त्या काळात अमेरिकेचा सगळ्यात उपयुक्त मानला जाणारा उपग्रह १३ टन; म्हणजे १३०० किलो वजनांचा होता. इस्रायलनं आपला पहिला उपग्रह फक्त १५५ किलो वजनाचा बनवण्याचा निर्णय घेतला. आता पुढचा प्रश्न आर्थिक तरतुदीचा होता. बिगिननं या प्रकल्पाला मंजुरी दिलेली असली तरी इस्रायली गुप्तचर संघटना अजूनही त्याविषयी आश्वस्त नव्हती. यामुळे या प्रकल्पाच्या सुरुवातीला येणाऱ्या २५ कोटी डॉलर्सचा खर्च तरी मंजूर होईल का, याचीही शाश्वती नव्हती. यातून मार्ग काढणं गरजेचं होतं. यासाठी सॅग्वायकडे एक उत्तर होतं.

पूर्वी अमान संघटनेचा उपप्रमुख म्हणून जबाबदारी सांभाळत असताना सॅग्वायचा अनेक दक्षिण आफ्रिकी अधिकाऱ्यांशी संपर्क होई. यामधले अनेक जण आपल्या पत्नीसह इस्रायलच्या अधिकृत दौऱ्यावर येत. त्यांची सरबराई सॅग्वाय आपल्या आलिशान घरातल्या व्यवस्थेनं करे. एकूणच १९७०च्या दशकात इस्रायल आणि दक्षिण आफ्रिका यांच्यामधले संबंध खूप चांगले झाले

होते. याचं मुख्य कारण म्हणजे दोघांनाही एकमेकांची गरज होती. इस्त्रायलला आर्थिक निधीची तर दक्षिण आफ्रिकेला शस्त्रास्त्रांची आवश्यकता होती. आपल्या ओळखींचा फायदा उठवून सॅग्वायनं इस्त्रायलच्या उपग्रहनिर्मितीच्या प्रकल्पासाठी दक्षिण आफ्रिकेकडून लाखो डॉलर्सची मदत मिळवली. अर्थातच, ही गोष्ट गुप्त ठेवणं अत्यावश्यक असल्यामुळे तिला 'टॉप सीक्रेट' दर्जा देण्यात आला. पुढची १५ वर्षं दक्षिण आफ्रिकेनंही या बाबतीत संपूर्ण गुप्तता राखली.

१९८३मध्ये सॅग्वाय इस्त्रायली गुप्तचर संघटनेतून तसंच अमानचा प्रमुख या पदावरून निवृत्त झाला. त्याची जागा एहूद बराकनं घेतली. बराकनं पुढे मोठीच मजल मारली. तो कालांतरानं इस्त्रायली लष्करप्रमुख, संरक्षणमंत्री आणि पंतप्रधान बनला. इस्त्रायलला उपग्रहांची गरज नाही, असं त्याचं मत होतं. साहजिकच, उपग्रहनिर्मिती प्रकल्पाला हा जोरदार धक्काच होता. कारण अमान या संघटनेलाच या उपग्रहाची मुख्य गरज असल्याच्या कारणावरून त्याच्या निर्मितीचं काम हाती घेण्यात आलं होतं. आता जर या संघटनेचा प्रमुखच या उपग्रहाची गरज नाही असं म्हणत असेल तर तो बनवायचा तरी कशाला, असा प्रश्न स्वाभाविकपणे विचारला जाणं अगदी नैसर्गिकच होतं. इस्त्रायली हवाईदलाचाही उपग्रहनिर्मितीला विरोध होता. आपल्याला शत्रूवर हवाई हल्ला करू शकणारी अत्याधुनिक विमानं हवी असल्याचं सांगून त्यासाठीचा निधी उपग्रहांसारख्या अनावश्यक गोष्टींवर खर्च केला जात असल्याविषयी हवाईदलप्रमुखानं तीव्र नापसंती व्यक्त केली होती. दुसरा मुद्दा म्हणजे खरोखरच उपग्रहांचा वापर इस्त्रायलच्या संरक्षणासाठी करायचा असेल तर त्यातून मिळणारी छायाचित्रं ही त्या क्षणाची परिस्थिती दर्शवणारी आणि ही माहिती सातत्यानं अद्ययावत करणारी असली पाहिजेत, अशी इस्त्रायली हवाईदलाची मागणी होती. ही मागणी पूर्ण करायची असेल तर त्यासाठी इस्त्रायलला तब्बल २० उपग्रह अवकाशात सोडणं भाग होतं. हे तर इस्त्रायलच्या आर्थिक परिस्थितीशी अजिबातच जुळणारं नव्हतं.

अशा रीतीनं खूप कष्टांनी या प्रकल्पाचं काम सुरू झाल्यामुळे समाधानी असलेल्या इशदवर आलेल्या या नव्या संकटानं मोठा प्रहार केला. आता तर त्याच्या म्हणण्याला सकारात्मक प्रतिसाद देणारा त्याचा साहेब सॅग्वायही नव्हता. तरीही, इशदनं आपला हुरूप कायम ठेवला. किमान पहिला उपग्रह तरी अवकाशात जाण्यापर्यंत आपण धीर धरावा, असं त्यानं स्वत:ला सांगितलं. आता जसजशी या पहिल्या उपग्रहाच्या उड्डाणाची चाचणी घेण्याची तारीख जवळ येत गेली तसतसा

इस्रायलच्या सरकारसमोर आणखी एक नवाच प्रश्न उपस्थित राहिला. इतके दिवस लपूनछपून सुरू असलेलं उपग्रहनिर्मितीचं काम आता जगासमोर येणार होतं. तेल अवीवच्या दक्षिणेकडे असलेल्या एका विमानतळावरून हा उपग्रह रॉकेटद्वारे अवकाशात पाठवला जाण्याची योजना आखण्यात आली होती. हे उड्डाण जगापासून लपवून ठेवणं शक्य नव्हतं. साहजिकच, सगळीकडून इस्रायलवर हा कार्यक्रम गुंडाळून टाकण्यासाठीचा दबाव येणार, हे उघड होतं.

आपल्यावर होऊ घातलेल्या हल्ल्याची माहिती आपल्याला आधीच मिळू शकणार नसेल, तर भविष्यात आपल्यावर याहून खूप मोठे हल्ले होणार आणि आपण त्यांचा सामना करू शकण्याविषयी आपल्यालाच खात्री नसणार, असं काही जणांना वाटलं. साहजिकच, आपले उपग्रह अवकाशात तरंगणं आणि तिथून आपल्याला सातत्यानं अद्ययावत माहिती पाठवत राहणं आवश्यक आहे, असं त्यांचं मत झालं.

इतकंच नव्हे; तर १९७६मध्ये संयुक्त राष्ट्रसंघामध्ये मंजूर झालेल्या एका ठरावानुसार अवकाशात उपग्रह पाठवण्यासंबंधीचं काम कुठल्याही देशानं सुरू केलं तर त्यासंबंधीची नोंदणी आधी संयुक्त राष्ट्रसंघाच्या ठरावीक विभागाकडे करणं आवश्यक होतं. इस्रायललाही अर्थातच हा नियम लागू होता. जरी अधिकृतपणे इस्रायलनं आपल्या उपग्रहनिर्मितीविषयी चुप्पी साधली असली आणि याविषयी अधूनमधून येणाऱ्या बातम्या म्हणजे निव्वळ अफवा असल्याचं सांगितलं असलं, तरी एकदा उपग्रह रॉकेटवर बसून निघाल्यावर इस्रायलचा खोटारडेपणा जगासमोर येणार, हे नक्की होतं. हे सगळं नीटपणे हाताळण्यासाठी इस्रायली संरक्षणमंत्री इर्शॉक रबिन यानं एक समिती नेमली. या समितीचे सदस्य म्हणून इस्रायलच्या मंत्रिमंडळामधले काही प्रतिनिधी, काही लष्करी अधिकारी आणि इतर संबंधित तज्ज्ञ अशा लोकांना घेण्यात आलं. या समितीच्या वतीनं उपग्रहाशी संबंधित असलेली सगळी स्पष्टीकरणं देण्यात येतील आणि इस्रायली संरक्षण मंत्रालय याविषयी एक चकारही शब्द उच्चारणार नाही, अशी चाल आखण्यात आली. या समितीनं

आपल्याला पत्रकारांकडून तसंच इतर देशांकडून नेमके कोणते प्रश्न विचारले जाण्याची शक्यता आहे, अशांची यादीच तयार केली. तसंच या प्रश्नांना काय उत्तरं द्यायची याविषयीची आखणी करण्यात आली. या उपग्रहासंबंधी बोलताना आपल्या संशोधनात्मक कामाविषयी खूप बोलायचं आणि त्याच्या लष्करी बाजूला जवळपास काहीच महत्त्व द्यायचं नाही, असं ठरलं.

१९ सप्टेंबर १९८८ रोजी 'ओफेक-१' हा इस्रायली उपग्रह अवकाशात झेपावला. कुठलाही अपघात न होता हा उपग्रह अवकाशात जाऊन पोहोचला. यामुळे स्वतंत्रपणे अवकाशात उपग्रह सोडण्याची क्षमता असलेल्या अमेरिका, रशिया, फ्रान्स, जपान, चीन, भारत आणि इंग्लंड या देशांच्या पंक्तीत इस्रायलचं नाव जोडलं गेलं. इस्रायलसाठी हा अर्थातच ऐतिहासिक दिवस ठरला! ठरल्याप्रमाणे इस्रायलनं या घटनेचं वर्णन करताना त्याच्या वैज्ञानिक महत्त्वावर भर दिला आणि त्याचा वापर लष्करी कामांसाठी होणार असल्याचा उल्लेखसुद्धा केला नाही. अर्थातच, इस्रायलच्या या खुलाशांना माध्यमांनी फार महत्त्व दिलं नाही. यामागचं कारण कुणालाही समजण्यासारखं होतं. जर अवकाशात उपग्रह सोडण्यासाठीचं रॉकेट इस्रायलकडे असेल तर मध्यपूर्व आशियामधल्या आपल्या शत्रूंपैकी कुणावरही अणुबाँब टाकू शकण्यासाठीचं क्षेपणास्त्रही इस्रायलकडे असणार, हेच या घटनेतून सिद्ध होत असल्याचं टीकाकार म्हणाले. याखेरीज या पहिल्या उपग्रहामध्ये कॅमेरा बसवण्यात आलेला नसला तरी असा कॅमेरा पुढच्या उपग्रहामध्ये बसवून इस्रायल आपल्यावर बारकाईनं नजर ठेवू शकतो, याची जाणीव अरब देशांना झाली.

या घटनेद्वारे इस्रायलनं बलाढ्य अमेरिकेलाही जोरदार धक्का दिला. इतकी वर्षं अमेरिकेच्या मदतीवर आपण मोठ्या प्रमाणावर अवलंबून असल्याचं इस्रायल अनेक कृतींमधून दाखवून देत असला तरी आता अमेरिकेच्या मदतीशिवायच आपण मोठी मजल मारू शकतो, हे इस्रायलनं सिद्ध केलं. इतरांच्या मदतीवर आणि म्हणूनच मर्जीवर इस्रायलला अवलंबून राहण्याची गरज नसल्याचं यातून स्पष्ट होत होतं. पहिल्या उपग्रहाच्या उड्डाणाला दोनेक वर्षं झाल्यावर इस्रायलनं दुसरा उपग्रह अवकाशात पाठवला. हा उपग्रहही चाचणी घेण्यासाठीच पाठवण्यात आला होता. त्यातही कॅमेरा नव्हता. या उपग्रहाचं उड्डाणही यशस्वी ठरल्यामुळे, आता आपण आपल्याला खरोखर उपयुक्त ठरतील अशा प्रकारचे उपग्रह अवकाशात पाठवू शकू, असा आत्मविश्वास इस्रायली लष्कराला वाटायला लागला. तरीही अजून काही जणांना आपण या प्रकल्पाला स्थगिती द्यावी असं वाटत होतं. तेवढ्यात

१९९१च्या पहिल्या आखाती युद्धादरम्यान इराकच्या सद्दाम हुसेननं इस्रायलवर ३९ 'स्कड' क्षेपणास्त्रं डागली. इराकच्या या कृतीचा अंदाज येण्यासाठी आवश्यक असलेले उपग्रह अवकाशात नसल्यामुळे इस्रायलला त्याविषयी लगेचच काही करता आलं नाही, तसंच अमेरिकेकडून मिळणाऱ्या उपग्रहांमधल्या छायाचित्रांवर इस्रायलला अवलंबून राहावं लागलं.

खरं म्हणजे रात्रीच्या अंधारात आपले काही सैनिक लष्करी विमानांनी इराकी हद्दीमध्ये पाठवायचे आणि त्याद्वारे इराकी क्षेपणास्त्रं हुडकून ती नष्ट करायची, असा बेत इस्रायलनं आखला होता; पण अमेरिकी दबावामुळे तो रद्द करावा लागला. याचं कारण म्हणजे मोठ्या कष्टानं इराकच्या विरोधात लढण्यासाठी अमेरिकेनं इतर अरब देशांची युती केली होती. ती इस्रायलच्या इराकवरच्या प्रतिहल्ल्यामुळे मोडून पडेल आणि अमेरिकेला इराकवर कारवाई करणं अवघड होऊन बसेल, अशी अमेरिकेला भीती वाटत होती. इस्रायलला खरं म्हणजे आपल्यावरच्या इराकी क्षेपणास्त्रांच्या माऱ्याला उत्तर न देता गप्प राहणं जवळपास अशक्य झालं होतं; पण नाइलाजानं इस्रायल गप्प राहिला.

इराकच्या या हल्ल्यामुळे अस्वस्थ झालेल्या इस्रायली उच्चपदस्थांनी भविष्यात काय घडू शकतं याची ही नुसती एक झलक असल्याचं मानलं. आपल्यावर होऊ घातलेल्या हल्ल्याची माहिती आपल्याला आधीच मिळू शकणार नसेल, तर भविष्यात आपल्यावर याहून खूप मोठे हल्ले होणार आणि आपण त्यांचा सामना करू शकण्याविषयी आपल्यालाच खात्री नसणार, असं काही जणांना वाटलं. साहजिकच, आपले उपग्रह अवकाशात तरंगणं आणि तिथून आपल्याला सातत्यानं अद्ययावत माहिती पाठवत राहणं आवश्यक आहे, असं त्यांचं मत झालं. यामुळे उपग्रहनिर्मिती आणि रॉकेटद्वारे ते अवकाशात सोडण्यासाठीची यंत्रणा या संदर्भातल्या कामानं जोर पकडला. १९९३मध्ये इस्रायलनं कॅमेरा बसवलेला उपग्रह अवकाशात सोडला खरा; पण तो अवकाशात पोहोचू शकला नाही. त्याआधीच तो भूमध्यसमुद्रात कुठेतरी कोसळला. यामुळे इस्रायलला मोठा धक्का बसला. आपल्या उपग्रहाचं अवकाशउड्डाण नक्की कशामुळे फसलं, याची चौकशी करण्यासाठी इस्रायलनं तज्ज्ञांची एक समिती नेमली. या समितीनं एकंदर पाच तांत्रिक कारणांपैकी एकामुळे ही घटना घडली असल्याचा अहवाल दिला. आता यावर काम करणं तर भाग होतं. मुख्य अडचण म्हणजे अवकाशातून टेहळणी करू शकणारा हा एकच उपग्रह तेव्हा इस्रायलकडे उपलब्ध होता. तोच आता समुद्रात

कोसळून नष्ट झाल्यामुळे दुसरा उपग्रह अवकाशात पाठवण्याचा प्रयत्न करण्याचा प्रश्नच नव्हता. दुसरा असा उपग्रहच इस्रायलकडे नव्हता. तसंच नव्यानं असा एक उपग्रह तयार करण्यासाठीचा निधीही नव्हता.

आता काय करायचं यासंबंधी चर्चा सुरू असताना दोन पर्याय निघाले. इस्रायलनं खरा उपग्रह अवकाशात पाठवण्यापूर्वी त्याच्याशी संबंधित असलेल्या विविध यंत्रणांची चाचणी घेण्याच्या हेतूनं 'क्यूएम' नावाचा एक उपग्रह तयार केला होता. हा उपग्रह म्हणजे खऱ्या उपग्रहाची प्रतिकृतीच होती. त्यावर सगळ्या चाचण्या घेऊन झाल्यावर त्याच्या जागी खरा उपग्रह बसवून तो अवकाशात पाठवण्याचा प्रयत्न करण्यात आला होता आणि तो फसला होता. आता हा क्यूएम उपग्रह; म्हणजेच ही प्रतिकृती अवकाशात पाठवण्याचा विचार सुरू झाला. दुसऱ्या एका गटाचं मात्र वेगळंच मत होतं. या क्यूएमच्या फंदात न पडता मूळ उपग्रहाच्या वजनाइतका म्हणजे साधारण २५० किलो वजनाचा बनावट उपग्रह अवकाशात पाठवून बघावा, असं त्यांना वाटत होतं. हा 'बनावट उपग्रह' म्हणजे अजिबात कसलंच काम करू न शकणारी एक वस्तूच असणार होती. असा बनावट उपग्रह कशाला पाठवायचा; तर मूळ उपग्रह अवकाशात पोहोचवू शकण्यात रॉकेट यंत्रणा अपयशी ठरली होती. तिच्यामधले दोष दुरुस्त करून हा बनावट उपग्रह अवकाशात पाठवण्यात आपल्याला यश येतं का, हे तपासावं, असं या गटाला वाटत होतं. तसंच जर क्यूएम ही मूळ उपग्रहाचा प्रतिकृती अवकाशात पाठवण्याच्या कामातही काही चूक झाली आणि क्यूएमसुद्धा मूळ उपग्रहाप्रमाणेच आधीच कोसळला तर उपग्रहनिर्मितीचा प्रकल्प कायमसाठी बंदच होण्याची दाट शक्यता होती. तरीसुद्धा क्यूएमवाल्या लोकांनी धोका पत्करून आत्ताच इस्रायलनं ही प्रतिकृती दुरुस्त केलेल्या रॉकेटद्वारे अवकाशात पाठवण्यासंबंधी हट्ट धरला. आपण जर हे काम आत्ता तातडीनं केलं नाही, तर या कामामधला जोष निघून जाईल आणि आपलं काम एकदम ठप्प होऊन जाईल, असा इशारा त्यांनी दिला. या संदर्भात त्यांनी रबिनला खूप विनवण्या करून अखेर त्याचा होकार मिळवला.

५ एप्रिल १९९५ या दिवशी क्यूएम अवकाशात झेपावणार असं ठरलं. अर्थातच इस्रायली लष्करासाठीच्या अवकाश तंत्रज्ञानाच्या दृष्टीनं हा अत्यंत महत्त्वाचा दिवस होता. सगळी तयारी पूर्ण झाली आणि ठरलेल्या वेळी हा उपग्रह अवकाशात झेपावला. सगळे जण जीव मुठीत धरून बसले. थोडा वेळ गेला. तोपर्यंतच्या सगळ्या गोष्टी व्यवस्थितपणे पार पडल्या. तरीही उपग्रह अवकाशात नीट पोहोचू शकेल आणि

स्थिरावेल असं खात्रीलायकरीत्या सांगता येत नव्हतं. जीवघेण्या प्रतीक्षेनंतर अखेर तो क्षण उगवला. आपला उपग्रह यशस्वीरीत्या अवकाशात झेपावला असल्याचं इस्रायली तंत्रज्ञांना समजलं! आता पुढच्या कामाकडे सगळ्यांचं लक्ष वळलं. हा उपग्रह ऊर्जा मिळवण्यासाठी अवकाशात त्याला बसवण्यात आलेली सौरऊर्जेची तावदानं उघडू शकतो का, आणि त्याच्याकडून अपेक्षित असलेली इतर कामं करू शकतो का, हे आता तपासायचं होतं. दुसऱ्या दिवशी सकाळपर्यंत 'ओफेक-३' म्हणून ओळखल्या जाणाऱ्या या उपग्रहानं जेव्हा पृथ्वीला आठ प्रदक्षिणा घातल्या आणि अवकाशातून पृथ्वीवरची छायाचित्रं व्यवस्थितपणे टिपली तेव्हा सगळ्यांच्याच आनंदाला पारावार उरला नाही. या छायाचित्रांचा दर्जा अपेक्षेपेक्षा जास्त चांगला होता. उदाहरणार्थ, बेन गुरियन या इस्रायलमधल्या सगळ्यांत मुख्य विमानतळावर उभी असलेली विमानं इस्रायलची असल्याचं त्यांच्यावरच्या बोधचिन्हांवरून स्पष्टपणे दिसू शकत होतं. यामुळे इस्रायलच्या उपग्रनिर्मितीच्या कामावरची सगळी अरिष्टं एकदम दूर झाली. आता कुणीही त्याच्या विरोधात बोलण्याचा प्रश्नच उरला नाही. तसंच इस्रायलच्या विज्ञान-तंत्रज्ञान क्षेत्रातल्या कामगिरीविषयी अनुद्गार काढणाऱ्यांचीही पंचाईत झाली.

उपग्रहांमधून मिळालेल्या छायाचित्रांचं विश्लेषण करणं आणि त्याआधारे आपल्या हल्ल्यासाठीचं लक्ष्य निर्धारित करणं हे अत्यंत महत्त्वाचं काम असतं, हे वेगळं सांगायला नको. या कामासाठी इस्रायली गुप्तचर संघटनेनं चक्क 'ऑटिझम' हा असाध्य मानसिक विकार जडलेल्या लोकांना नेमलं आहे! हे लोक सर्वसामान्य माणसासारखं एकमेकांशी संवाद साधणं किंवा त्यांच्यासारखं आयुष्य जगणं यात बरेच मागे असतात; कित्येकदा तर शून्यच असतात. अशा लोकांमध्ये अनेक वेळा एखादा गुण मात्र सर्वसामान्य माणसाच्या तुलनेत कैकपटींनी भरलेला असतो. उदाहरणार्थ, लागोपाठ बघितलेल्या एकसारख्या दिसणाऱ्या चित्रांमधले सूक्ष्म फरक हे लोक टिपू शकतात.

अमेरिकी उपग्रह २५ टन वजनाचे असताना इस्रायली उपग्रह मात्र जेमतेम ३०० किलो वजनाचे असत. यामुळे इस्रायली उपग्रहांना 'मिनी सॅटेलाईट' म्हणून ओळखलं जाई. २०१४मध्ये इस्रायलचा 'ओफेक-१०' नावाचा उपग्रह जेव्हा अवकाशात यशस्वीरीत्या पोहोचला तेव्हा तो असं करणारा सातवा उपग्रह ठरला. या उपग्रहांद्वारे इस्रायली गुप्तचर विभागाला अत्यंत महत्त्वाची माहिती छायाचित्रांच्या माध्यमातून मिळत राहिली. जेव्हा वातावरणात खूप धुकं असतं किंवा वातावरणच ढगाळ झालेलं असतं तेव्हा उपग्रहांमधल्या कॅमेऱ्यांमधून टिपली जाणारी छायाचित्रं तितकीशी सुस्पष्ट नसतात. ही अडचण दूर करण्यासाठी आपल्या काही उपग्रहांमध्ये इस्रायलनं रडार यंत्रणा बसवली आहे. या यंत्रणेमुळे धुकं, ढग यांच्यासारखे अडथळे दूर होतात आणि अत्यंत स्पष्ट छायाचित्रं टिपली जातात. इस्रायली उपग्रहांचं नियंत्रण करणारी यंत्रणा या देशात नक्की कुठे आहे, याची फार कमी लोकांना कल्पना आहे. अत्यंत गुप्त ठेवण्यात आलेल्या या तपशिलांमुळे याचं कामकाज फक्त मोजक्या लोकांनाच माहीत असतं. कुठल्या उपग्रहाकडून नक्की काय कामगिरी अपेक्षित आहे, कुठल्या छायाचित्रांचा वापर कोणत्या मोहिमेसाठी केला जात आहे, हे सगळे तपशील विलक्षण काळजी घेऊन जपले जातात. इराक, इराण, लीबिया, सीरिया या आताच्या इस्रायलच्या प्रमुख शत्रूंवर लक्ष ठेवण्यासाठी ही यंत्रणा अत्यंत उपयुक्त ठरते. उदाहरणार्थ, इराणमध्ये अणुबाँबनिर्मितीचं काम सुरू असल्याच्या संशयापोटी इस्रायलला इराणवर अत्यंत बारीक नजर ठेवणं गरजेचं वाटत होतं. अवकाशातल्या उपग्रहांमुळे हे सहजपणे शक्य होऊ शकलं.

आता तर इस्रायलला या उपग्रहांकडून मिळणारी माहिती इतकी अचूक आणि महत्त्वाची असते, की ती तातडीनं जमिनीवरच्या सैनिकांना पुरवली जाते. उदाहरणार्थ, गाझा पट्ट्यात नेमक्या कुठल्या ठिकाणी शत्रूचा एखादा बंदूकधारी सैनिक आपल्यावर हल्ला करण्याच्या तयारीत आहे, हे उपग्रहांमुळे इस्रायलला कळू शकतं. ही माहिती या सैनिकाशी लढण्याशी संबंधित असलेल्या तुकडीला पुरवली जाते. त्याआधारे या तुकडीतला एखादा सैनिक गाझामधल्या शत्रूच्या सैनिकाला अचूकपणे टिपू शकतो. या कामात इस्रायलला अत्यंत भन्नाट यश मिळण्याचं आणखी एक प्रमुख कारण ऐकून तर आपण अक्षरश: चाटच पडू!

उपग्रहांमधून मिळालेल्या छायाचित्रांचं विश्लेषण करणं आणि त्याआधारे आपल्या हल्ल्यासाठीचं लक्ष्य निर्धारित करणं हे अत्यंत महत्त्वाचं काम असतं, हे वेगळं सांगायला नको. या कामासाठी इस्रायली गुप्तचर संघटनेनं चक्क 'ऑटिझम'

हा असाध्य मानसिक विकार जडलेल्या लोकांना नेमलं आहे! हे लोक सर्वसामान्य माणसासारखं एकमेकांशी संवाद साधणं किंवा त्यांच्यासारखं आयुष्य जगणं यात बरेच मागे असतात; कित्येकदा तर शून्यच असतात. अशा लोकांमध्ये अनेक वेळा एखादा गुण मात्र सर्वसामान्य माणसाच्या तुलनेत कैकपटींनी भरलेला असतो. उदाहरणार्थ, लागोपाठ बघितलेल्या एकसारख्या दिसणाऱ्या चित्रांमधले सूक्ष्म फरक हे लोक टिपू शकतात. हे जेव्हा इस्रायली लष्करी अधिकाऱ्यांच्या लक्षात आलं तेव्हा त्यांनी प्रयोग म्हणून 'ऑटिस्टिक' असलेल्या एक-दोन जणांना उपग्रहांकडून मिळालेल्या छायाचित्रांचं विश्लेषण करण्याच्या कामावर नेमलं.

अर्थातच, हे काम अत्यंत जबाबदारीचं आणि खूप धोकादायक होतं. चुकीचं विश्लेषण, चुकीचे अंदाज बांधणं यामुळे भलत्याच ठिकाणी कारवाई करणं म्हणजे नवं युद्ध पेटवण्यासारखं ठरू शकतं. म्हणून सुरुवातीला हे चाचणी तत्त्वांवर राबवलं गेलं. त्यात यश मिळाल्यामुळे खूप मोठ्या प्रमाणावर ऑटिस्टिक तरुणांनाच या कामावर नेमण्यात आलं. आपल्यासारख्या सर्वसामान्य माणसांना उपग्रहानं एकापाठोपाठ टिपलेली छायाचित्रं दाखवली तर त्यामधला फरक कदाचित समजणार नाही; पण आधीच्या छायाचित्रात नसलेली झोपडी अचानकपणे पुढच्या एका छायाचित्रात दिसत असल्याचं ऑटिस्टिक माणूस निदर्शनाला आणून देण्याची दाट शक्यता असते. म्हणजेच, बनावट झोपडीचं आवरण धारण करून त्याखाली शत्रूचा एखादा सशस्त्र सैनिक असू शकतो. अशा गोष्टी आता इस्रायलला समजायला लागल्या.

इशद आणि सॅग्वाय यांनी आपल्याला होत असलेल्या विरोधाची पर्वा न करता आणि 'काहीही करून आपल्या मनातल्या भव्यदिव्य संकल्पना पूर्णत्वाला न्यायच्याच' या निर्धारानं केलेल्या प्रयत्नांमुळे इस्रायलनं उपग्रहनिर्मिती आणि त्याचा हेरगिरीसाठी वापर या कामांमध्ये अभूतपूर्व भरारी मारली. या संदर्भात बोलताना इशद 'भौतिकशास्त्राच्या किंवा एकंदरच विज्ञानाच्या मूलभूत सिद्धान्तांच्या विरोधात एकही गोष्ट कधीच न करणं आणि आपल्याला कोण काय म्हणतं किंवा किती विरोध करतं याची फिकीर न करता आपल्या मार्गावर चालत राहणं' ही आपल्या यशाची कारणं असल्याचं सांगतो!

■■■

प्रकरण ५

भरभक्कम बचाव यंत्रणा

तो १४ नोव्हेंबर २०१२चा दिवस होता. इस्रायलच्या दक्षिणेकडच्या बीरशिबा नावाच्या मोठ्या गावात एक विवाह समारंभ सुरू व्हायला थोडा वेळ बाकी होता. संध्याकाळी चार वाजता अचानकपणे इस्रायली हवाईदलानं सोडलेलं एक क्षेपणास्त्र वेगळ्याच ठिकाणी असलेल्या गाझा सिटीमधल्या एका आलिशान मोटारीच्या दिशेनं घोंघावत आलं. या मोटारीत अहमद जबारी हा हमास संघटनेचा लष्करी नेता बसलेला होता. हमास ही संघटना इस्रायलच्या मुख्य शत्रूंपैकी एक मानली जाई. आपल्या गाडीच्या दिशेनं आलेल्या क्षेपणास्त्राचा आवाजही बहुधा जबारीला आला नसावा. अनेक तासांपासून हवेत असलेलं एक इस्रायली ड्रोन जबारीवर लक्ष ठेवून होतं. जबारीची गाडी रस्त्यावरून जात असताना एका गच्च भरलेल्या मिनीबसला मागे टाकून पुढे गेली. आता या गाडीच्या मागे-पुढे कुणीच नव्हतं. हाच हल्ला करण्याचा योग्य मुहूर्त असल्याचं ठरवून इस्रायली क्षेपणास्त्र जबारीच्या गाडीवर डागण्यात आलं. या क्षेपणास्त्रानं आपल्या लक्ष्याचा अचूक वेध घेतला. जबारी जागीच ठार झाला. त्याच्या गाडीचे अवशेष इतस्तत: पसरले.

जबारीवरचा हल्ला यशस्वी होताच इस्रायली गुप्तचर विभागानं हमास सर्वसामान्यपणे ज्या इस्रायली भागांमध्ये रॉकेट्सचा हल्ला करत असे, त्या भागातल्या सगळ्या शाळा तातडीनं बंद करण्यासंबंधीची सूचना जारी केली. तसंच १००पेक्षा जास्त लोक एके ठिकाणी जमू शकणार नाहीत, असे आदेशही काढण्यात आले. यामुळे बीरशिबा इथल्या विवाह समारंभाचं काय करायचं, असा प्रश्न आता निर्माण झाला. किमान ३०० लोक तरी या कार्यक्रमाला हजेरी लावतील अशी

अपेक्षा होती. हे लग्न बाहेर, मोकळ्या जागेत व्हायचं ठरलं होतं. इस्रायली गुप्तचर विभागानं संभाव्य हल्ल्यापासून बचाव व्हावा यासाठी या भागातही संचारबंदीचे आदेश जारी केले होते. तरीसुद्धा, हे लग्न आपण ठरल्याप्रमाणेच पार पाडायचं, असा धाडसी निर्णय वर-वधूंनी घेतला. काही गडबडगोंधळ व्हायला लागला तर लगेचच सगळ्यांनी धावत शेजारीच असलेल्या सभागृहामध्ये घाईनं शिरायचं, असं त्यांनी ठरवलं.

या कार्यक्रमाचं चित्रीकरण करणारा माणूस वर-वधूंना दुपारी दोनच्या सुमाराला भेटला. त्यानं आपलं काम सुरू केलं. तेवढ्यात, काही वेळातच जबारीला इस्रायली क्षेपणास्त्रानं ठार केल्याची बातमी आली. हे कळताच आता मोठा गोंधळ माजणार याची त्याला कल्पना आली. आपल्या पत्नीला फोन करून आपल्या मुलांना शाळेतून तातडीनं घरी घेऊन जाण्यासाठीचा निरोप त्यानं दिला. आपलं काम मात्र पूर्ण करायचं त्यानं मनाशी ठरवलं. ते अर्धवट सोडून चालणार नाही, असं त्यानं स्वत:लाच सांगितलं. या विवाहासाठी आमंत्रित केलेले बहुतेक सगळे लोक संध्याकाळी ७.३०च्या सुमाराला दाखल झाले. लोक पेयपान आणि भोजन यांचा आस्वाद घेत होते. अजूनपर्यंत तरी सगळं ठरल्याप्रमाणे सुरू होतं. ८.१५च्या सुमाराला धोक्याचा इशारा देणारा भोंगा वाजला. यामुळे बहुतेक जणांनी मोकळ्या जागेतल्या खानपान सेवेचा आस्वाद घेणं थांबवलं आणि ते तुलनेनं

इस्रायलनं निर्माण केलेल्या आयर्न डोम क्षेपणास्त्रांनी आपल्या शत्रूंकडून सोडल्या जाणाऱ्या या रॉकेट्सना नेस्तनाबूत करण्यात अभूतपूर्व यश मिळवलं आहे. इस्रायलची ही बचाव यंत्रणा इतकी सक्षम आहे, की यामुळे शत्रूंची रॉकेट्स जवळपास बोथट झाल्यासारखीच आहेत. जवळपास ८५ ते ९० टक्के हल्ले रोखण्यात या क्षेपणास्त्रांना यश मिळतं. जगभरात इतरत्र कुठेही अशा प्रकारचं भन्नाट यश बचाव यंत्रणांना मिळू शकलेलं नाही. शत्रूचे हल्ले होण्याआधीच ते थांबवण्यासंबंधीची ही इस्रायली क्षमता म्हणूनच अद्वितीय आहे. तिच्या जोरावर इस्रायलनं आपल्या प्रदेशावर डागली जाणारी रॉकेट्स रोखण्याच्या संदर्भात कमालीपलीकडची कामगिरी करून दाखवली आहे.

सुरक्षित असलेल्या शेजारच्या सभागृहामध्ये दाखल झाले. आपणही विनाकारण धोका कशाला पत्करायचा असं म्हणून लग्नसोहळ्याचं चित्रीकरण करणाऱ्या कॅमेरामननं सभागृहाचा आश्रय घ्यायचं ठरवलं. ते करण्याआधी त्यानं आपला कॅमेरा आकाशाच्या दिशेनं वळवून त्यातून बघितलं. त्याला आकाशात फटाके उडत असल्यासारखं दृश्य दिसलं. यामुळे रॉकेट्सचा मारा सुरू झाल्याचं त्याच्या लक्षात आलं आणि आपला कॅमेरा तसाच सोडून तो तातडीनं सभागृहामध्ये पळाला.

प्रत्यक्षात आकाशात दिसत असलेली आतशबाजी शत्रूच्या रॉकेट्सची नव्हतीच. शत्रूनं गाझा पट्ट्यातून रॉकेट्स इस्रायलच्या दिशेनं डागली होतीच; पण ही रॉकेट्स आपल्या लक्ष्यापर्यंत पोहोचण्याआधीच नष्ट करण्यासाठी इस्रायलची 'आयर्न डोम' क्षेपणास्त्रं पुढे सरसावली होती. या क्षेपणास्त्रांनी ही रॉकेट्स आकाशातच नष्ट केल्यामुळे ती आपल्या लक्ष्यापर्यंत पोहोचू शकली नाहीत. कॅमेऱ्यातून दिसलेली दृश्यं या क्षेपणास्त्रांची होती. ब्रिगेडियर डॅनी गोल्डचा या आयर्न डोम क्षेपणास्त्रांच्या निर्मितीमागे महत्त्वाचा हात होता. त्यानं नंतर ही दृश्यं बघितली. आपल्या देखरेखीखाली तयार झालेल्या या क्षेपणास्त्रांमुळे शत्रूची रॉकेट्स भेदली गेल्याचं त्याला काही विशेष वाटलं नाही. या दृश्यांमधल्या दुसऱ्याच गोष्टीकडे त्याचं लक्ष वळलं. धोक्याचा इशारा देणारा भोंगा वाजला तेव्हा संबंधित लग्नसमारंभामधले सगळेच्या सगळे लोक सभागृहामध्ये धावले नाहीत; काही जण बाहेर मोकळ्या जागेतच आनंदोत्सव साजरा करण्यासाठी नाचत राहिले. शत्रूनं डागलेल्या रॉकेट्सचा हल्ला हाणून पाडण्यासाठीची इस्रायलकडची यंत्रणा किती भरभक्कम आहे याविषयी सर्वसामान्य लोकांना किती आत्मविश्वास वाटतो, याचं हे प्रतीक होतं. धोक्याचा इशारा देणारा भोंगा किंवा प्रत्यक्षात शत्रूच्या रॉकेट्सचा मारा यातलं काहीच त्यांना घाबरवू शकलं नाही.

या आयर्न डोम क्षेपणास्त्रांच्या निर्मितीमागची कथाही तशी अद्भुतच आहे. गाझामधली हमास आणि लेबेनॉनमधली हिझबुल्ला या दोन संघटना इस्रायलच्या अत्यंत कट्टर शत्रूंमध्ये गणल्या जातात. तसंच इतर शत्रूंपेक्षा या दोन संघटना अंतराच्या दृष्टीनं इस्रायलच्या जवळ आहेत. यामुळे त्यांनी इस्रायलच्या दिशेनं सोडलेली रॉकेट्स ही दीर्घ पल्ल्याची नसून कमी अंतरावरच्या लक्ष्यांचा वेध घेऊ शकणारी असतात. इस्रायलनं निर्माण केलेल्या आयर्न डोम क्षेपणास्त्रांनी आपल्या शत्रूंकडून सोडल्या जाणाऱ्या या रॉकेट्सना नेस्तनाबूत करण्यात अभूतपूर्व यश मिळवलं आहे. इस्रायलची ही बचाव यंत्रणा इतकी सक्षम आहे, की यामुळे शत्रूंची

रॉकेट्स जवळपास बोथट झाल्यासारखीच आहेत. जवळपास ८५ ते ९० टक्के हल्ले रोखण्यात या क्षेपणास्त्रांना यश मिळतं. जगभरात इतरत्र कुठेही अशा प्रकारचं भन्नाट यश बचाव यंत्रणांना मिळू शकलेलं नाही. शत्रूचे हल्ले होण्याआधीच ते थांबवण्यासंबंधीची ही इस्त्रायली क्षमता म्हणूनच अद्वितीय आहे. तिच्या जोरावर इस्त्रायलनं आपल्या प्रदेशावर डागली जाणारी रॉकेट्स रोखण्याच्या संदर्भात कमालीपलीकडची कामगिरी करून दाखवली आहे.

शत्रूंकडून सोडली जाणारी क्षेपणास्त्रं आणि रॉकेट्स यांच्यापासून बचाव करण्यासाठीची यंत्रणा इस्त्रायलनं उभी करण्याची सुरुवात अगदी ठरवून वगैरे न होता तशी अपघातानंच झाली. १९८०च्या मध्यावर रोनाल्ड रीगन हा अत्यंत आक्रमक प्रवृत्तीचा अमेरिकी राष्ट्रपती आपला कट्टर शत्रू असलेल्या सोव्हिएत युनियनबरोबरच्या शीतयुद्धाला नवा आकार देण्याच्या प्रयत्नात होता. सोव्हिएत युनियनकडून आपल्यावर होऊ शकणाऱ्या संभाव्य अण्वस्त्र हल्ल्यापासून बचाव व्हावा यासाठी अमेरिकेनं सक्षम यंत्रणा उभी करायचं ठरवलं. या योजनेला 'स्टार वॉर्स' म्हणून ओळखलं जाई. अमेरिकेनं आपल्या मित्रराष्ट्रांना या प्रयत्नात सामील करून घ्यायचं ठरवलं. इशॅक रबिन या इस्त्रायली पंतप्रधानानं लगेचच याला पाठिंबा दिला. खरं म्हणजे तेव्हा इस्त्रायलकडून अमेरिकेला मदत होण्यासारखं काहीच नव्हतं. स्वतः इस्त्रायल लष्करी आणि आर्थिक अशा दोन्ही पातळ्यांवर फार मजबूत नव्हता. तरीसुद्धा अमेरिकेच्या बाजूनं या लढाईत उतरण्यामागची रबिनची इच्छा अगदी समजण्यासारखी होती. अमेरिका ही जागतिक पातळीवरची एकमेव महासत्ता म्हणून अनेक वर्षं राज्य करणार, अशी चिन्हं स्पष्टपणे दिसत असताना अमेरिकेबरोबरचे संबंध सुधारण्यासाठी स्वतःहून चालून आलेली एकही संधी वाया घालवण्याचा मूर्खपणा आपण करता कामा नये, हे त्याला माहीत होतं. म्हणूनच आत्ता आपण अमेरिकेला काहीही थेट मदत करू शकत नसलो, तरी निव्वळ अमेरिकेच्या बाजूनं आपण उभे आहोत, एवढा इशारा भविष्यात अमेरिकेसाठी पुरेसा असल्याचं त्याचं मत होतं. अमेरिकेचा दीर्घकालीन पाठिंबा मिळवणं, तसंच निरनिराळ्या मार्गांनी अमेरिकेकडून मदत मिळवणं भविष्यात याच आधारे शक्य होईल, याची त्याला कल्पना होती.

अर्थातच, आपण प्रत्यक्षात अमेरिकेच्या धोरणाला पूरक असलेलं काहीच दाखवू किंवा सिद्ध करू शकलो नाहीत तर अमेरिकेला आपला पाठिंबा फुसका वाटू शकतो, याची रबिनला कल्पना होती. साहजिकच, आपण नुसता नावापुरता

अमेरिकेला पाठिंबा दिलेला नसून प्रत्यक्षात आपण त्यासाठी काहीतरी करतसुद्धा आहोत, हे त्यानं दाखवायचं ठरवलं. यासाठी इस्रायलच्या संरक्षणदलाशी संबंधित असलेल्या संशोधन विभागाशी त्यानं चर्चा केली. यामधला महत्त्वाचा मुद्दा म्हणजे थेट अमेरिकी राष्ट्रपतीचा पाठिंबा असल्यामुळे आपण एखादी सर्वसाधारण स्वरूपाची योजना जरी आखली तरी ती पूर्णत्वाला नेण्यासाठी अमेरिकी कंपन्या भरीव गुंतवणूक करतील, याची या विभागाला कल्पना होती. फार कष्ट न घेता किंवा खूप निधी स्वत: न ओतता काही संकल्पना मांडल्या तरी त्या आत्ता पुरेशा आहेत, असा याचा सारांश होता. या संशोधन विभागाचं असं मत असलं तरी इस्रायली गुप्तचर विभागाला मात्र त्यात दम वाटत नव्हता. रबिनशी या विभागातले वरिष्ठ अधिकारी सहमत नव्हते. इस्रायलवर शत्रूंचा क्षेपणास्त्रं किंवा रॉकेट्स यांचा हल्ला होण्याची शक्यता कितपत आहे, याची त्यांनी पडताळणी केलेली होती. त्यातून मिळालेल्या निष्कर्षांनुसार इस्रायलवर असा हल्ला होणं जवळपास अशक्य असल्याचं निष्पन्न झालं. असं असताना इस्रायलनं अमेरिकेच्या मागे फरफटत जाऊन विनाकारण संभाव्य हल्ल्यांपासून बचाव करू शकणारी यंत्रणा उभी करण्याच्या फंदात पडू नये, असं गुप्तचर विभागाचं मत होतं. इस्रायली लष्करापुढे इतर बरेच प्रश्न असून ते सोडवण्याकडे आपण आपलं लक्ष आणि आपला निधी या गोष्टी वळवल्या पाहिजेत, असं त्यांचं म्हणणं होतं. फक्त सीरियाकडे स्कड क्षेपणास्त्रं असल्याची त्यांना माहिती होती. या क्षेपणास्त्रांपासून बचाव करण्यापुरती आपली तयारी असलेलंही पुरेसं असल्याचं ते मानत. तसंच ही क्षेपणास्त्रं अचानकपणे डागली जाणं जवळपास शक्य नसून पारंपरिक युद्धाचा भाग म्हणूनच त्यांचा वापर केला जाईल, असा त्यांचा अंदाज होता. स्वाभाविकपणे इस्रायलनं क्षेपणास्त्रं आणि रॉकेट्स यांच्या हल्ल्यांपासून रक्षण करण्यासाठी खास काही करण्याची गरज नाही असं ते सांगत होते. दुसरा धोका सीरियाच्या तथाकथित रासायनिक अस्त्रांचा होता. या अस्त्रांपासून बचाव करण्यासाठी इस्रायली जनतेला 'गॅस मास्क' वाटणं पुरेसं असल्याचा त्यांचा दावा होता.

इस्रायली गुप्तचर विभागानं रबिनच्या संकल्पांना विरोध करण्यामागे दुसरंही एक कारण होतं. हे कारण राजकीय स्वरूपाचं होतं. अमेरिकेनं योजलेली बचाव यंत्रणा संभाव्य सोव्हिएत हल्ल्यांपासून बचाव करण्यासाठीची असणार होती. इस्रायलच्या शत्रूंना शस्त्रास्त्रांचा पुरवठा करण्यातही रशिया सगळ्यांत आघाडीवर होता. आता आपण अमेरिकेच्या बाजूनं स्टार वॉर्समध्ये सहभागी झालो तर

आपल्या विरोधातला सोव्हिएत पवित्रा आणखी आक्रमक होऊ शकतो, अशी रास्त भीती इस्रायलमध्ये काही जण व्यक्त करत होते. आपणच सोव्हिएत युनियनला आपल्या विरोधात आणखी कारवाया करण्याला प्रवृत्त करण्याचा धोका कशाला पत्करायचा, असं त्यांचं म्हणणं होतं. अरब देशांना आपण करत असलेल्या लष्करी मदतीत याच कारणामुळे वाढ करत असल्याचा निर्णयही सोव्हिएत युनियन लगेचच जाहीर करेल, असं त्यांना वाटत होतं. याखेरीज, सोव्हिएत युनियनमधल्या ठिकठिकाणच्या ज्यू धर्मीयांना इस्रायलमध्ये स्थलांतरित होण्यासंबंधीचे परवाने सहजासहजी मिळू न देणं आणि अशा परवान्यांच्या संख्येमध्ये घट करणं, अशी पावलं उचलली जाण्याचीही दाट शक्यता होती.

हे सगळे संभाव्य धोके गृहीत धरूनसुद्धा रबिननं आपल्या लष्कराच्या संशोधन विभागप्रमुखाला अमेरिकेनं जाहीर केलेल्या धोरणामध्ये इस्रायल काय भर टाकू शकतो, हे तपासण्यासंबंधीची सूचना केली. या विभागप्रमुखानं त्या कामात युझी रबिनला सहभागी करून घ्यायचं ठरवलं. हवाई तंत्रज्ञानाशी संबंधित असलेल्या कामात युझी रबिन एकदम निष्णात मानला जाई. संरक्षण विभागाच्या अनेक प्रकल्पांमध्ये त्यानं महत्त्वाची भूमिका बजावली होती. तसंच कामाच्या बाबतीत अजिबात कसूर न करणारा आणि एकदम व्यवस्थितपणे सगळ्यांकडून त्यांची जबाबदारी पार पाडून घेणारा नेता म्हणून त्याचं नाव होतं. या प्रकल्पामध्ये काम करण्याच्या कल्पनेनं युझी रबिन एकदम खूश झाला. त्यानं जीव ओतून त्यात सहभाग दर्शवला. काही महिन्यांमध्येच इस्रायली कंपन्यांनी या प्रकल्पासाठीचे उत्कृष्ट दर्जाचे तीन प्रस्ताव सादर केले. त्यामधला एक प्रस्ताव प्रचंड वेगानं तोफगोळे झाडू शकणाऱ्या एका तोफेच्या निर्मितीसंबंधीचा होता. दुसरा प्रस्ताव शत्रूच्या संभाव्य हल्ल्यांना रोखण्यासाठी उभ्या केल्या जाणाऱ्या बचाव यंत्रणेच्या संगणकांवरच्या प्रात्यक्षिकांशी संबंधित असलेला होता. म्हणजे शत्रूचे हल्ले नेमके कशा प्रकारे होऊ शकतात आणि ते झाले तर आपण काय उपाययोजना केल्या पाहिजेत, हे सगळं संगणकांमध्ये भरून त्याआधारे असंख्य शक्यतांची पडताळणी करायची. यातून मिळणारे सगळे निष्कर्ष इस्रायली लष्कराला उपलब्ध करून द्यायचे. म्हणजे मग इस्रायली लष्कर या संदर्भातली पूर्वतयारी करून ठेवू शकेल. तसंच जेव्हा कधी शत्रूकडून क्षेपणास्त्रं किंवा रॉकेट्स या माध्यमातून हल्ला करेल तेव्हा अशा हल्ल्याला तोंड देण्यासाठी नक्की काय केलं पाहिजे याचा विचार तेव्हा; म्हणजे ऐन वेळी करायला नको. फक्त तेव्हाची परिस्थिती काय असेल

यासंबंधीची माहिती संगणकाच्या आधीपासूनच तयार असलेल्या मॉडेलमध्ये भरली की संगणक नक्की काय केलं पाहिजे याची संपूर्ण माहिती देईल. तसंच हे सॉफ्टवेअर फक्त माहितीनं भरलेलं नसून त्यात अनेक प्रात्यक्षिकं करून बघता येतील तसंच युद्धभूमीवर होत असलेल्या गोष्टींचा थोडाफार अनुभव मिळावा या दृष्टीनं त्यात 'सिम्युलेशन्स' करता येतील, अशीही सोय असणार होती.

तिसरी आणि सगळ्यात भव्यदिव्य संकल्पना 'ॲरो' नावाच्या प्रकल्पाची होती. यात पृथ्वीभोवतालच्या वातावरणाच्या थराबाहेरच शत्रूचा हल्ला रोखण्याची क्षमता असलेली यंत्रणा उभी करण्याची योजना होती. म्हणजेच शत्रूकडून क्षेपणास्त्र किंवा रॉकेट आलं की ते आपल्या भूमीवर येण्यापूर्वीच हवेत मारा करणारी आपली बचाव यंत्रणा त्याचा वेध घेऊन त्याला हवेतच नष्ट करेल, अशी यामागची संकल्पना होती. अर्थातच, ही भन्नाट संकल्पना अत्यंत नवीन होती. डॉव्ह रविव्ह नावाच्या युवकानं ती मांडली. इस्रायलच्या सुरक्षेच्या दृष्टीनं ती खूपच उपयुक्त ठरेल, असं त्याचं मत होतं. इस्रायलचा छोटा आकार आणि त्याचं भौगोलिक स्थान या गोष्टी लक्षात घेता शेजारच्या कुठल्याही शत्रूकडून सोडण्यात आलेलं क्षेपणास्त्र इस्रायलमधल्या आपल्या लक्ष्याचा अचूक वेध घेऊ शकतं, हा धोका अजिबातच दुर्लक्षणीय नसल्याचा महत्त्वाचा मुद्दा त्यानं मांडला. म्हणूनच अशी क्षेपणास्त्रं हवेत खूप उंचीवर असतानाच ती नष्ट करणारी यंत्रणा इस्रायलकडे असणं आवश्यक आहे, असं तो म्हणत असे.

संधी मिळताच रबिननं हे तीन प्रस्ताव वॉशिंग्टनमध्ये अमेरिकी वरिष्ठांसमोर सादर केले. त्यामधल्या ॲरोच्या संकल्पनेमुळे अमेरिकी लोक आश्चर्यचकित तर झालेच; पण 'या तंत्रज्ञानाची निर्मिती करण्यासाठी फक्त १५.८० कोटी डॉलर्सचा खर्च येईल', असा रविवनं व्यक्त केलेला अंदाज ऐकून तर त्यांना नवलच वाटलं. त्यांच्या अंदाजानुसार याच्यासाठी किमान ५० कोटी डॉलर्सचा आणि खरं म्हणजे त्याहूनही बराच जास्त खर्च येणं अपेक्षित होतं. साहजिकच, याच्या एक-तृतियांशाहून कमी खर्चात इस्रायल अशी यंत्रणा उभी करू शकतो, यावर त्यांचा विश्वासच बसत नव्हता. म्हणूनच अमेरिकी लष्कराशी संबंधित असलेले सगळे निर्णय घेणाऱ्या पेंटॅगॉन या मुख्यालयानं इस्रायलच्या या प्रकल्पाचा सगळा खर्च उचलण्याची तयारी दाखवली.

अर्थातच, इस्रायलला या निर्णयाचं भलतंच आश्चर्य वाटलं; पण हा इस्रायलसाठीचा सुखद अनपेक्षित धक्काच होता. कहर म्हणजे अमेरिकेच्या या

निर्णयाचं इस्रायली गुप्तचर विभागानं मात्र अजिबातच स्वागत केलं नाही. एहूद बराक या इस्रायली लष्करप्रमुखानं इस्रायली संरक्षणमंत्र्याला या संदर्भात पत्र लिहिलं. इस्रायली लष्कराला रणगाडे, लढाऊ विमानं, युद्धनौका अशा गोष्टींची गरज असताना देशानं ॲरो प्रकल्पावर विनाकारण खर्च करू नये, असं त्याचं मत होतं. या संदर्भातल्या एका लष्करी बैठकीत एका वरिष्ठ लष्करी अधिकाऱ्यानं 'शत्रूच्या क्षेपणास्त्रांपासून बचाव करण्याच्या यंत्रणेमुळे युद्धं जिंकता येत नसतात; आक्रमणांमुळे मात्र ती नक्की जिंकता येतात', असं विधान केलं. तसंच दुसऱ्या एका बैठकीत स्वत: बराकनं या बचाव यंत्रणेवर होणारा खर्च इस्रायलच्या भविष्यातल्या युद्धांमधल्या विजयाच्या आड येणार असल्याचं सांगितलं. उपलब्ध असलेली सगळी रक्कम इस्रायली लष्करानं आक्रमकतेनं लढण्यासाठीच्या शस्त्रास्त्रं खरेदीसाठी खर्च करण्यासाठीची विनंतीही त्यानं संरक्षणमंत्री रबिनपाशी केली. तसंच क्षेपणास्त्रांपासून बचाव करण्यासाठीची यंत्रणा हवीच असेल तर नव्यानं अशी यंत्रणा उभी करण्याचा खटाटोप इस्रायलनं करण्यापेक्षा अमेरिकेकडे तयार होत असलेल्या 'थड' नावाच्या यंत्रणेचा वापर इस्रायलनं करावा, असं त्यानं सुचवलं. या तंत्रज्ञानाचा खर्च ॲरोच्या निर्मितीच्या खर्चापेक्षा कमी असण्याची दाट शक्यता असल्यामुळे इस्रायलचाही त्यात फायदाच आहे, असं त्याचं म्हणणं होतं. इस्रायल या देशाच्या निर्मितीच्या काळात अत्यंत महत्त्वाची भूमिका बजावणारा डेव्हिड बेन-गुरियन याच्या एका विधानाचा हवालाही या संदर्भात देण्यात आला. इस्रायलनं

१९९१मध्ये पहिलं आखाती युद्ध सुरू झालं आणि ॲरो प्रकल्पाला नवसंजीवनी लाभली. सद्दाम हुसेननं कुवेतवर कब्जा तर केलाच; शिवाय, इस्रायलवर ३९ स्कड क्षेपणास्त्रंही डागली. इराकच्या या हल्ल्यामुळे इस्रायलमध्ये अत्यंत घबराट निर्माण झाली. नागरिकांना आपल्या सुरक्षिततेसाठी 'गॅस मास्क' घालून चहूबाजूंनी बंद करण्यात आलेल्या ठिकाणांमध्ये स्वत:ला कोंडून घ्यावं लागलं. शत्रूच्या रॉकेट्समुळे आणि क्षेपणास्त्रांमुळे काय घडू शकतं याची एकदम जोरदार चुणूक इस्रायलला अनुभवायला मिळाली. साहजिकच, या युद्धानंतर इस्रायलमध्ये ॲरो प्रकल्पाला प्रचंड महत्त्व लाभलं.

आपली सगळी युद्धं परकीय भूमीवरच लढली पाहिजेत, असं बेन-गुरियननं म्हटलं होतं. म्हणजेच इस्रायलनं आपल्या भूमीवर मुळात कोणत्याच प्रकारची चकमक होऊ देता कामा नये; म्हणजेच नेहमी आक्रमक भूमिका स्वीकारली पाहिजे, असा याचा अर्थ होता. जर इस्रायलनं नेहमी आक्रमणाचा आसरा घेणं अपेक्षित असेल तर मग इस्रायलला बचावाची काय गरज आहे, असा यामागचा युक्तिवाद होता. म्हणूनच ॲरोसारख्या प्रकल्पांवरचा खर्च वायफळ असल्याच्या टीकेचा सूर यातही होता.

या टीकेला उत्तर देताना 'मुळात इस्रायल या राष्ट्राची निर्मिती होण्यापूर्वीच्या काळात बेन-गुरियननं पॅलेस्टिनी भूमीत ज्यू लोकांचं संरक्षण केल्यामुळेच हा देश इथे उभा राहू शकला हे विसरून चालणार नाही', असं म्हटलं गेलं. म्हणजेच मुळात इस्रायल हा देश सुरक्षित राहिला आणि टिकून राहिला तरच इतरांवर वेळप्रसंगी आक्रमण करण्याची भाषा आपण करू शकतो, असा याचा अर्थ होता.

१९८७च्या अखेरीला इस्रायली गुप्तचर विभागाला सीरियासंबंधीची महत्त्वाची माहिती मिळाली. या माहितीनुसार सीरियाकडे आधीपासूनच असलेल्या स्कड क्षेपणास्त्रांवर रासायनिक अस्त्रं बसवण्यासंबंधीची क्षमता निर्माण करण्यासंबंधीचे प्रयत्न सुरू असल्याचं समजलं. ही अत्यंत धक्कादायक बातमी होती. सीरियाकडे रासायनिक अस्त्रं असल्याचा संशय इस्रायलला आधीपासूनच होता. ही रासायनिक अस्त्रं इस्रायली भूमीवर आणण्यासाठीची क्षमता मात्र सीरियाकडे नसल्याची इस्रायलची खात्री होती. फार फार तर एखाद्या विमानातून सीरिया अशी संहारक अस्त्रं आपल्यापर्यंत आणू शकेल, हे इस्रायलला माहीत होतं. सीरियामधून येणारी अनधिकृत विमानं पाडण्यासाठीची यंत्रणा इस्रायलकडे होती. स्वाभाविकपणे सीरियाकडे रासायनिक अस्त्रं असली तरी त्याचा आपण फार बाऊ करण्याची गरज नसल्याचं इस्रायलचं मत होतं. या नव्या घडामोडींमुळे मात्र इस्रायल पार चिंतित झाला. आपल्याकडच्या सोव्हिएत क्षेपणास्त्रावर रासायनिक अस्त्र बसवून ते आपल्यापर्यंत पाठवण्याची सीरियाची क्षमता आपल्यासाठी प्रचंड धोकादायक असल्याचं इस्रायलला कळून चुकलं.

या काळात गाजलेलं इराण-इराक युद्ध सुरू होतं. या युद्धात इराकनं आपल्याकडे असलेल्या स्कड क्षेपणास्त्रांचा वापर इराणच्या दिशेनं केला. साहजिकच, तेहरान शहरात ही क्षेपणास्त्रं धुमाकूळ घालायला लागली. म्हणूनच या क्षेपणास्त्रांचा धोका आणखी मोठ्या प्रमाणावर इस्रायलच्या लक्षात आला. तेहरान

शहर रिकामं करण्याची वेळ इराणवर आल्यामुळे आपल्यासमोर अशा अस्त्रांचा धोका नक्की कशा स्वरूपाचा असू शकतो, याची कल्पना इस्रायलला आली. तरीही, इस्रायली लष्करामध्ये यासंबंधी फारशा हालचाली होत नसल्यामुळे शेवटी एका अधिकाऱ्यानं इस्रायली लष्करातल्या उच्चपदस्थांना याविषयी एक पत्र लिहिलं. आपण या संभाव्य हल्ल्यांपासून बचाव करण्यासाठीची यंत्रणा आधीपासूनच उभी केली पाहिजे, असा या पत्राचा सारांश होता. या पत्रामुळे इस्रायली लष्कराला मोठा हादरा बसला. इस्रायली हवाईदल आणि गुप्तचर विभागप्रमुख यांनी पंतप्रधान रबिनकडे या संदर्भात तक्रार नोंदवली. यामुळे मूळ पत्र लिहिणाऱ्या लष्करी अधिकाऱ्यानं आणखी एक पत्र लिहिलं. आपल्या पहिल्या पत्राचा उद्देश कुणावर वैयक्तिक स्वरूपाची टीका करण्याचा नव्हता; तर इस्रायलच्या सुरक्षिततेच्या दृष्टीनं आवश्यक असलेल्या गोष्टींकडे संबंधितांचं लक्ष वेधून घेण्यासाठीचा होता, असं त्यानं या दुसऱ्या पत्रात लिहिलं.

इस्रायली लष्कर आणि गुप्तचर विभाग यांनी ॲरो प्रकल्पाला दीर्घ काळ विरोध केला खरा; पण अखेर पंतप्रधान रबिननं या प्रकल्पाला अंशतः मान्यता दिली. अंशतः म्हणण्याचं कारण, या प्रकल्पासाठी अपेक्षित असलेल्या खर्चाच्या संपूर्ण आकड्याला मंजुरी न देता त्यामधल्या काही भागाला रबिननं मंजुरी दिली आणि हा खर्च एकदम न करता काही वर्षांमध्ये विभागून करण्याची अट घातली. या प्रकल्पाला सुरुवात झाली खरी; पण त्यात असंख्य अडचणी येत राहिल्या. १९९०मध्ये तर तो कायमसाठी बंदच पडेल अशी परिस्थिती निर्माण झाली. तेवढ्यात १९९१मध्ये पहिलं आखाती युद्ध सुरू झालं आणि ॲरो प्रकल्पाला नवसंजीवनी लाभली. सद्दाम हुसेननं कुवेतवर कब्जा तर केलाच; शिवाय, इस्रायलवर ३९ स्कड क्षेपणास्त्रंही डागली. इराकच्या या हल्ल्यामुळे इस्रायलमध्ये अत्यंत घबराट निर्माण झाली. नागरिकांना आपल्या सुरक्षिततेसाठी 'गॅस मास्क' घालून चहूबाजूंनी बंद करण्यात आलेल्या ठिकाणांमध्ये स्वतःला कोंडून घ्यावं लागलं. शत्रूच्या रॅकिट्समुळे आणि क्षेपणास्त्रांमुळे काय घडू शकतं याची एकदम जोरदार चुणूक इस्रायलला अनुभवायला मिळाली. साहजिकच, या युद्धानंतर इस्रायलमध्ये ॲरो प्रकल्पाला प्रचंड महत्त्व लाभलं. त्याचं काम त्वरेनं हाती घेण्यात तर आलंच; शिवाय, या प्रकल्पाला मंजूर करण्यात आलेल्या निधीच्या आकड्यांत भरघोस वाढ करण्यात आली. अशी यंत्रणा आपल्याजवळ नसेल तर भविष्यातल्या आणखी भयंकर हल्ल्यांमध्ये आपली अवस्था पार बिकट होऊ शकते हे आता कुणी वेगळं

सांगण्याची गरज नव्हतीच. सद्दाम हुसेनच्या हल्ल्यांमुळे सगळ्यांनी हा धोका प्रत्यक्ष अनुभवला होता. त्यासाठी कल्पना लढवणं किंवा अंदाज बांधणं अशा गोष्टी आता एकदम अनावश्यकच होत्या. अमेरिकेनंही इस्रायलला या प्रकल्पासाठी आर्थिक मदत पुरवली.

ॲरो प्रकल्पाचं काम वेगानं सुरू झालं खरं; पण अशा महत्त्वाकांक्षी प्रकल्पाला लागतो तितका वेळ त्याला लागलाच. अखेर २०००मध्ये तो पूर्ण झाला. इस्रायली हवाईदलाला तांत्रिक भाषेत ज्याला 'बॅलिस्टिक मिसाईल डिफेन्स सिस्टिम' म्हणून ओळखलं जातं अशी क्षेपणास्त्ररोधक यंत्रणा मिळाली. जगात इतर कुठल्याच देशाकडे अशा प्रकारची अत्याधुनिक यंत्रणा नव्हती. साहजिकच, इस्रायल ही मुसंडी मारणारा पहिला देश ठरला. आता एहूद बराक इस्रायलच्या पंतप्रधानपदी आला होता. एके दिवशी ॲरोची निर्मिती सुरू असलेल्या कारखान्याला त्यानं भेट दिली. तिथे त्यानं प्रांजळपणे आपलं या संदर्भातलं आधीचं मत चुकीचं असल्याची कबुली दिली. इतकंच नव्हे; तर इस्रायल या संदर्भात अमेरिकेलाही मागे टाकून हे तंत्रज्ञान उभं करणारा जगामधला पहिला देश ठरेल, असं आपल्याला कधीच वाटलं नसल्याचं त्यानं सांगितलं. आता प्रथमच सीरिया आणि इराक यांच्यासारख्या पारंपरिक शत्रूंच्या रॉकेट्सना आणि क्षेपणास्त्रांना हवेतच रोखून नष्ट करू शकणारी यंत्रणा इस्रायलकडे आली. यामुळे इस्रायल आश्वस्त झाला खरा; पण दरम्यानच्या काळात एका नव्याच अनपेक्षित धोक्याला आपल्याला तोंड द्यावं लागणार आहे, याची इस्रायलला कल्पना आली नाही. हा धोका नक्की कशा स्वरूपाचा होता आणि तो कोणाकडून होता?

२००१च्या एप्रिल महिन्यात इस्रायलच्या नजीकच्या गाझा पट्ट्यामधून इस्रायली भूमीवर दोन रॉकेट्स आदळली. पॅलेस्टिनी भूमी इस्रायलनं बळकावल्यामुळे इस्रायलच्या विरोधात लढणाऱ्या पॅलेस्टिनी लोकांच्या काही संघटना होत्या. त्यामधल्या हमास या संघटनेद्वारे हा हल्ला झाला होता. हमासनं या रॉकेटला 'कासम' असं नाव दिलं होतं. हमास संघटनेच्या वतीनं इस्रायलवर केल्या जाणाऱ्या हिंसक हल्ल्यांमागे बहुतेक वेळा या संघटनेमधला 'कासम हुतात्मा गट' नावाचा गट सक्रिय होता. या गटाच्या नावातूनच रॉकेटला हे नाव पडलं होतं. त्या वेळेला या रॉकेटचा पल्ला तसा कमी होता. ते फार तर दीडेक किलोमीटरपर्यंत जाऊ शके. २००५च्या सुमाराला मात्र हमासनं हे अंतर जवळपास दसपट वाढवलं. २००८मध्ये तर या रॉकेटचा पल्ला थेट ४० किलोमीटरवर गेला.

२०१२मध्ये हमासनं इराणी रॅकेट्स मिळवली. या रॅकेट्समध्ये गाझा पट्ट्यापासून सुमारे ६५ किलोमीटरवर असलेल्या तेल अवीव या इस्रायली शहरापर्यंत पोहोचू शकण्याची क्षमता होती. २०१४ साल आलं तशी गाझामधून एकंदर १२,००० रॅकेट्स इस्रायलवर डागण्यात आली होती.

हमासकडून रॅकेट्सचा हल्ला होणं इस्रायलसाठी धक्कादायक असलं तरी पूर्णतः अनपेक्षित नव्हतं. हमास ही संघटना इस्रायलमध्ये वारंवार आत्मघातकी हल्ले करतच असे. अधूनमधून हमासचा एखादा हल्लेखोर इस्रायलमध्ये गोळीबारही करत असे. रॅकेट्स ही मात्र हमासची खासियतच झाली होती. यामागे एक महत्त्वाचं कारण होतं. इस्रायली लष्कर आणि हवाईदल हे दोघंही एकदम भरभक्कम होते. साहजिकच, इस्रायलला या बाबतींमध्ये नमवण्याचा प्रयत्न करणंसुद्धा अशक्य होतं. इस्रायलनं हमासला केव्हाच चिरडून टाकलं होतं. हे ओळखून सीरिया आणि हिझबुल्ला या इतर इस्रायली शत्रूंनी इस्रायलवर क्षेपणास्त्रं आणि रॅकेट्स यांचा मारा करण्याचं तंत्र काही दशकांपासूनच वापरलं होतं. हमासनंही हाच मार्ग स्वीकारला. इस्रायलच्या विरोधातल्या खास युद्धाला पॅलेस्टिनी योद्धे 'इंतिफादा' असं नाव देत. २०००मध्ये दुसरा इंतिफादा सुरू झाला. इस्रायलनं पॅलेस्टिनी लोकांच्या गळ्याभोवतालचा आपला विळखा आणखी भरभक्कम केला. गाझा पट्ट्यातून आत-बाहेर प्रवास करण्यासाठीचे भूमार्ग आणि सागरी मार्ग हे दोन्ही इस्रायलनं बंद करून टाकले. पॅलेस्टिनी लोक अक्षरशः चहूबाजूंनी गाझा पट्ट्यात कोंडले गेले. साहजिकच, हमासला आता इस्रायलवर हल्ले करणं अवघड होऊन बसलं. त्यातल्या त्यात हवाई मार्ग हा एकमेव पर्याय शिल्लक राहिला. आता हमासनं रॅकेट्सचा मुबलक वापर करायचं ठरवलं.

२००१मध्ये इस्रायलवर हल्ला करण्यासाठी हमासनं वापरलेली रॅकेट्स स्वतःच तयार केली. यासाठीची यंत्रणा त्यांच्याकडे उपलब्ध होती. ही रॅकेट्स बनवायला सोपी होती. तसंच त्यांचा आकार आणि त्यांचं वजन हे सगळं एकदम सुटसुटीत असल्यामुळे ती हाताळणं आणि इस्रायलमध्ये पाठवणं हमासच्या दृष्टीनं अजिबातच कठीण ठरलं नाही. अक्षरशः रस्त्यावर बसवण्यात आलेल्या सार्वजनिक प्रकाशयोजनेसाठीच्या दिव्यांमधल्या पोलादी नळ्या रॅकेट्सचा मुख्य भाग म्हणून हमासनं अनेकदा वापरल्या. तसंच ही रॅकेट्स हवेतून जात असल्यामुळे इस्रायली लष्कर किंवा इतर सुरक्षा यंत्रणा यांचा अडथळा येण्याचाही प्रश्न नव्हता. इस्रायली भूमीमधल्या आपल्या लक्ष्याचा थेट वेध घेणं या रॅकेट्सना सहजपणे जमू शके.

२००५ साल उजाडताच हमासनं स्वतः रॉकेट्स तयार करण्याचं काम जरा कमी केलं आणि इतर ठिकाणांहून रॉकेट्स मिळवायला सुरुवात केली. गाझा पट्ट्यामध्ये रॉकेट्स तयार करणं बंद झालेलं नसलं तरी आता आणखी आधुनिक प्रकारची रॉकेट्स इजिप्तमार्गे आणली जात. कित्येकदा या रॉकेट्सचा आकार खूप मोठा असल्यामुळे ती मूळ स्वरूपात गाझापर्यंत आणणं शक्य होत नसे. यामुळे या रॉकेट्सचे सुटे भाग केले जात आणि हे सुटे भाग गाझा पट्ट्यामध्ये आणून पुन्हा जोडले जात.

२००१पर्यंत गाझा पट्ट्यातून इस्रायलमध्ये फक्त चार रॉकेट्स डागण्यात आलेली असली तरी दोनच वर्षांमध्ये हा आकडा १५५वर गेला. म्हणजेच हमासच्या रॉकेट्सचा धोका वाढत जाणार असल्याचं स्पष्टपणे दिसत होतं. खरं म्हणजे अशा हल्ल्यांसाठी आपल्याकडे आधीपासूनच उपाययोजना असल्याचं इस्रायलला वाटत होतं. कारण १९९६मध्ये अमेरिकी राष्ट्रपती बिल क्लिंटनबरोबर इस्रायली पंतप्रधान शिमाँ पेरेस यानं लेझर तंत्रज्ञानावर आधारित असलेली सुरक्षा यंत्रणा संयुक्तपणे उभी करण्यासंबंधीचा एक करार केला होता. त्या काळात लेबेनॉनच्या रॉकेट्सचा मुख्य धोका इस्रायलला जाणवत असला तरी इतर शत्रूंच्या रॉकेट्सना रोखण्यासाठीसुद्धा ही यंत्रणा उपयुक्त ठरू शकते, याची इस्रायलला कल्पना होती. या प्रकल्पाचं काम सुरू झालं खरं; पण त्यामधलं तंत्रज्ञान किचकट असल्यामुळे ते खूप वेळखाऊ ठरलं. साहजिकच, हे काम कधी पूर्णत्वाला जाणार याविषयी शंकाकुशंका व्यक्त करण्यात आल्या. याहूनही महत्त्वाचा मुद्दा म्हणजे मुळात हे तंत्रज्ञान त्याच्याकडून अपेक्षित असलेलं काम यशस्वीरीत्या पार पाडेल का नाही, याविषयीसुद्धा शंका व्यक्त केल्या जात होत्या.

दुसरी महत्त्वाची घडामोड म्हणजे २००४मध्ये इस्रायली लष्कराच्या संशोधन विभागाच्या प्रमुखपदी ब्रिगेडिअर जनरल डॅनी गोल्डची नेमणूक होणं ही होती. तंत्रज्ञान आणि व्यवस्थापन अशा दोन्ही आघाड्यांवर गोल्डनं चांगली मजल मारली होती; तसंच युद्ध, संरक्षण अशा गोष्टींशी संबंधित असलेलं तंत्रज्ञान हा त्याचा खास आवडीचा विषय होता. गोल्डनं ही जबाबदारी सांभाळली तेव्हा खरं म्हणजे हमासच्या रॉकेट्सचा इस्रायलला फार धोका जाणवत नव्हता. तरीसुद्धा, गाझा पट्ट्यामधून हमास संघटना इस्रायलवर जोरदार हल्ले करणार अशा प्रकारचं भविष्य गोल्डला जाणवत होतं. याला दूरदृष्टी म्हणायचं की योगायोग याची कल्पना नाही; पण गोल्डनं हा धोका दुर्लक्षणीय स्वरूपाचा नसल्याचं गृहीत धरलं, हे मात्र नक्की.

या धोक्याला तोंड देण्यासाठी पारंपरिक पद्धतींनी तयारी करावी, असा गोल्डचा सुरुवातीला पवित्रा होता. त्यानं आपल्या वरिष्ठांना भेटून आपल्या मनातली भीती पटवून देण्याचा प्रयत्न केला; तसंच आपल्याला या कामासाठी लागणारा निधी मंजूर करावा अशी विनंती केली. अर्थातच, त्याला कुठेही सकारात्मक प्रतिसाद मिळाला नाही. अशा कामांसाठी सध्या आपल्याकडे अजिबातच निधी शिल्लक नसल्याचं किंवा नजीकच्या भविष्यात तो मंजूर होण्याची शक्यताही नसल्याचं उत्तर त्याला सगळीकडून मिळालं. तसंच शत्रूंच्या रॉकेट्सना रोखणारी यंत्रणा उभी करण्याविषयी सगळ्यांनी शंकाकुशंका व्यक्त केल्या. त्यांचा सारांश म्हणजे : (१) अशी बचाव यंत्रणा उभी करण्याची संकल्पना कागदावर बरी वाटत असली तरी प्रत्यक्षात ती पूर्णत्वाला नेणं तांत्रिक अडचणींमुळे शक्यच होणार नाही; (२) हे तंत्रज्ञान उभं करण्यासाठी किमान दोन दशकं तरी लागतील; (३) यासाठी कोट्यवधी डॉलर्सचा खर्च येईल; (४) ही यंत्रणा उभी राहिली तरी तिचा काही उपयोग होणार नाही; कारण तोपर्यंत ती कालबाह्य झालेली असेल. नेहमीप्रमाणेच बचाव करण्यासाठी म्हणजेच बाह्य हल्ल्यांपासून इस्रायलचं संरक्षण करण्यासाठी यंत्रणा उभी करण्यापेक्षा आपण आक्रमकपणे शत्रूंवर हल्ले करण्यासंबंधीची यंत्रणा उभी करणं गरजेचं असल्याचं सगळ्या लष्करी अधिकाऱ्यांचं म्हणणं होतं. म्हणजेच ॲरो प्रकल्पाच्या वेळच्या चर्चेचीच पुनरावृत्ती परत एकदा झाली.

निराश न होता गोल्डनं आपला निर्धार कायम ठेवला. आपल्याकडे भरभक्कम संरक्षण यंत्रणा बचावासाठी उपलब्ध असेल तर आपण आपलं आक्रमण आणखी निर्धास्तपणे करू शकू, असं त्यानं लष्करी अधिकाऱ्यांना सांगितलं. तसंच अशा यंत्रणेमुळे सर्वसामान्य इस्रायली नागरिक सुरक्षित राहू शकतात याची इस्रायली लष्कराला खात्री असेल, तर या काळजीपोटी अनेकदा आपल्याला जशी माघार घ्यावी लागते किंवा युद्धबंदी जाहीर करावी लागते, तसं काही करावं लागणार नाही, हा अत्यंत महत्त्वाचा मुद्दा असल्याचं गोल्डनं ठासून सांगितलं. याखेरीज, खरोखरच एखाद्या शत्रूनं आपल्यावर रॉकेट्सचा हल्ला केला तर त्यातून होणारी प्राणहानी आणि संपत्तीची हानी यातलं काहीही इस्रायलला अजिबात परवडण्यासारखं नसल्याचं तो म्हणाला. सगळीकडून प्रचंड विरोध आणि दुर्लक्ष होत असूनही गोल्डनं आपल्या संकल्पना पुढे दामटायचं ठरवलं. त्याच्या विभागाच्या कामकाजासाठी इस्रायली लष्करानं मंजूर केलेला निधी एकदम तुटपुंजा होता. तरीही, काही खटाटोप करून गोल्डनं आणखी थोडा निधी मिळवला आणि

या कामाची मुहूर्तमेढ रचण्याच्या हेतूनं मोजक्या लोकांची एक टीम उभी केली. इस्रायली गुप्तचर विभागाला आपल्या देशावर होऊ शकणाऱ्या संभाव्य रॉकेट हल्ल्यांविषयी काय वाटतं, हेसुद्धा गोल्डला जाणून घ्यायचं होतं. त्यासाठी त्यानं या विभागाच्या लोकांशी चर्चा केली. गुप्तचर विभागाला हमास आपल्यावर कधीच रॉकेट्सचा हल्ला करणार नाही असं वाटत नसलं तरी असे हल्ले इतक्यात सुरू होणार नाहीत, अशी त्यांना खात्री होती. याचं कारण म्हणजे इस्रायलच्या भूमीपर्यंत पोहोचू शकणारी अद्ययावत रॉकेट्स तयार करण्याची क्षमता हमासमध्ये नसून असं तांत्रिक कौशल्य प्राप्त करण्यासाठी त्यांना अनेक वर्षं काम करावं लागेल, असं इस्रायली गुप्तचर विभागाचं मत होतं. स्वाभाविकपणे गोल्डच्या मनात घोळत असलेली हमासच्या संभाव्य रॉकेट हल्ल्यांची भीती इस्रायली गुप्तचर विभागाला तितकीशी जाणवत नव्हती. गोल्ड मात्र आपल्या मतांवर ठाम होता. हमासकडे आत्ता आपल्या भूमीवर रॉकेट्स सोडण्याची क्षमता नसली तरी काही वर्षांमध्येच ही क्षमता हमासकडे येणार याविषयी कुणाच्याच मनात शंका नव्हती. हाच दुवा गोल्डनं पकडला. आपल्यालाही रॉकेटच्या हल्ल्यांपासून संरक्षण करण्यासाठीची यंत्रणा तयार करायला काही वर्षं लागणारच आहेत. जर हमासलाही आपल्यावर हल्ला करण्यासाठीची रॉकेट्स तयार करण्यासाठी काही वर्षं लागणार असतील तर हमासकडे असा हल्ला करण्याची क्षमता येईपर्यंत आपली बचाव यंत्रणा कदाचित तयार झालेली असेल किंवा तयार होण्याच्या मार्गावर तरी असेल, असं गोल्ड म्हणत होता. अर्थातच, त्याला अमेरिकेच्या सहकार्यानं सुरू असलेल्या लेझर प्रकल्पाची कल्पना होती; पण हा प्रकल्प कितपत यशस्वी ठरेल याविषयी तोही साशंक होता. म्हणूनच आपण प्रत्यक्ष साकारू शकेल असं काहीतरी केलं पाहिजे, अशी त्याची इच्छा होती.

अखेर २००४च्या ऑगस्ट महिन्यात गोल्डनं इस्रायली कंपन्यांना आपल्या डोक्यात असलेली रॉकेटच्या हल्ल्यांना प्रतिबंध करणारी यंत्रणा नक्की कशा स्वरूपाची असू शकेल याविषयीचे आराखडे बनवण्यासाठी पाचारण केलं. काही आठवड्यांमध्येच गोल्डसमोर एकूण २४ कंपन्यांनी या संदर्भातले प्रस्ताव सादर केले. या प्रस्तावांमध्ये अपेक्षेप्रमाणेच खूप वैविध्य होतं. निरनिराळ्या तंत्रज्ञानांचा वापर करण्याची कल्पना या कंपन्यांनी लढवली होती. गोल्डच्या टीमनं या सगळ्या प्रस्तावांची छाननी करून त्यामधले बारकावे तपासले. अनेक प्रस्ताव नावीन्यपूर्ण होते. त्यांची तुलना करणं तसं सोपं नव्हतं. गोल्ड आणि त्याचे सहकारी यांनी

विविध अंगांनी या प्रस्तावांचा अभ्यास केला. अखेर २००५च्या मध्यावर 'रफाल' या सरकारी मालकीच्या कंपनीनं 'आयर्न डोम' नावाची यंत्रणा बनवण्यासंबंधी सादर केलेला प्रस्ताव सगळ्यात चांगला असल्याचं गोल्डचं मत झालं. या यंत्रणेचे तीन मुख्य भाग होते. त्यामधला पहिला भाग शत्रूची रॉकेट्स रोखण्यासाठीच्या रोधकाचा होता. याला तांत्रिक भाषेत 'इंटरसेप्टर' म्हणतात. दुसरा भाग रडार यंत्रणेचा होता. यामुळे शत्रूच्या हालचालींचा पत्ता लागणं शक्य होणार होतं. शत्रूकडून रॉकेट सोडण्याच्या हालचाली सुरू होताच इस्रायलला त्याची बातमी लागणार होती. तिसरी यंत्रणा शत्रूचं रॉकेट नेमकं कोणत्या दिशेनं, किती वेगात आणि कसं येणार आहे यासंबंधीची क्लिष्ट समीकरणं सोडवून त्याविषयीचा अंदाज घेण्यासाठीची होती. यामुळे इस्रायलमधल्या ठरावीक भागांमधल्या नागरिकांना संभाव्य हल्ल्यांची माहिती पुरवणं शक्य झालं असतं. तसंच शत्रूचं रॉकेट वस्ती किंवा मालमत्ता नसलेल्या मोकळ्या भागामध्ये पडणार असेल तर विनाकारणच ते रोखण्यासाठी आपली बचाव यंत्रणा कशासाठी वाया घालवायची, असाही प्रश्न यामुळे सुटू शकणार होता. म्हणजेच शत्रूचं रॉकेट मैदानात वगैरे कोसळणार असेल तर ते हवेतच रोखण्यासाठी इस्रायलनं आपलं संरक्षक क्षेपणास्त्र शत्रूच्या या रॉकेटच्या दिशेनं सोडण्याची गरज नव्हती. खऱ्याखुऱ्या हल्ल्यांना रोखण्यासाठीच इस्रायली बचावासाठीच्या क्षेपणास्त्रांचा वापर यामुळे होऊ शकणार होता.

अर्थातच, या यंत्रणेमध्ये मानवी सहभाग किंवा हस्तक्षेप अशक्यच होता. शत्रूनं रॉकेट सोडणं आणि त्यानं आपल्या लक्ष्याचा वेध घेणं यात फक्त मोजक्या काही सेकंदांचाच अवधी असे. यात कुठल्या इस्रायली माणसानं या रॉकेटविषयी काही करणं किंवा आपली बचाव यंत्रणा सज्ज करणं यासाठी वेळ शिल्लक राहणं यांची सुतराम शक्यता नव्हती. स्वाभाविकपणे, ही सगळी यंत्रणा पूर्णपणे स्वयंचलितच असणं गरजेचं होतं. सगळ्यात महत्त्वाचं म्हणजे ही सगळी अत्याधुनिक यंत्रणा असली तरी ती खूप खर्चीक असून चालणार नव्हतं. अशी यंत्रणा खूप महाग ठरली तर इस्रायली लष्कर तिच्या खरेदीला नकार देणार, हे यामागचं एक उघड कारण असलं तरी आणखी एक महत्त्वाचं कारण म्हणजे आपल्याकडची यंत्रणा महागडी आहे हे हेरून आपले शत्रू आपल्यावर मुद्दाम रॉकेट्स डागत राहतील, अशी इस्रायलला भीती वाटत होती. म्हणजे आपोआपच इस्रायलला शत्रूंकडून येणारी क्षेपणास्त्रं आणि रॉकेट्स यांच्यापासून बचाव करण्यासाठी सातत्यानं आपली बचावात्मक यंत्रणा वापरणं भाग पडलं असतं. साहजिकच, इस्रायलचा खर्च विलक्षण वाढत

गेला असता आणि निव्वळ रॉकेट्सचा मारा करून इस्रायलच्या शत्रूंना इस्रायलचं कंबरडं आर्थिकदृष्ट्या मोडणं शक्य झालं असतं. या सगळ्या प्रश्नांच्या विळख्यात सापडलेल्या गोल्डनं इस्रायली लोकांच्या नेहमीच्या धडाकेबाजपणाला नवाच आयाम दिला. त्यानं आता परिणामांचा विचार न करता सरळ नियमभंग करण्याचा धोका पत्करायचं ठरवलं. अनेक नियमांचं उल्लंघन करून २००५च्या ऑगस्ट महिन्यात त्यानं रफाल कंपनीला इस्रायली बचाव यंत्रणेची निर्मिती करण्याचं कंत्राट जारी केलं. इतकंच नव्हे; तर हे काम रफालनं शक्य तितक्या लवकर पूर्ण करावं आणि आपल्याला ही बचाव यंत्रणा उभी करून द्यावी, असंही त्यानं सांगितलं. खरं म्हणजे अशा प्रकारचे निर्णय घेण्याची परवानगी इस्रायलमध्ये फक्त संरक्षणमंत्री आणि इस्रायली गुप्तचर विभागाचा प्रमुख यांनाच असते.

अर्थातच गोल्डनं अशा प्रकारचं धाडस करणं आणि यातून सरकारी नियमांचं उल्लंघन करणं हा मोठा गुन्हाच होता. याची दखल घेण्यात आली. २००९च्या एका अहवालात सरकारच्या कामकाजाचा आढावा घेणाऱ्या संस्थेनं आयर्न डोम प्रकल्पावर कडाडून टीका केली. परवानगी नसताना गोल्डनं अनेक नियमांचं उल्लंघन करून हा प्रकल्प मार्गी लावला, हे अजिबातच योग्य नसल्याचं या अहवालात म्हटलं होतं. अर्थात, या अहवालाचा तसा काहीच उपयोग नव्हता. याचं कारण म्हणजे विलक्षण तातडीनं गोल्डनं हा प्रकल्प मार्गी लावल्यामुळे तोपर्यंत तो पूर्णत्वालाही जाऊन पोहोचला होता! आता गोल्डवर होणारी टीका ही फक्त औपचारिक स्वरूपाची होती.

गोल्डनं हे कसं साध्य केलं? मुख्य म्हणजे या प्रकल्पासाठी प्रचंड मोठ्या प्रमाणावर आर्थिक तरतुदीची गरज असताना ही रक्कम त्यानं कशी काय उभी केली? याचं उत्तर म्हणजे सरकारकडून अधिकृतपणे सहजासहजी निधी मिळणं कठीण असल्याची पुरेपूर कल्पना असल्यामुळे गोल्डनं आपल्या विभागासाठी उपलब्ध करून देण्यात आलेला निधी या प्रकल्पाच्या कामाकडे वळवायचा निर्णय घेतला. ही रक्कम सुमारे ५०-६० लाख डॉलर्स इतकी होती. इतकंच नव्हे; तर या निधीनं या प्रकल्पाची फक्त सुरुवात होऊ शकते याची कल्पना असल्यामुळे त्यानं एक अविश्वसनीय पाऊल उचललं. मूळ इस्रायली असलेल्या; पण आता अमेरिकेत स्थायिक झालेल्या एका खासगी गुंतवणूकदाराशी त्यानं संपर्क साधला. या प्रकल्पामध्ये या गुंतवणूकदारानं पाच कोटी डॉलर्स गुंतवावेत यासाठीचं साकडंच गोल्डनं त्याला घातलं. एखाद्या लष्करी अधिकाऱ्यानं अशा

प्रकारे कुठल्याही खासगी गुंतवणूकदाराशी संपर्क साधणं आणि आपल्या कामात गुंतवणूक करण्याविषयी आग्रह धरणं हा अगदी इस्रायलसाठीसुद्धा एकदम नवा विषय होता. अर्थात, गोल्डची या गुंतवणूकदाराशी सुमारे दोन वर्षांपासून ओळख होती; तरीही गोल्डचं हे धाडस अफाटच होतं. कहर म्हणजे हा प्रकल्प नक्की काय आहे, त्यातून काय साध्य होणार आहे, अशी कुठल्याच प्रकारची माहिती गोल्डनं या गुंतवणूकदाराला पुरवली नाही. ही माहिती गुप्त राखणं गोल्डच्या दृष्टीनं अत्यंत महत्त्वाचं होतं. फक्त आपल्याला एका महत्त्वाच्या सरकारी प्रकल्पासाठी निधी हवा असल्याचं आणि तो जेव्हा लागणार असेल तेव्हा आपण सांगू अशा बोलीवर त्यानं या गुंतवणूकदाराशी चर्चा केली.

आता मुळात रफाल कंपनीनं गोल्डला हवी असलेली बचाव यंत्रणा आपण तयार करू शकतो अशा प्रकारचं आश्वासन आपल्या निविदेद्वारे आधी दिलेलं असलं तरी प्रत्यक्षात हे कितपत शक्य आहे, याचा विचार रफालमध्ये सुरू झाला. या कामासाठी बहुतेक सगळ्यांची नजर १९७०च्या दशकापासून रफालमध्ये क्षेपणास्त्रांशी संबंधित असलेला तज्ज्ञ म्हणून ओळखल्या जाणाऱ्या योसी ड्रकरकडे वळली. ड्रकरनं स्वत: क्षेपणास्त्रं आणि त्यांच्याशी संबंधित असलेलं तंत्रज्ञान यात अनेक वर्षं काम तर केलं होतंच; शिवाय, या सगळ्यांचा प्रत्यक्षात कसा वापर केला जातो यामधले बारकावेही त्याला माहीत होते. तसंच गोल्डचं जेव्हा रफालशी बोलणं सुरू होतं तेव्हा क्षेपणास्त्रांच्या निर्मितीच्या एकंदर सात प्रकल्पांचा यशस्वी अनुभव कंपनीच्या पाठीशी होता. खरं म्हणजे रफाल कंपनीनं १९५०च्या दशकातच हवेतून मारा करू शकणारी क्षेपणास्त्रं बनवली होती; पण १९७३च्या योम किप्पुर युद्धापर्यंत या तंत्रज्ञानामध्ये तिला फार यश लाभू शकलं नाही. या युद्धात रफाल कंपनीनं बनवलेल्या 'शफ्रिर' या क्षेपणास्त्रानं शत्रूंची जवळपास १०० लष्करी विमानं पाडली. याच्या पुढचं पाऊल म्हणून रफाल कंपनीनं 'पायथन ३' नावाचं क्षेपणास्त्र तयार केलं.

शफ्रिर हे प्रभावी क्षेपणास्त्र असलं तरी ते शत्रूच्या विमानाच्या सरळ रेषेत आणल्यावरच त्याचा वेध घेऊ शके. पायथन ३ मध्ये ही अडचण नव्हती. कुठल्याही कोनातून; म्हणजेच वेगळ्याच दिशेला असूनही हे क्षेपणास्त्र शत्रूचं विमान टिपू शके. याचा फायदा उठवून पहिल्या लेबेनॉन युद्धादरम्यान इस्रायलनं शत्रूची जवळपास ४० विमानं हवेत नष्ट केली. यात आणखी सुधारणा होत गेल्या. २००६मध्ये पायथन ३ ही आणखी सुधारित आवृत्ती इस्रायली हवाईदलाकडे आली.

आता गोल्डच्या डोक्यात असलेला प्रकल्प पूर्णत्वाला नेण्याचं आव्हान रफालसमोर होतं. मुख्य म्हणजे या प्रकल्पासाठी निधीची चणचण भासत असल्यामुळे अगदी काटकसरीनं यासाठीचं काम हाती घेणं आवश्यक होतं. कुठेही विनाकारण खर्च करणं किंवा महागडे सुटे भाग वापरणं अशा प्रकारची चैन अजिबात परवडण्यासारखी नव्हती. या कामाला सरकारी पाठिंबा नसल्यामुळे त्यात अनेक अडचणीही येत. साहजिकच, प्रकल्पाच्या पूर्णत्वासाठीची तारीखही पुढे ढकलली जाई. तेवढ्यात २००६च्या एका घटनेनं सगळं चित्र झपाट्यानं बदललं. १२ जुलै २००६ रोजी हिझबुल्लाच्या काही सैनिकांनी इस्रायली सीमारेषेवरच्या रक्षकांना गुंगारा देत इस्रायली भूमीत प्रवेश केला. तिथे रक्षणासाठी नेमलेल्या दोघांचं अपहरण करण्यात आलं. हे कळताच इस्रायलनं तातडीनं आपला हुकमाचा एक्का असलेला मर्कावा रणगाडा हिझबुल्लाच्या मूळ आक्रमणाच्या दिशेनं धाडून दिला. यामुळे हिझबुल्लाच्या हल्लेखोरांना पळ काढणं अवघड होईल अशी आशा इस्रायली लष्कराला वाटत होती. प्रत्यक्षात मात्र हा रणगाडा हिझबुल्लानं आपल्या म्हणजेच लेबेनॉनच्या हद्दीत पेरलेल्या ताकदवान स्फोटकांवरून गेला आणि यामुळे झालेल्या स्फोटात नष्ट झाला. आधीच दोन सैनिकांचं हिझबुल्लानं अपहरण केलेलं असताना आता मर्कावा रणगाड्यासकट त्यामधलेही चार सैनिक मरण पावल्यामुळे इस्रायल पार हादरला. नेहमीच्याच धोरणानुसार इस्रायली पंतप्रधान एहूद ओल्मर्ट यानं तातडीनं या घटनेचा बदला घेण्यासाठी इस्रायल हिझबुल्लावर आक्रमण करणार असल्याचं जाहीर केलं. जवळपास २५ वर्षांनी इस्रायल पुन्हा एकदा मोठ्या प्रमाणावर युद्धभूमीवर उतरला.

या युद्धामध्ये इस्रायलनं आपल्यावर होत असलेल्या हल्ल्यांचा वचपा घेत शत्रूची ताकद मोठ्या प्रमाणावर संपवली खरी; पण याच काळादरम्यान आपल्यावर आपल्या शत्रूंकडून होत असलेल्या रॉकेट्सच्या हल्ल्याची तीव्रताही इस्रायलच्या लक्षात आली. फक्त ३४ दिवसांच्या काळात हिझबुल्लानं इस्रायली भूमीवर तब्बल ४३०० रॉकेट्स सोडली! यामुळे इस्रायली नागरिक भयभीत झाले. लाखो इस्रायली लोकांवर आपलं घरदार सोडून इतरत्र आश्रयासाठी पळ काढण्याची वेळ आली. खासकरून इस्रायलचा उत्तरेकडचा भाग तर निर्मनुष्य आहे की काय, असं वाटण्याजोगी परिस्थिती निर्माण झाली.

हे युद्ध संपल्यावर एका आठवड्यानंतर इस्रायली संरक्षणमंत्री अमीर पेरेत्झ यानं इस्रायलच्या संरक्षण म्हणजेच बचाव यंत्रणेचा आढावा घेण्यासाठी एक

बैठक बोलावली. या युद्धामुळे इस्रायल स्वतःचं रक्षण करू शकत नसल्यासंबंधी पेरेत्झवर कडाडून टीका झाली होती. त्याची कारकिर्दच जणू पणाला लागली होती. खरं म्हणजे पेरेत्झ हा कामगार चळवळीतून वर आलेला नेता होता. त्याला अर्थमंत्री व्हायचं होतं; पण त्याच्या संकल्पना इस्रायलच्या आर्थिक प्रगतीला खीळ घालू शकतील, अशी भीती पंतप्रधान ओल्मर्टला वाटल्यामुळे त्यानं संरक्षणपदाची माळ पेरेत्झच्या गळ्यात घातली. असं करणं धोक्याचं असल्याचं ओल्मर्टला त्याच्या काही सल्लागारांनी सांगितलं खरं; पण आपल्या निर्णयावर तो ठाम राहिला. पेरेत्झवर आपलं बारीक लक्ष असेल असं आश्वासन त्यानं दिलं. इस्रायलमधली सक्तीची लष्करसेवा वगळता पेरेत्झला लष्करासंबंधीचा कसलाच अनुभव नव्हता. यापूर्वी इस्रायलच्या संरक्षणमंत्री पदावर काम केलेल्या बहुतेक सगळ्यांना लष्करी किंवा गुप्तचर विभागाच्या कामाचा मोठा अनुभव असे. साहजिकच, आता अशी कुठलीही पार्श्वभूमी नसलेल्या पेरेत्झकडे बहुतेक लोक संशयी नजरेनंच बघत. पेरेत्झमध्ये या कमतरता असल्या तरी रॉकेट्सच्या संदर्भात मात्र त्याला इतर अनेक जणांपेक्षा जास्त माहिती होती. याचं एक मुख्य कारण म्हणजे ज्या भागात त्याचं वास्तव्य होतं तिथे अनेक वर्षांपासून गाझा पट्ट्यामधून रॉकेट्सचा मारा सुरू असे. आता या प्रश्नाविषयी काहीतरी निर्णायक पाऊल उचलण्याची संधी पेरेत्झसमोर चालून आली.

आपल्या बैठकीत आयर्न डोम हा आपल्या दृष्टीनं सगळ्यांत महत्त्वाचा प्रकल्प असून तो शक्य तितक्या लवकर पूर्णत्वाला नेणं गरजेचं असल्याचं मत पेरेत्झनं व्यक्त केलं. या कामासाठी वाढीव खर्च आला तरी आपण त्याची फिकीर करता कामा नये, असं त्यानं आपल्या सहकाऱ्यांना बजावलं. अर्थातच, पेरेत्झच्या या मताशी अनेक जण असहमत होते. इस्रायली लष्कराच्या उपप्रमुखानं पेरेत्झला घाईनं असा निर्णय न घेण्याचा सल्ला दिला. आपण जरा सबुरीनं या प्रश्नाचा विचार केला पाहिजे, असं त्याचं मत होतं. आपल्यावर सातत्यानं क्षेपणास्त्रांचा हल्ला झाला असल्याच्या पार्श्वभूमीवर आपण तातडीनं कसलेच निष्कर्ष काढता कामा नयेत, असं त्याचं मत होतं. असे प्रकल्प हाती घेतल्याचे इतर परिणाम काय होऊ शकतात, याचा साकल्यानं विचार करण्याची गरज त्यानं व्यक्त केली. याकडे साफ दुर्लक्ष करून पेरेत्झनं आयर्न डोमविषयीचं आपलं मत कायम ठेवलं. इतकंच नव्हे; तर त्याचं काम वेगानं पुढे नेण्याची सूचना त्यानं गोल्डला दिली. अर्थात, पेरेत्झच्या निर्णयांवर अंकुश ठेवण्याची जबाबदारी पंतप्रधान ओल्मर्टवर होती.

पेरेत्झच्या निर्णयावर नाखूश असलेल्या लष्करी अधिकाऱ्यांनी मागून ओल्मर्टचे कान भरले. आता ओल्मर्ट, पेरेत्झ आणि वरिष्ठ लष्करी अधिकारी यांची बैठक झाली. या बैठकीत परत एकदा आयर्न डोमवर चर्चा झाली. पेरेत्झनं त्याची गरज आत्मविश्वासानं अधोरेखित केली खरी; पण उपस्थित असलेल्या बव्हंशी लष्करी अधिकाऱ्यांनी पेरेत्झला विरोध केला. या यंत्रणेची आपल्याला तातडीनं नक्कीच आवश्यकता नसल्याचं मत त्यांनी मांडलं. साहजिकच, पेरेत्झ आणि गोल्ड यांचा नाइलाज झाला. ओल्मर्टनं पेरेत्झचा आधीचा आदेश मोडीत काढत या प्रकल्पामध्ये सरकारी निधी ओतण्याला आपण अनुकूल नसल्याचं सांगून टाकलं.

दरम्यान हिझबुल्लाबरोबरच्या इस्रायली युद्धाचा परिणाम रफाल कंपनीलाही जाणवला होता. हिझबुल्लाच्या रॉकेट हल्ल्याचा मोठा फटका कंपनीला बसला. याचं प्रमुख कारण म्हणजे कंपनीचं काम प्रामुख्यानं इस्रायलच्या उत्तर भागातूनच चाले. इथेच कंपनीचा क्षेपणास्त्रनिर्मितीचा कारखाना होता. तसंच या भागामध्येच कंपनीचे अनेक कर्मचारी राहत असत. हिझबुल्लाच्या हल्ल्यांमुळे यापैकी बहुतेक सगळे लोक आपला जीव वाचवण्यासाठी इस्रायलच्या दक्षिणेकडे तरी पळून गेले किंवा अशा हल्ल्यांपासून बचाव करण्यासाठीच्या खंदकांमध्ये अनेक दिवस राहिले. या अनुभवामुळे सरकारी मदत मिळो अथवा ना मिळो; आपण शत्रूची क्षेपणास्त्रं आणि रॉकेट्स यांच्यापासून बचाव करण्यासाठीची यंत्रणा उभी केलीच पाहिजे असं कंपनीच्या उच्चाधिकाऱ्यांचं मत बनलं.

इस्रायली सरकार आयर्न डोम प्रकल्पाला फारसं अनुकूल नसलं तरी गोल्डनं धीर सोडला नाही. आपल्या परीनं सरकारी नियम तो वाकवत राहिला. रफालनं या प्रकल्पाचं काम पुढे नेण्याविषयी तो आग्रहीच होता. २००६च्या नोव्हेंबर महिन्यात त्यानं कुठलीही सरकारी परवानगी न घेता किंवा कुणालाही याविषयीची कल्पना न देता रफाल कंपनीला हा प्रकल्प पूर्ण करण्याचे आदेश दिले. इस्रायली लष्करानं तसंच गुप्तचर विभागानं या प्रकल्पावर पूर्ण विचारही केला नव्हता. साहजिकच, अनेक जणांची परवानगी घेणं बाकी होतं. कुठल्या गोष्टी आधी करायच्या आणि कुठल्या गोष्टींना प्राधान्य द्यायचं नाही, अशा असंख्य निर्णयांविनाच गोल्ड बेधडकपणे पुढे गेला.

२००७च्या प्रारंभाच्या काळात पेरेत्झनं रफालच्या क्षेपणास्त्रनिर्मिती कार्यालयाला भेट दिली. तिथे आयर्न डोमचं काम कशा पद्धतीनं होऊ शकतं हे त्याला बघायचं होतं. आपल्याला होत असलेला विरोध मोडून काढत त्यानं हा

प्रकल्प मार्गी लावण्याचा ध्यास घेतला होता. साहजिकच, त्यासाठी लागणारा निधी आपल्याला मिळू शकेल अशी आशा त्याला वाटत होती. हा निधी मिळवल्यावर आयर्न डोमचं काम ठीकपणे होऊ शकेल का, हे त्याला तपासायचं होतं. अर्थातच, हे कार्यालय अत्यंत सुरक्षित ठिकाणी आहे. तिथे सातत्यानं अत्याधुनिक सुरक्षा यंत्रणांद्वारे पहारा देण्यात येतो. इस्रायली लष्करासाठीची अत्यंत महत्त्वपूर्ण यंत्रसामग्री बरेचदा इथे तयार केली जाते. पेरेत्झनं या ठिकाणाला भेट दिली त्या सुमाराला त्याची लोकप्रियता एकदम तळाला गेली होती. हिझबुल्लाविरुद्धच्या युद्धात पेरेत्झनं अत्यंत निराशाजनक कामगिरी केल्यामुळे त्यानं राजीनामा दिला पाहिजे, अशी मागणी अनेक जण करत होते. काही जणांनी तर एकत्र येऊन या संदर्भात आंदोलनही सुरू केलं होतं. तसंच या युद्धाची हाताळणी पेरेत्झनं ज्या सदोष प्रकारानं केली त्याची सखोल चौकशी करण्याची मागणीही जोर धरत होती. याच्या जोडीला एका छायाचित्रामुळेही पेरेत्झची इस्रायलमध्येच नव्हे, तर जगभरात कुचेष्टा झाली. गोलान हाईट्समध्ये इस्रायली लष्कराच्या संचलनाला पेरेत्झनं हजेरी लावली. हे दृश्य पेरेत्झ आपल्याजवळच्या दुर्बिणीतून बघत असल्याचं दृश्य छायाचित्रकारानं टिपलं. त्यामधला खटकणारा भाग म्हणजे पेरेत्झच्या दुर्बिणीच्या काचेवर धूळ बसू नये यासाठी बसवण्यात आलेलं पडद्यासारखं आवरण तसंच होतं. म्हणजेच पेरेत्झला या दुर्बिणीतून अंधार सोडून इतर काहीही दिसणं निव्वळ अशक्य होतं. हे छायाचित्र माध्यमांनी छापताच पेरेत्झचं निव्वळ हसं झालं. आधीच त्याच्यावर निरनिराळ्या कारणांनी टीका सुरू असताना आगीत तेलाची भर पडण्यासारखाच हा प्रकार होता.

रफालमध्ये अनेक वृद्ध लोकही काम करत असल्याचं दृश्य बघून पेरेत्झ जरा बुचकळ्यातच पडला. इतक्या अत्याधुनिक प्रकारच्या कामासाठी अत्यंत चटपटीत आणि उत्साही तरुण असले पाहिजेत, असं इतरांसारखंच त्याचंही मत होतं. तिथे तरुण मंडळीही होती; पण त्यांच्या जोडीला अनेक वयस्कर मंडळीही होती. यामागचं कारण म्हणजे निव्वळ तारुण्याला महत्त्व न देता अनुभवालाही महत्त्व दिलं पाहिजे, असं रफालच्या संचालकांचं मत होतं. साहजिकच, अनुभव आणि उत्साह यांचा योग्य प्रमाणात संगम घडवून आणण्यातच आपलं भलं असल्याची त्यांची धारणा होती. रफालनं तयार केलेली निरनिराळ्या प्रकारची क्षेपणास्त्रं पेरेत्झला दाखवण्यात आली. तसंच आता आयर्न डोम प्रकल्पासाठी म्हणून तयार केली जाणारी क्षेपणास्त्रं कशी बनवली जात आहेत, हेही त्याला बघता आलं. हे काम

अत्यंत वेगानं व्हायला पाहिजे अशी पेरेत्झची अपेक्षा असल्यामुळे त्यानं तिथल्या वरिष्ठ माणसाला 'कामाच्या तिन्ही पाळ्या राबवा' असं सांगितलं. यावर त्या माणसानं खट्याळपणे याला नकार देत 'आम्ही फक्त कामाच्या एका पाळीतच हा प्रकल्प राबवतो : २४ तास चालणारी' असं उत्तर दिलं. म्हणजेच हे काम सगळ्यात महत्त्व देऊन केलं पाहिजे याची आपल्याला पूर्ण जाणीव असल्याचं रफाल कंपनी पेरेत्झला सांगत होती.

एकीकडे गोल्ड, पेरेत्झ आणि रफाल हे सगळे मिळून आयर्न डोम प्रकल्पाला विलक्षण वेगानं पुढे नेण्याचा प्रयत्न करत होते; तर दुसरीकडे या प्रकल्पाला होत असलेल्या विरोधाची धार काही कमी होत नव्हती. जवळपास दररोज आयर्न डोमवर टीका करणारे लेख अनेक ठिकाणी छापून येत. ही बचावाची फळी शत्रूंच्या रॉकेट्ससमोर टिकू शकणार नाही; आणि यामुळे आपण अक्षरश: गटारीत पैसे ओतत आहोत, अशी भडक प्रतिक्रियाही काहींनी दिली. 'इतकं करूनही काही चमत्कार झाला आणि समजा ही यंत्रणा चालली तर बचावासाठीच्या एका क्षेपणास्त्राचा खर्च ५० हजार ते १ लाख डॉलर्स असेल आणि म्हणूनच इस्त्रायल कर्जबाजारी होईल', असं एका पत्रकारानं लिहिलं.

२००७च्या जून महिन्यात अखेर पेरेत्झची हकालपट्टी झाली. संरक्षणमंत्रिपदी पूर्वीचा पंतप्रधान एहूद बराक आला. बराकनं गोल्ड आणि संशोधन विभागातले लोक यांची भेट घेऊन त्यांना आयर्न डोमपेक्षा लेझर यंत्रणेवर भर देण्याविषयी विचारलं. गोल्डचा याला साफ विरोध असला तरी आपल्या साहेबापुढे त्याचं काही चालण्यासारखं नव्हतं. रफाल कंपनीच्या वरिष्ठांचं तर धाबंच दणाणलं. मोठ्या उत्साहानं आणि खूप आर्थिक गुंतवणूक करून चालवलेला आयर्न डोम प्रकल्प गुंडाळून टाकावा लागतो की काय, अशी भीती त्यांना सतावत होती. गोल्डनं मात्र रफालच्या लोकांना आश्वस्त करण्याचा प्रयत्न केला. लेझरची यंत्रणा वापरून तयार केला जाणारा प्रकल्प वास्तविकतेशी अजिबात जुळणारा नसून आपल्याच प्रकल्पामध्ये खरा दम असल्याचं त्यानं सांगितलं. यामुळे रफालचा प्रकल्प सुरू राहिला. अर्थात, हा प्रकल्प पूर्णत्वाला गेला तरी एका नव्या काळजीमुळे गोल्ड चिंताग्रस्त झाला. इस्त्रायलकडे आर्थिक निधीची कमतरता असताना जरी आयर्न डोम प्रकल्प यशस्वी ठरला तरी त्याची अंमलबजावणी करताना खूप मोठ्या प्रमाणावर आवश्यक असलेली क्षेपणास्त्रं; तसंच हा प्रकल्प कायम सुरू राहावा यासाठी लागणाऱ्या बॅटऱ्या यांचा खर्च प्रचंड असणार होता. अर्थातच, अमेरिकेच्या

मदतीशिवाय हे घडवून आणणं शक्यच नव्हतं. इस्रायलनं या प्रकल्पाच्या संदर्भात अमेरिकेशी संपर्क साधताच या प्रकल्पाचा अभ्यास करण्यासाठी अमेरिकेनं एक पथक इस्रायलमध्ये पाठवलं. या पथकानं काढलेले निष्कर्ष गोल्डला निराश करणारे होते. या प्रकल्पासाठी इस्रायलनं गृहीत धरलेला खर्च आणि प्रत्यक्षात येणारा खर्च यात खूप फरक असल्याचं या पथकाचं म्हणणं होतं. तसंच या बचाव यंत्रणेचा वापर इस्रायलनं खरोखरच शत्रूचे हल्ले रोखण्यासाठी केला आणि हे युद्ध दीर्घ काळ चाललं तर इस्रायल अक्षरश: कंगाल होईल, अशी भीतीही या पथकानं व्यक्त केली. तांत्रिकदृष्ट्याही इस्रायलचा अंदाज चुकीचा असल्याचं मत अमेरिकी पथकानं मांडलं. शत्रूच्या रॉकेट्सना आपण खूप मोठ्या प्रमाणावर पाडू शकू, असं इस्रायलचं मत असलं तरी या कामात जेमतेम १५ टक्के इतकंच यश इस्रायलला लाभेल, असा अमेरिकी पथकाचा अंदाज होता.

इस्रायलनं खूप मनधरणी करून अमेरिकेला आर्थिक मदत करण्यासाठी तयार केलं. अमेरिकेनं यासाठी एक अट घातली. आपले लोक इस्रायलमध्ये येऊन आयर्न डोमचं प्रात्यक्षिक बघतील आणि त्यांना या प्रकल्पात दम वाटला तरच अमेरिका इस्रायलला मदत करेल असं ठरलं. ठरल्यानुसार अमेरिकेचं तज्ज्ञ पथक इस्रायलमध्ये दाखल झालं. इतके दिवस रफालनं आपल्या यंत्रणेचं एकही खरं प्रात्यक्षिक घेतलेलं नव्हतं. सगळ्या चाचण्या फक्त संगणकीय स्वरूपाच्याच होत्या. म्हणजेच प्रत्यक्षात ही यंत्रणा कितपत यशस्वी ठरेल याविषयी काहीच खात्रीनं सांगता येण्यासारखं नव्हतं. अमेरिकी पथकासमोरच्या चाचणीआधी इस्रायलनं आपलं लष्कर तसंच आपला गुप्तचर विभाग यांच्यासाठी आयर्न डोमची तत्कालिन यंत्रणा कंपनीच्या उत्तरेकडच्या कारखान्यातून ट्रकद्वारे दक्षिणेकडच्या इजिप्तनजीकच्या सीमेपाशी नेण्यात आली. आयर्न डोमद्वारे शत्रूच्या रॉकेटवर सोडल्या जाणाऱ्या क्षेपणास्त्राचं नाव 'तमिर' असं ठेवण्यात आलं होतं. आता ठरावीक ठिकाणी हे क्षेपणास्त्र जाऊ शकतं का, याची चाचपणी घेतली जाणार होती. ठरल्या वेळी 'काऊंटडाऊन' सुरू झाला. या यंत्रणेसाठीच्या संगणक कक्षात बसलेल्या चालकानं तमिर क्षेपणास्त्र डागण्यासाठीचं बटण दाबलं; पण काहीच झालं नाही. काहीतरी चुकलं असावं अशा समजुतीनं चालकानं परत एकदा ते बटण दाबलं. या खेपेला त्यानं बटण दाबताना जरा जोरच लावला. तरीही काहीच झालं नाही. तमिर आहे तिथेच राहिलं. आपले सगळे प्रयत्न पाण्यात गेले अशा भीतीपोटी रफालवाले सगळे लोक आणि या कंपनीबरोबर काम करणारे इस्रायली लष्करातले

सगळे लोक खिन्न झाले. आयर्न डोम प्रकल्प कायमसाठी डब्यात बंद होणार अशी भावना सगळ्यांच्या मनात पसरली.

सध्या तरी सगळी यंत्रणा परत एकदा रफाल कंपनीच्या कारखान्यामध्ये परत नेण्यावाचून दुसरा पर्याय नव्हता. तिथे या यंत्रणेची बारकाईनं तपासणी करण्यात आली. त्या वेळी प्रात्यक्षिकाच्या वेळी नेमकं काय बिनसलं होतं हे तंत्रज्ञांच्या लक्षात आलं. एका तारेची जोडणी काही कारणामुळे निघाली असल्यामुळे प्रात्यक्षिक फसलं होतं. ती परत करण्यात आली. नव्यानं आणखी दोन आठवड्यांनी एक प्रात्यक्षिक घ्यायचं ठरलं. आता तरी काही चूक घडायला नको, असं मनाशी म्हणत संगणक कक्षामधल्या चालकानं पुन्हा एकदा तमिर क्षेपणास्त्र सोडण्यासाठीचं बटण दाबलं. आता मात्र काही चूक झाली नाही. हे क्षेपणास्त्र आकाशामध्ये झेपावलं. चाचणी यशस्वी ठरली!

अर्थात, ही चाचणी यशस्वी ठरल्यामुळे आयर्न डोम प्रकल्प पूर्णत्वाला गेला असं अजिबात म्हणता येत नाही. तमिर क्षेपणास्त्रानं आकाशात उड्डाण केलेलं असलं तरी ते रॉकेटसारख्या एखाद्या लक्ष्याचा वेध यशस्वीरीत्या घेऊ शकेल का नाही, याविषयी खात्रीनं सांगता येत नव्हतं. एखादं रॉकेट किंवा तत्सम वस्तू खरोखर आकाशात पाठवून त्यावर तमिर क्षेपणास्त्र डागण्याची चाचणी घेणं यासाठी आवश्यक होतं. ही चाचणी २००९मध्ये घ्यायचं निश्चित झालं. सगळी तयारी झाली. तेवढ्यात पुन्हा एकदा गोंधळ झाला. चाचणी घेण्यासाठी ठरवण्यात आलेल्या दिवसाच्या आदल्या रात्री संबंधित सॉफ्टवेअरमध्ये एक त्रुटी असल्याचं संबंधितांच्या लक्षात आलं. म्हणूनच आपण ही चाचणी जरा पुढे ढकलली पाहिजे असं मत काही तंत्रज्ञांनी गोल्डपाशी नोंदवलं. इस्रायली लष्कर आणि इस्रायली गुप्तचर विभाग यामधले सर्वोच्च पदावरचे अधिकारी या चाचणीला हजर असणार, हे नक्की होतं. त्यांच्यासमोर ही चाचणी फसली तर ही घटना अत्यंत लज्जास्पद ठरली असती. तसंच परत एकदा आयर्न डोमचं डगमगणारं भवितव्य धोक्यात आलं असतं. काही क्षण विचार करून गोल्डनं मात्र हा धोका पत्करायचं ठरवलं. जरी ही चाचणी फसली आणि तमिर क्षेपणास्त्रानं आपल्या लक्ष्याचा वेध यशस्वीरीत्या घेतला नाही, तरीही या प्रात्यक्षिकामधून आपल्या सगळ्यांना शिकण्यासारखं काहीतरी नक्कीच हाती लागेल, अशी गोल्डची भूमिका होती. हे तंत्रज्ञान पूर्णपणे नवं असल्यामुळे त्यात झालेली चूक तशी क्षम्य असल्याचं सगळ्यांचंच मत पडेल, असा त्याचा अंदाज होता. सगळं ठरलेलं असताना अगदी ऐन वेळी हे प्रात्यक्षिक

पुढे ढकलण्याचा धोका जास्त मोठा असल्याचा त्याचा दावा होता. साहजिकच, हे प्रात्यक्षिक ठरल्याप्रमाणे होणार हे निश्चित झालं.

पुढच्याच दिवशी सकाळी अकरा वाजण्याच्या सुमाराला या प्रात्यक्षिकासाठीची पूर्वतयारी पूर्णत्वाला गेली. एक बनावट रॉकेट हवेत सोडण्यात आलं. हेच रॉकेट तमिरला टिपायचं होतं. सगळ्यांचं लक्ष आता आयर्न डोम यंत्रणेच्या सॉफ्टवेअरच्या पडद्याकडे लागून राहिलं. या यंत्रणेमधल्या रडारनं आकाशात रॉकेट जात असल्याचं ओळखलं. तसा इशारा पडद्यावर दिसतही होता. काही सेकंदांमध्येच एक तमिर क्षेपणास्त्र या रॉकेटच्या दिशेनं उडालं. सगळ्यांनी आपला श्वास रोखून धरला. तेवढ्यात एक स्फोट झाला; आणि हे सगळे लोक जिथून हे प्रात्यक्षिक बघत होते ती इमारतसुद्धा या स्फोटानं हादरली. तमिरनं आपलं काम चोखपणे बजावलं होतं! बनावट रॉकेटला त्यानं अचूकपणे टिपल्यामुळे आयर्न डोम प्रकल्प अखेर यशस्वी ठरला होता! रफालची टीम, गोल्ड आणि त्याचे सहकारी या सगळ्यांचा आनंद गगनात मावेनासा झाला. जल्लोष, टाळ्या, एकमेकांना आलिंगन देणं आणि जोरजोरात उड्या मारणं यामुळे ही इमारत आधीच्या स्फोटासारखीच पुन्हा एकदा हादरली!

या प्रकल्पावर अमेरिकी पथक दुरून बारकाईनं लक्ष ठेवून होतं. अमेरिकी तंत्रज्ञांनी व्यक्त केलेल्या अंदाजांपेक्षा बरीच जास्त अचूकता आयर्न डोममध्ये असल्याचं लवकरच स्पष्ट होत गेलं. १५ टक्के नव्हे, तर किमान ८० टक्के लक्ष्यांचा वेध घेण्यात या यंत्रणेला सातत्यानं यश मिळत असल्याचं दिसून आलं. असं असूनही अमेरिकी लष्कर या प्रकल्पामध्ये निधी ओतण्याविषयी साशंकच राहिलं. यात लवकरच बदल झाला.

२००८च्या जुलै महिन्यात अमेरिकेच्या इलिनॉय राज्याचा सीनेटर असलेला आणि अजून अमेरिकी राष्ट्रपतिपदापासून बराच दूर असलेला बराक ओबामा इस्रायलच्या भेटीला आला. त्याचा इस्रायलचा हा दुसरा दौरा होता. अमेरिकी राष्ट्रपतिपदासाठी उमेदवारी जाहीर केलेल्या ओबामाकडे इस्रायल आशेनं आणि औत्सुक्यानं बघत होता. कुवेत, जॉर्डन, जर्मनी आणि फ्रान्स अशा देशांनाही ओबामा भेट देणार होता. हा सगळा कार्यक्रम फक्त दोन दिवसांचा होता! ओबामाला विदेशी धोरणं आणि आंतरराष्ट्रीय राजकारण यांच्याविषयी काहीच अनुभव नव्हता. त्याचा प्रतिस्पर्धी रिपब्लिकन पक्षाचा जॉन मॅक्केन होता. तुलनेनं मॅक्केनला या विषयांमध्ये जास्त गती होती. साहजिकच, ओबामाला यात निदान थोडी तरी प्रगती साधणं

किंवा ती साधल्यासारखं भासवणं गरजेचं होतं. इस्रायलच्या आपल्या भेटीदरम्यान ओबामानं इतर ठिकाणांखेरीज सातत्यानं रॉकेट्सचा मारा होत असलेल्या शहरांचाही दौरा केला. तिथे झालेल्या रॉकेट्सच्या हल्ल्यांच्या खुणा जपून ठेवण्यात आल्या होत्या. ओबामाच्या या भेटीनंतर पत्रकारांनी त्याला अशा हल्ल्यांविषयी प्रश्न विचारले. अशा प्रकारे अमेरिकेमधल्या एखाद्या शहरावर शत्रूनं सातत्यानं रॉकेट्सचा मारा केला तर त्यावर ओबामाची काय प्रतिक्रिया असेल, असा हा प्रश्न होता. यावर ओबामानं अत्यंत स्पष्ट उत्तर दिलं. कुठल्याही देशाच्या नागरिकांना अशा प्रकारे आपल्यावर होत असलेल्या रॉकेट्सच्या हल्ल्यांना तोंड द्यावं लागू नये अशी आपली भूमिका असल्याचं ओबामा म्हणाला. इतकंच नव्हे; तर 'माझ्या मुली झोपलेल्या असताना आमच्या घरावर रात्री कुणी रॉकेट्सचा मारा करत असेल तर अशी गोष्ट मी अजिबात सहन करणार नाही आणि हे थांबवण्यासाठी मी शक्य असेल ते सगळं करेन', असं तो म्हणाला. तसंच इस्रायली लोकांनीसुद्धा अशाच प्रकारे योग्य त्या उपाययोजना केल्या पाहिजेत, असं मत त्यानं व्यक्त केलं. या भेटीदरम्यान ओबामानं फक्त आपलं मत मांडलं असं नाही; तर हा प्रसंग त्याच्या चांगलाच लक्षात राहिला. जर आपण ही निवडणूक जिंकलो तर गाझा पट्ट्यातून इस्रायलवर होत असलेल्या रॉकेट्सच्या माऱ्यावर उपाय करण्यासाठी आपण लागेल ती मदत करणार असल्याचं त्यानं आपल्या साहाय्यकांना सांगितलं.

इस्रायलनं अमेरिकेकडे आपल्या संरक्षणासाठी उभ्या केल्या जात असलेल्या यंत्रणेसाठीच्या आर्थिक मदतीसाठी हात पसरला होता खरा; पण अमेरिकेमधल्या राष्ट्रपतिपदाच्या निवडणुकीच्या गडबडीमुळे ही विनंती धूळ खात पडली होती. आधीच्या राष्ट्रपतीचा कार्यकाल फक्त काही महिनेच उरलेला असताना अशा प्रकारची मदत मान्य होणं अवघडच होतं. यामुळे इस्रायलच्या आवाहनाला सकारात्मक प्रतिसाद मिळण्याची चिन्हं एकदम पुसटशी होती. इतकंच नव्हे; तर निवडणूक झाल्यावर बराक ओबामा अमेरिकी राष्ट्रपतिपदी विराजमान होऊनसुद्धा आपल्याला लगेचच मदत मिळेल असं इस्रायलला वाटत नव्हतं. नव्या राष्ट्रपतीनं आपला पदभार सांभाळल्यावर काही काळ उलटून गेल्यानंतरच इस्रायलच्या विनंतीवर काहीतरी कार्यवाही होऊ शकेल, याची इस्रायलला कल्पना होती. ही परिस्थिती २००९च्या एप्रिल महिन्यात एकदम बदलली. अमेरिकेच्या मध्यपूर्व आशियासाठीचा उपपराष्ट्रमंत्री म्हणून जॉर्जटाऊन विद्यापीठामधला प्राध्यापक कॉलिन काल याची नेमणूक झाली. या भागामधली परिस्थिती एकदम स्फोटक

होती आणि त्यावर उत्तर शोधणं गरजेचं होतं. हे स्थैर्य काल देऊ शकेल अशी आशा संबंधितांना वाटत होती. इस्रायल आणि पॅलेस्टाईन यांच्यामधले संबंध विकोपाला जाऊन पोहोचले होते. त्यांना पुन्हा एकदा चर्चेसाठी एकत्र आणण्यासाठी ओबामाची धडपड सुरू होती. इस्रायली पंतप्रधान बेंजामिन नेतन्याहू अत्यंत आक्रमक धोरणांसाठी प्रसिद्ध होता. इस्रायलनं पॅलेस्टिनी भागांमध्ये आपल्या वसाहती उभ्या करण्याचं काम त्याच्या नेतृत्वाखाली अत्यंत वेगानं सुरू ठेवलं होतं. आधीच आकुंचन पावलेलं पॅलेस्टाईन यामुळे आणखी अडचणीत सापडलं होतं. पॅलेस्टिनी लोकांची अवस्था निर्वासितांहून खराब झाली होती. कहर म्हणजे त्यांच्याच मूळ भूमीत त्यांना हे सोसावं लागत होतं. इस्रायली आक्रमणाला रोखणं अमेरिकेलाही गरजेचं वाटत होतं. अन्यथा, हा प्रश्न चर्चेच्या माध्यमातून सुटणं निव्वळ अशक्य होऊन बसणार असल्याचं अगदी स्पष्टपणे दिसत होतं.

या पार्श्वभूमीवर इस्रायली परराष्ट्रमंत्री एहूद बराक अमेरिकेच्या दौऱ्यावर आला. पॅलेस्टिनी भूभागांमधून इस्रायलनं माघार घेत आपल्या वसाहती उभ्या करण्याचं काम थांबणं अपेक्षित असेल तर त्याआधी इस्रायलला आपल्या सुरक्षिततेसाठी काय उपाययोजना कराव्या लागतील याची यादी बराकपाशी होती. यामधल्या मुद्द्यांसंबंधी अमेरिकेशी सहमती असणं गरजेचं असल्याची त्याला जाणीव होती. या विषयावर चर्चा करण्यासाठीच तो अमेरिकेला आला होता. पूर्वी इस्रायलनं अशाच प्रकारे गाझा पट्ट्यांमधली आपली अतिक्रमणं काढून घेतली होती. त्यानंतर या मोकळ्या झालेल्या भागांवर पुन्हा पॅलेस्टिनी लोकांच्या वस्त्या निर्माण झाल्या आणि तिथून इस्रायलच्या मुख्य भागांवर रॉकेट्सचे हल्ले होत राहिले,

तज्ज्ञांच्या मते, आयर्न डोमसारखं अत्याधुनिक तंत्रज्ञान आणि त्याच्यासारखा प्रचंड आवाका या गोष्टी असलेली यंत्रणा उभी करण्यासाठी किमान सात वर्षांचा अवधी लागतो. इस्रायलनं मात्र जेमतेम तीन वर्षांमध्येच यासाठीचं काम पूर्ण केलं. हे कसं शक्य झालं? परत एकदा इस्रायली लोकांमध्ये असलेला बेधडकपणा आणि म्हणूनच त्यांच्यामध्ये असलेली धोका पत्करण्याची असामान्य क्षमता या गोष्टी निर्णायक ठरल्या.

असं बराकचं म्हणणं होतं. आता इस्त्रायलनं वेस्ट बँक भागातून आपली अतिक्रमणं काढून घेण्यासंबंधीचा विषय चर्चेला होता. हा मुद्दा कालपुढे मांडण्यात आला. आयर्न डोम प्रकल्पाची इस्त्रायलला किती गरज आहे हे पटवून देण्यासाठी ही माहिती अत्यंत उपयुक्त होती. कालला इस्त्रायलचं म्हणणं पटलं. त्यानं हा विषय पुढे नेला. लवकरच इस्त्रायली राजदूतपदी नेमल्या जाणाऱ्या वरिष्ठ अधिकाऱ्याशी याविषयी त्यानं चर्चा केली. जर इस्त्रायलला आयर्न डोम यंत्रणा उभी करण्यात यश आलं तर इस्त्रायल बहुधा पॅलेस्टाईनविषयीचं आपलं अतिआक्रमक धोरण जरा मवाळ करेल आणि पॅलेस्टिनी हक्कांना पूर्णपणे चिरडून न टाकता त्याविषयी विचार करेल, असं कालचं मत होतं. याचा परिणाम म्हणून इस्त्रायलच्या बचाव यंत्रणेचा आढावा घेण्यासाठी तज्ज्ञ लोकांचं एक नवं पथक पाठवायचं अमेरिकेनं ठरवलं. खरं म्हणजे तेव्हाच्या परिस्थितीत हा तसा वादग्रस्त निर्णय होता. याचं कारण म्हणजे अमेरिकी लष्कराच्या वतीनं इस्त्रायलला एक नवी तोफ विकण्यासाठी खूप प्रयत्न सुरू असले तरी इस्त्रायलनं याला साफ नकार दिला होता. साहजिकच, इस्त्रायलकडे सहानुभूतीनं बघण्याविषयी अमेरिकेमध्ये एकमत नव्हतं. तरीही कालनं याकडे दुर्लक्ष करून निरीक्षकांचं एक पथक इस्त्रायलमध्ये धाडूनच दिलं. या पथकानं आयर्न डोमचा बारकाईनं अभ्यास केला. अमेरिकेला परतल्यावर या यंत्रणेचं भरपूर कौतुक या मंडळींनी केलं.

२००९च्या जून महिन्यात स्वत: काल इस्त्रायलच्या पहिल्या अधिकृत दौऱ्यावर आला. इस्त्रायली लष्करी अधिकाऱ्यांनी त्याला हेलिकॉप्टरनं लेबेनॉनच्या सीमेवर नेलं. तिथे २००६पासून इस्त्रायल आणि हिझबुल्ला यांच्यामधला संघर्ष सुरू होता. यानंतर कालनं गाझा पट्ट्यालाही भेट दिली. हमास संघटना रॉकेटच्या निर्मितीमध्ये खूप यश मिळवत असल्याचं आणि हे इस्त्रायली सुरक्षिततेच्या दृष्टीनं खूप धोक्याचं असल्याचं कालला सांगण्यात आलं. एकूणच सीमेपलीकडच्या संभाव्य रॉकेट हल्ल्यांचा इस्त्रायलला किती प्रचंड धोका आहे, हे कालला उमगलं. तसंच या हल्ल्यांचा धोका फक्त इस्त्रायली लष्करापुरता मर्यादित नसून अगदी नागरी वस्त्या आणि म्हणूनच सर्वसामान्य नागरिक या सगळ्यांना याचा मोठा फटका बसू शकतो, हेही कालच्या लक्षात आलं. अमेरिकेत परतताच कालनं आयर्न डोम प्रकल्प पूर्णत्वाला नेण्यासाठी अमेरिकेनं इस्त्रायलला २० कोटी डॉलर्सचा निधी पुरवावा, असं त्यानं संबंधित अधिकाऱ्यांना सांगितलं.

२०११च्या मार्च महिन्यात आयर्न डोम प्रकल्प कार्यान्वित झाला. या बचाव यंत्रणेचा उपयोग अनुभवण्याची संधी इस्रायलला लवकरच मिळाली. ७ एप्रिलला इस्रायलवर डागण्यात आलेल्या एका रॉकेटला या यंत्रणेनं नष्ट केलं. यापाठोपाठ आणखी आठ रॉकेट्सही या यंत्रणेनं टिपली. इस्रायली नागरिकांचा जीव वाचवण्याखेरीज इतर बाबतींमध्येही या प्रकल्पानं महत्त्वाचं योगदान दिलं. उदाहरणार्थ, पूर्वीच्या तुलनेत इस्रायलला आता बरंच कमी पायदळ वापरावं लागे. शत्रूच्या संभाव्य हल्ल्यांना तोंड देण्यासाठी धोकादायक ठिकाणी आपले सैनिक ठेवण्याऐवजी आता आयर्न डोमची यंत्रणाच पुरेशी ठरे. तज्ज्ञांच्या मते, आयर्न डोमसारखं अत्याधुनिक तंत्रज्ञान आणि त्याच्यासारखा प्रचंड आवाका या गोष्टी असलेली यंत्रणा उभी करण्यासाठी किमान सात वर्षांचा अवधी लागतो. इस्रायलनं मात्र जेमतेम तीन वर्षांमध्येच यासाठीचं काम पूर्ण केलं. हे कसं शक्य झालं? परत एकदा इस्रायली लोकांमध्ये असलेला बेधडकपणा आणि म्हणूनच त्यांच्यामध्ये असलेली धोका पत्करण्याची असामान्य क्षमता या गोष्टी निर्णायक ठरल्या. उदाहरणार्थ, असंख्य अडचणी मार्गात असूनसुद्धा गोल्डनं हा प्रकल्प यशस्वी करून दाखवण्याचा आपला निर्धार सोडला नाही. आपल्या वरिष्ठांचा आपल्याला पाठिंबा नसतानासुद्धा असा धोका पत्करणं कदाचित इतर देशांमधल्या लष्करी अधिकाऱ्यांच्या दृष्टीनं अशक्य असेल. गोल्डनं मात्र याची अजिबात पर्वा केली नाही. फार फार तर आपली नोकरी जाईल आणि वैयक्तिक आयुष्यात आपलं नुकसान होईल; एवढाच विचार त्यानं केला. यापेक्षा आणखी वाईट तर काहीच होऊ शकत नसल्यामुळे आपली कारकिर्द पणाला लावत त्यानं आयर्न डोमचं स्वप्न अथकपणे पुढे नेलं. कायदेकानूनही त्यानं वेळप्रसंगी डावलले. आपला हेतू शुद्ध असल्यामुळे आपण इतर कोणताच विचार न करता हा प्रकल्प मार्गी लावला पाहिजे असा विचार त्यानं कायम स्वतःच्या मनात ठेवला. आपल्याला शांतपणे वाट बघण्याची चैन परवडण्यासारखी नसल्याचा विचार सतत त्याच्या मनात घोळत असे. गाझामध्ये हजारो, तर लेबेनॉनमध्ये त्याहून कैक पटींनी जास्त रॉकेट्स इस्रायलचा वेध घेण्यासाठी बनवली जात असून आपण या संदर्भात काहीच न करणं म्हणजे स्वतःच्या पायांवर धोंडा पाडून घेण्यासारखं असल्याचं तो म्हणत असे.

म्हणूनच अमेरिकेच्या संरक्षण विभागातलं कुणी महत्त्वाचं इस्रायलच्या दौऱ्यावर आलं की इस्रायली लोक या अमेरिकी अधिकाऱ्यांना दुसऱ्या महायुद्धातल्या अत्यंत कटू स्मृतींची आठवण करून देतात. या महायुद्धादरम्यानच्या

काळात नाझींनी ज्यू लोकांवर केलेल्या अनन्वित अत्याचारांच्या खुणा असलेल्या 'याद वॉशेम होलोकॉस्ट म्यूझियम'चा फेरफटका या अधिकाऱ्यांनी मारला की इस्रायलसमोर असलेल्या नव्या धोक्यांविषयी त्यांना नवं काही सांगण्याची गरजच उरत नाही, असं इस्रायल म्हणतं.

हा धोका आयर्न डोमसारख्या यंत्रणांचा वापर करून इस्रायलनं खूप बोथट केला आहे, हे नक्की!

■■■

प्रकरण ६

अचूक लक्ष्यवेध

खूप कमी जणांना हे गुपित माहीत होतं. तो १९ ऑगस्ट २०१४चा दिवस होता. महंमद दैफ हा इस्रायलला हवा असलेला माणूस अखेर गाझा पट्ट्यामध्ये सापडला असल्याची चाहूल लागली होती. सतत आपलं ठिकाण बदलणारा आणि कुठल्याही क्षणी तो नेमका कुठे असेल याविषयी कोणतीच माहिती मिळू न देणारा दैफ इस्रायलसाठी 'मोस्ट वाँटेड' लोकांच्या यादीत होता. 'शबाक' ही इस्रायलची सगळ्यांत शक्तिशाली गुप्तचर यंत्रणा दैफचा केव्हापासून माग काढत होती. अनेकदा तो आपल्या हाती लागला असं शबाकमधल्या लोकांना वाटताच दैफ त्यांना गुंगारा देण्यात यशस्वी होत असे. आता मात्र दैफ आपल्या तावडीत सापडला असल्याची शबाकला जवळपास खात्री वाटत होती. तेल अवीव शहरालाच लागून असलेल्या भागात शबाकचं मुख्यालय होतं. तिथे शबाकमधले महत्त्वाचे अधिकारी एकत्र जमले. इतर सगळ्या यंत्रणांकडूनही ते या संदर्भात मिळेल ती माहिती घेत होते. इस्रायली हवाईदलाच्या मुख्यालयात दैफ ज्या इमारतीत लपल्याचा संशय होता त्या इमारतीवर कसा हल्ला करायचा याविषयीची चर्चा सुरू होती. या इमारतीचा आकार, तिचं नेमकं ठिकाण, तिथे हल्ला करण्यासाठी वापरायचं शस्त्र, यामुळे घडू शकणारं नुकसान आणि मनुष्यहानी या सगळ्यांचा बारकाईनं विचार सुरू होता. जो बाँब या इमारतीवर टाकायचा त्यानं दैफ संपला तर पाहिजे; पण त्यातून इतर फार नुकसान होता कामा नये, अशी दुहेरी कामगिरी पार पाडणं गरजेचं होतं. हे नक्की कसं साधायचं, याविषयी तज्ज्ञ मंडळी आपापली मतं मांडत होती. या चर्चेत फार वेळ घालवूनही चालण्यासारखं नव्हतं. परत एकदा दैफ आपल्या हातावर तुरी देऊन

निसटू शकतो याची सगळ्यांनाच कल्पना होती. विलक्षण दबावाखाली हा निर्णय तातडीनं घेणं भाग होतं.

सगळ्या गोष्टींची तपासणी झाल्यावर अखेर निर्णय झाला. इस्रायली हवाईदलाची दोन फायटर जेट विमानं आपल्या लक्ष्याच्या दिशेनं झेपावली. गाझा पट्ट्यामधल्या एका छोट्या इमारतीवर त्यांना निशाणा साधायचा होता. हमासच्या विरुद्ध सुरू असलेल्या युद्धाचा हा पाचवा आठवडा होता. जवळपास दोन दशकं इस्रायलला गुंगारा दिलेला दैफ हमास संघटनेच्या अगदी महत्त्वाच्या लोकांपैकी एक होता. इस्रायलनं त्याचा काटा काढण्यासाठी यापूर्वीही प्रयत्न केले होते. याआधीचा असा शेवटचा प्रयत्न इस्रायलनं २००६मध्ये केला होता. इस्रायलच्या तेव्हाच्या हल्ल्यात दैफ जबर जखमी झाला; पण जिवंत राहिला. इस्रायलच्या हल्ल्यांमधून आपली सुटका करून घेण्याची त्याची हातोटी अशी दर वेळीच कामी येत राहिली.

ठरावीक माणसांना हुडकून ठार करण्याची हातोटी साधणारा इस्रायल हा पहिला देश ठरला. हे तंत्रज्ञान इस्रायलनं आपल्या लष्करी कारवायांशी जोडून इस्रायलनं आपल्या शत्रूंवर वर्चस्व गाजवण्याच्या संदर्भात नवी झेप घेतली. जवळपास दोन दशकांपेक्षा जास्त काळ इस्रायलनं या तंत्रज्ञानाचा आपल्या युद्धांमध्ये यशस्वीरीत्या वापर केला आहे. अत्याधुनिक तंत्रज्ञान, तज्ज्ञ गुप्तहेर आणि तल्लख बुद्धिमत्ता यांच्या जोरावर इस्रायलनं हे साधलं आहे. अर्थात, यामध्ये आता आधुनिकता आलेली असली तरी इस्रायलनं या प्रकारची संकल्पना आपल्या स्थापनेपासूनच वापरली आहे.

आताच्या युद्धात इस्रायलवर गाझा पट्ट्यातून रॉकेट्सचा मारा होत राहिला. याखेरीज इतर चकमकींमुळेही दोन्ही बाजूंना खूप प्राणहानी सोसावी लागली. अशा परिस्थितीत जर आपण दैफला ठार करू शकलो तर हमासला जबर धक्का बसेल आणि आपल्या सैनिकांचं नीतिधैर्य कमालीचं उंचावेल याची इस्रायली उच्चपदस्थांना कल्पना होती. अर्थातच, हे काम सोपं नव्हतं. मुळात दैफ आपल्या

नेमक्या ठिकाणाविषयीची माहिती अत्यंत गुप्त ठेवत असे. तो कुठे आहे, कुठे आणि कधी जाणार आहे, अशा प्रकारच्या गोष्टी जवळपास कुणालाच माहीत नसत. दैफच्या खास मर्जीतल्या मोजक्या अंगरक्षकांशिवाय याचा कुणालाच पत्ता नसे. साहजिकच, दैफचं नेमकं ठिकाण शोधून काढणं हीच दमछाक करणारी गोष्ट असे. त्यात इस्रायलला यश मिळणं हीच मोठी गोष्ट होती. दैफवर हल्ला करण्यासाठी उडालेल्या विमानांनी त्यांना पुरवण्यात आलेल्या माहितीच्या आधारे संबंधित इमारतीवर बाँब टाकले. त्यात अनेक जण ठार झाले. मृतांमध्ये दैफच्या अनेक पत्नींपैकी एकीचा आणि त्यांच्या ८ वर्षं वयाच्या मुलाचा समावेश असल्याचं स्पष्ट झालं. स्वत: दैफ या हल्ल्यात ठार झाला का, याची मात्र खात्रीलायक माहिती मिळू शकत नव्हती. या संदर्भात अनेक अफवा पसरल्या. काही जणांनी खात्रीनं दैफ मरण पावला असल्याचं सांगितलं; तर इतरांनी मात्र दैफ सुखरूप असल्याचं आणि तो इस्रायली बाँबहल्ल्यातून बचावला असल्याचं मत व्यक्त केलं.

अशा प्रकारची संभ्रमात पाडणारी माहिती इस्रायलला मिळत असल्यामुळे नक्की काय घडलं असावं हे समजत नव्हतं. तेवढ्यात हमासकडून एक प्रचंड मोठी चूक घडली आणि ती या संघटनेला खूप महागात पडली. आपला नेता म्हणजेच दैफ इस्रायली हल्ल्यात ठार झाला असं समजून दैफप्रमाणेच लपूनछपून आपला कारभार चालवणारे हमासचे आणखी दोन महत्त्वाचे नेते आपल्या लपलेल्या ठिकाणांमधून बाहेर आले. दैफच्या मृत्यूनंतर हमासचं कामकाज कसं चालवायचं याची चर्चा करण्यासाठी त्यांनी एक खास चर्चासत्र तातडीनं आयोजित केलं होतं. या चर्चासत्राला हजेरी लावण्यासाठीच ते आपल्या लपण्याच्या ठिकाणांमधून बाहेर आले होते. त्यांनी नक्की असं का केलं असावं, याविषयी खात्रीलायक माहिती उपलब्ध नाही. कदाचित आपला सरसेनापती ठार झाल्याच्या दु:खात बेभान होऊन त्यांनी हा निर्णय घेतला असावा आणि त्या परिस्थितीत त्यांना आपण पत्करत असलेल्या धोक्याची जाणीव झाली नसावी. किंवा दैफनंतर हमासचं नियंत्रण इतर कुणाकडे जाण्याची चर्चा सुरू होण्याआधीच संघटनेचा कब्जा आपल्याकडे यावा यासाठीच्या प्रयत्नांसाठी म्हणून ते बाहेर पडले असावेत, असंही म्हणतात.

हमास संघटना अशा प्रकारचं चर्चासत्र घडवून आणत असल्याची बातमी इस्रायली गुप्तहेरांपासून लपून राहणं जवळपास अशक्यच होतं. दैफच्या कथित मृत्यूला तेव्हा फक्त दोनच दिवस झाले होते. गाझा आणि इजिप्त यांच्या सीमेवर असलेल्या राफा नावाच्या गावात हे चर्चासत्र होणार असल्याची बातमी शबाक या

इस्रायली गुप्तचर संघटनेला मिळाली. या माहितीचा वापर करून हमासच्या उरलेल्या महत्त्वाच्या लोकांना टिपण्याची संधी आपल्यासमोर चालून असल्याची इस्रायलला जाणीव होती. राफा हे गाव हमास संघटनेसाठी अत्यंत महत्त्वाचं मानलं जाई. तिथे या संघटनेचं पूर्ण वर्चस्व होतं. साहजिकच, या ठिकाणी हल्ला करणं तसं सोपं नव्हतं. तिथं नक्की काय सुरू आहे याची नेमकी माहिती हाती लागणं इस्रायलच्या दृष्टीनं गरजेचं होतं. इस्रायलनं यासाठीच तर ड्रोनचा वापर करायचं ठरवलं होतं. गाझा पट्ट्यावरून आणि खासकरून राफावरून घिरट्या घालत असलेल्या ड्रोन्सनी टिपलेल्या दृश्यांची तपासणी शबाक या गुप्तचर संघटनेच्या मुख्यालयात सुरू होती. हे सगळं काम अत्यंत घाईनं करणं आवश्यक होतं. आपल्या कामाविषयी हमासला समजलं तर आपल्याला हवे असलेले लोक तिथून सुरक्षित ठिकाणी तातडीनं जाऊ शकतात याची इस्रायलला कल्पना होती. अक्षरश: प्रत्येक मिनीट महत्त्वाचे होते. अशी संधी पुन्हा लवकर हाती लागण्याची शक्यता कमी होती. हाती लागलेली सगळी माहिती संकलित करून तिचं पृथक्करण केल्यावर एका ठरावीक इमारतीत आपल्या गुप्त ठिकाणातून बाहेर पडलेले हमासचे दोन प्रमुख लोक असल्याचं इस्रायलला समजलं. ही माहिती अगदी खात्रीलायक असल्याचं समजताच इस्रायलनं क्षणाचाही वेळ न दवडता त्या इमारतीच्या दिशेनं क्षेपणास्त्र डागलं. या हल्ल्यात अनेक पॅलेस्टिनी लोक ठार झाले. त्यापैकी दोन हे हमासचे दोन प्रमुख लोक होते. इस्रायलनं हमासला दैफच्या मृत्यूपाठोपाठ आणखी प्रचंड मोठा दणका दिला होता! इस्रायली सैनिकांवर यशस्वी हल्ले करण्याची कामगिरी या दोघांनी पूर्वी बजावली होती. तसंच असे हल्ले करून तिथून पळून जाण्यात त्यांना यश मिळत असल्यामुळे इस्रायलच्या दृष्टीनं त्यांना ठार करणं फारच गरजेचं होतं. खरं म्हणजे १९९५मध्ये या दोघांना अटक करण्यात इस्रायलला यशही लाभलं; पण त्या काळातल्या काही राजकीय घडामोडींमुळे त्यांना सोडून देण्यात आलं होतं.

अशा प्रकारे ठरावीक माणसांना हुडकून ठार करण्याची हातोटी साधणारा इस्रायल हा पहिला देश ठरला. हे तंत्रज्ञान इस्रायलनं आपल्या लष्करी कारवायांशी जोडून इस्रायलनं आपल्या शत्रूंवर वर्चस्व गाजवण्याच्या संदर्भात नवी झेप घेतली. जवळपास दोन दशकांपेक्षा जास्त काळ इस्रायलनं या तंत्रज्ञानाचा आपल्या युद्धांमध्ये यशस्वीरीत्या वापर केला आहे. अत्याधुनिक तंत्रज्ञान, तज्ज्ञ गुप्तहेर आणि तल्लख बुद्धिमत्ता यांच्या जोरावर इस्रायलनं हे साधलं आहे. अर्थात, यामध्ये आता आधुनिकता आलेली असली तरी इस्रायलनं या प्रकारची संकल्पना

आपल्या स्थापनेपासूनच वापरली आहे. १९५०च्या दशकात इस्त्रायलनं आपल्या विरोधात अतिरेकी कारवाया करण्यासंबंधीचे बेत आखण्यात महत्त्वाची भूमिका बजावणाऱ्या दोन इजिप्शियन हेरांना असंच हेरून ठार केलं होतं. तसंच १९६०च्या दशकात इजिप्तला क्षेपणास्त्रं तयार करण्याच्या कामात मदत करणाऱ्या जर्मन शास्त्रज्ञांच्या जोडीला इस्त्रायलनं पत्रांमधून बॉंब पाठवून ठार केलं होतं. अशा प्रकारे आपल्या शत्रूंना किंवा आपल्या विरोधात कारवाया करणाऱ्या लोकांना हुडकून ठार करण्याचं तंत्रज्ञान वापरायचं इस्त्रायलनं का ठरवलं? याचं उत्कृष्ट वर्णन शबाक या इस्त्रायली गुप्तचर संघटनेच्या माजी प्रमुखानं केलं आहे : 'आमच्या शत्रूंनी आमचा रात्रीच्या जेवणामध्ये खुराक उपभोगण्याआधी आम्ही दुपारच्या जेवणातच त्यांचा फडशा पाडतो.' म्हणजेच शत्रूनं आपल्यावर हल्ला करायची वाट बघण्याऐवजी आपण आधीच त्याचा काटा काढत असतो, असं इस्त्रायलला म्हणायचं आहे. एखादी गोष्ट घडून गेल्यानंतर तिचा बदला घेण्याची वाट कशाला बघायची, असा दृष्टिकोन यामागे आहे. आपण आपल्या शत्रूला त्याआधीच गाठून ठार करून हा प्रश्नच उद्भवू द्यायचा नाही, असं इस्त्रायल म्हणतं. शत्रूच्या कृतीला प्रतिसाद म्हणून काहीतरी करण्याऐवजी आपण त्याआधीच शत्रूला संपवून टाकायचं असं इस्त्रायली धोरण याला कारणीभूत आहे. याच तत्त्वाचा वापर करून इस्त्रायलनं १९८८मध्ये पॅलेस्टिनी संघटनांकडून इस्त्रायलशी लढणाऱ्या अबू जिहादला ठार केलं. अबू जिहाद ट्युनिशियामध्ये असताना इस्त्रायलनं त्याचा ठावठिकाणा शोधला आणि त्याला तिथेच संपवलं. १९९२मध्ये इस्त्रायली हवाईदलामधल्या एका लढाऊ हेलिकॉप्टरनं दक्षिण लेबेनॉनमध्ये असलेल्या अब्बास मुसावी या हिझबुल्लाच्या नेत्याला ठार केलं. इस्त्रायलविरुद्धच्या अनेक हल्ल्यांमध्ये या दोघांचा सहभाग होता. तसंच इस्त्रायलवर आणखी हल्ले करण्याचाही त्यांचा बेत होता.

१९९३मध्ये ऑस्लो करार झाल्यावर इस्त्रायल आणि पॅलेस्टाईन यांच्या एकमेकांवरच्या हल्ल्यांमध्ये काही काळ खूप घट झाली. खासकरून आपल्या शत्रूंना हुडकून त्यांना लक्ष्य करून संपवण्याचे प्रकार तर एकदमच कमी झाले. अर्थात, ते पूर्णपणे थांबले मात्र नाहीत. अधूनमधून आपल्या शत्रूंना लक्ष्य करून ठार करण्याचे प्रयत्न दोन्ही बाजूंकडून होत राहिले; फक्त त्यांचं प्रमाण कमी झालं, एवढंच. अशा प्रयत्नांमध्ये इस्त्रायलला नेहमी यश लाभलं असंही नाही. ते कधीकधी फसायचे आणि यातून निर्माण होणारं वादळ मोठं असे. उदाहरणार्थ, १९९७मध्ये खालेद मशाल या हमासच्या नेत्याच्या कानात विषारी पूड टाकून त्याला ठार करण्याचा

प्रयत्न इस्रायली गुप्तचर संघटना 'मोसाद'नं केला. हा प्रकार जॉर्डन देशात घडला. यात इस्रायली गुप्तहेरांना अपयश आलं. खालेद मशाल थोडक्यात बचावला आणि इस्रायली गुप्तहेरांना अटक झाली. हे प्रकरण खूप गाजलं. इस्रायलच्या कृत्यांचा आंतरराष्ट्रीय पातळीवर जोरदार निषेध करण्यात आला. या खेपेला आपल्या विरोधात अगदी ढळढळीत पुरावा मिळालेला असल्यामुळे इस्रायलला आपला बचाव करणंसुद्धा मुश्कील होऊन बसलं होतं. महत्त्वाची गोष्ट म्हणजे इस्रायलला आपलं पितळ उघडं पडू द्यायचं नव्हतं. आपलं नाव कुठेही येऊ न देता इस्रायलला या कारवाया करायच्या होत्या. याचं कारण म्हणजे आपल्या शत्रूंना गाफील ठेवणं इस्रायलच्या दृष्टीनं महत्त्वाचं होतं. आपण त्यांचा अशा प्रकारे शोध घेतो आणि त्यांना लक्ष्य बनवून ठार करतो, हे त्यांना समजू देणं इस्रायलला परवडण्यासारखं नव्हतं. २०००मध्ये मात्र परिस्थिती एकदम बदलली. इस्रायलवरच्या इंतिफादा म्हणून ओळखल्या जाणाऱ्या पॅलेस्टिनी हल्ल्यांचा दुसरा अध्याय सुरू झाला. यासर अराफातच्या नेतृत्वाखाली पॅलेस्टिनी लोकांनी इस्रायलच्या आक्रमक धोरणाच्या विरोधात जोरदार हल्ले सुरू केले. यात मोठ्या प्रमाणावर आत्मघातकी हल्ल्यांचा समावेश होता. इस्रायलमध्ये ठिकठिकाणी गुप्तपणे शिरून पॅलेस्टिनी लोक बॉंबस्फोट घडवून आणत आणि सर्वसामान्य इस्रायली नागरिकांना ठार करत. याला प्रत्युत्तर देण्यासाठी इस्रायलनं ठरावीक लोकांचा शोध घेणं आणि त्यांना आपल्या हल्ल्याचं लक्ष्य बनवून ठार करणं, असं धोरण स्वीकारलं.

इस्रायलच्या या बदललेल्या धोरणामुळे अनेक पॅलेस्टिनी लोकांचा बळी गेला. इस्रायलवर पूर्वी हल्ला केलेल्या किंवा आता हल्ला करण्याच्या बेतात असलेल्या पॅलेस्टिनी लोकांचा यात प्रामुख्यानं समावेश असे. आपल्यावर झालेल्या किंवा होऊ घातलेल्या हल्ल्यांचं प्रत्युत्तर इस्रायलनं या नव्या धोरणाद्वारे द्यायला सुरुवात केली. गुप्तपणे वावरणारे इस्रायली सैनिक अशा कारवाया घडवून आणत. इतर मार्गांनीही ते आपल्या शत्रूंचा काटा काढत. उदाहरणार्थ, काही आक्रमक पॅलेस्टिनी युवकांच्या मोबाईल फोनचा स्फोट होऊन ते मेले. अर्थातच, इस्रायलनं हे घडवून आणलं. या पॅलेस्टिनी लोकांचा उल्लेख इस्रायल नेहमीच 'दहशतवादी' म्हणून करत असला तरी आपल्या स्वत:च्या धोरणांविषयी किंवा मुळात हे पॅलेस्टिनी लोक असे ईरेला का पोहोचतात, याविषयी इस्रायल एकदम चुप्पी साधून असतो. हे इस्रायलचं पहिल्यापासूनचं सोयीस्कर धोरण आहे.

२००१च्या मध्यापर्यंत पॅलेस्टिनी संघटनांनी इस्रायलमध्ये डझनावारी आत्मघातकी हल्ले घडवून आणले. हे हल्ले सार्वजनिक ठिकाणी झालेले असल्यामुळे त्यात सर्वसामान्य इस्रायली नागरिकांचा बळी जात असे. अर्थातच, इस्रायलनंही पॅलेस्टिनी लोकांना चिरडून टाकण्यासंबंधी कसलाच विधिनिषेध बाळगलेला नसल्यामुळे फक्त पॅलेस्टिनी लोकांचे हल्लेच निषेधार्ह होते, असं अजिबात म्हणता येत नाही. चिथवले गेलेले, आपलं सर्वस्व गमावून बसलेले, अपमानाचा सूड घेण्यासाठी आसुसलेले पॅलेस्टिनी लोक इस्रायली आक्रमणाला आपल्या परीनं उत्तर देण्याचा प्रयत्न करत होते. बस, डिस्को, बाग, रेस्तराँ अशा अनेक ठिकाणी हे आत्मघातकी हल्ले होत. यामुळे इस्रायल हतबल झाला. इंतिफादा संपण्याची चिन्हं दिसेनात. सगळीकडे भीतीचं वातावरण पसरलं. इस्रायलमध्ये केव्हा कुठे आत्मघातकी हल्ला होईल हे सांगणंच कठीण होऊन बसलं. आता आपण काहीतरी निर्णायक पाऊल उचललं पाहिजे याची इस्रायलला पुरेपूर कल्पना होती.

इस्रायलसमोरची मुख्य अडचण म्हणजे पॅलेस्टिनी लोकांच्या हल्ल्यांविषयी मोठी कारवाई न करता येण्याची होती. हे लोक प्रामुख्यानं गाझा पट्ट्यात राहतात, याची इस्रायलला कल्पना होती. तरीसुद्धा गाझा पट्ट्यात आपलं सैन्य घुसवणं किंवा तिथे बाँबवर्षाव करणं अशा प्रकारच्या गोष्टी करणं इस्रायलच्या दृष्टीनं अशक्यच होतं. यामुळे पॅलेस्टिनी लोकांची प्रचंड मनुष्यहानी झाली असती. आधीच निरपराध पॅलेस्टिनी लोकांची कत्तल केल्याप्रकरणी इस्रायलवर सातत्यानं टीका होत असताना अशा प्रकारचं पाऊल उचलणं म्हणजे आगीत तेल ओतण्यासारखं होतं. काही भडक माथ्याचे आणि कट्टर विचारसरणीचे इस्रायली नेते अशा परिस्थितीतसुद्धा 'आपण कसलाच विचार न करता अशी कारवाई केली पाहिजे' असं सातत्यानं म्हणत. अमेरिका आणि इतर काही देश यांच्या दबावामुळे मात्र या नेत्यांना माघार घ्यावी लागत असे. यामुळे मोठ्या प्रमाणावर अशी काही कारवाई करण्यापेक्षा ठरावीक लक्ष्यं हेरून त्यांना ठार करण्यावर आपण भर दिला पाहिजे, असं इस्रायली उच्चपदस्थांनी ठरवलं. यासाठीचे बेत आखायला त्यांनी संबंधितांना सांगितलं. इतकंच नव्हे; तर या निर्णयामध्ये सगळ्यांना सहभागी करून घेतलं पाहिजे, असंही इस्रायली नेत्यांनी ठरवलं. अर्थातच, पॅलेस्टिनी लोकांकडून होत असलेल्या आत्मघातकी हल्ल्यांच्या पार्श्वभूमीवर कुणी या निर्णयाला फारसा विरोध करण्याचा प्रश्नच नव्हता. तरीसुद्धा त्यावर शिक्कामोर्तब करून घेण्यासाठी विविध पातळ्यांवर सर्वेक्षण करण्यात आलं. त्यातून जवळपास ९० टक्के इस्रायली

नागरिकांचा आपल्या धोरणांना पाठिंबा असल्याचं सरकारनं २००१च्या जुलै महिन्यात जाहीर केलं. आपल्या दृष्टीनं 'वाँटेड' असलेल्या लोकांच्या नावांच्या याद्या तयार करण्यात आल्या. अशी हजारो माणसं होती. हमास, इस्लामिक जिहाद, तन्झिम अशा निरनिराळ्या शत्रू-गटांमधल्या लोकांच्या नावांच्या नोंदीसाठी वेगवेगळे रंग वापरण्यात आले. एखाद्या लक्ष्याचा वेध घेतल्याबरोबर त्याच्या नावासमोर फुली मारण्यात येत असे.

आता इस्रायलला खासकरून हमास संघटनेच्या आक्रमक कारवायांशी संबंधित असलेल्या गटाचा प्रमुख सलाह शेहदेह याचा काटा काढण्याची गरज भासत होती. हमास संघटनेचं कामकाज चालवण्यामध्ये शेहदेहचा मुख्य हात होता. साहजिकच, तो इस्रायलसाठीच्या 'मॉस्ट वाँटेड' लोकांच्या अगदी अग्रक्रमी आला. इस्रायलवर होत असलेल्या अनेक हल्ल्यांमध्ये त्याचा थेट सहभाग असे; किंवा त्यानंच या हल्ल्यांचे बेत आखण्यात तरी महत्त्वाची भूमिका बजावलेली असे. शेहदेह सातत्यानं गाझा पट्ट्यामध्ये वास्तव्य करत असल्यामुळे त्याचा शोध घेणं आणि त्याचा काटा काढणं इस्रायलच्या दृष्टीनं खूप अवघड होतं. तिथेही तो सातत्यानं आपलं ठिकाण बदलून इस्रायलच्या शोधकार्याला गुंगारा देत असे.

२००२च्या जुलै महिन्यात शेहदेह राहत असलेल्या ठिकाणाचा अचूक माग इस्रायलला लागला. लगेचच त्या ठिकाणी बाँब टाकून शेहदेहला ठार करण्यासाठीचा बेत आखण्यात आला. त्याला इस्रायली उच्चपदस्थांनी लगेच परवानगीसुद्धा दिली. त्यानुसार हल्ला करण्यात आला. शेहदेह या हल्ल्यात ठार तर झालाच; याखेरीज त्या इमारतीमध्ये असलेले इतर १४ जणही दगावले. त्यात स्त्रिया आणि लहान मुलं यांचाही समावेश होता. यामुळे आंतरराष्ट्रीय पातळीवर क्षोभ उसळला. इस्रायलच्या या कारवाईचा सगळ्यांनी एकमुखानं निषेध केला. आंतरराष्ट्रीय कायद्यांचं इस्रायलनं उल्लंघन केलेलं असून सर्वसामान्य लोकांची विनाकारण हत्या करण्याचा अपराधही इस्रायलनं केला असल्याचा ठपका ठेवण्यात आला. मानवी हक्कांसाठी लढणाऱ्या इस्रायलमधल्याच एका संघटनेनं इस्रायली सर्वोच्च न्यायालयात धाव घेतली. इस्रायली सरकारवरचा दबाव प्रचंड वाढला. अखेर सरकारनं शेहदेहला ठार करण्यासाठी करण्यात आलेल्या हल्ल्याची संपूर्ण चौकशी करण्याचे आदेश नाइलाजापोटी दिले.

२००६मध्ये इस्रायली सर्वोच्च न्यायालयानं अशा प्रकारचे हल्ले ठरावीक लक्ष्यांवर करण्याची परवानगी इस्रायली लष्कराला आहे, असा सनसनाटी निकाल

दिला असला तरी मोठ्या प्रमाणावर निष्पाप लोकांचे बळी देणं कुणालाच मान्य होणार नाही, याची इस्रायली उच्चपदस्थांना कल्पना आली. म्हणूनच सर्वोच्च न्यायालयाच्या निकालाचा योग्य अर्थ लावत, ठरावीक लोकांना ठार करत असताना मोठ्या प्रमाणावर जीवितहानी होणार नाही, याची काळजी घेण्याच्या दृष्टीनं इस्रायली लष्करानं पावलं उचलली. यासाठी आपल्याला आपल्या लक्ष्यांचा थेट वेध घेणं गरजेचं असल्याचं इस्रायली लष्कराला समजलं. तसंच अशा प्रकारचा हल्ला करत असताना शक्य तितकी काळजी घेणं आवश्यक असल्याची जाणीवही संबंधितांना आधीपासून होतीच.

अशा प्रकारचे हल्ले करण्यासाठीच्या शस्त्रास्त्रांच्या निर्मितीवर भर देण्यात आला. यातून फक्त २०० ग्रॅम वजनाची स्फोटकं जोडण्यात आलेलं एक क्षेपणास्त्र तयार झालं. या क्षेपणास्त्राच्या हल्ल्यामुळे घडवून आणलेला स्फोट फार मोठा असणार नव्हता. या स्फोटामुळे होणारी नासधूस एखाद्या इमारतीमधलं एकच घर किंवा एखादं वाहन इतपतच मर्यादित असेल, असा अंदाज होता. तसंच अशा प्रकारे थेट लक्ष्य करून ठरावीक लोकांना ठार करण्यासंबंधीच्या गुप्तचर यंत्रणांच्या कामकाजातही बदल करण्यात आले. अगदी खात्रीलायक माहिती असल्याशिवाय हल्ला होता कामा नये यासाठीची पावलं उचलण्यात आली. या संदर्भातले आदेश देण्याचा अधिकार अगदी ठरावीक लोकांकडेच असेल याची व्यवस्था करण्यात आली. आपोआपच या कामांसाठी ड्रोन्सचा मोठ्या प्रमाणावर वापर वाढला; कारण ड्रोन्सद्वारेच आपल्या लक्ष्यापर्यंत अचूकपणे आणि थेटपणे पोहोचणं इस्रायली लष्कराला शक्य व्हायला लागलं होतं. या उपाययोजनांचा वापर सुरू झाला. परिणामी, निष्पाप नागरिकांची हत्या करण्यासंबंधीचे इस्रायलवर होत असलेले आरोप कमी झाले. अर्थातच, अनेकदा पॅलेस्टिनी चळवळीमध्ये लढणारे लोक नागरी वसाहत, इस्पितळ, सार्वजनिक जागा अशा ठिकाणी मिसळून जात. यामुळे त्यांना नेमकं टिपणं अवघड होऊन बसे. इतर लोकांचा जीव वाचवून नेमकं अशा लोकांनाच ठार करणं अजिबात सोपं नसे. या आव्हानाचा सामना करण्यासाठी २००९च्या जानेवारी महिन्यात इस्रायली लष्करानं 'इमारतीच्या छपरावर ठोठावणे' अशा टोपणनावानं ओळखली जाणारी मोहीम हाती घेतली.

गाझा पट्ट्यात अनेक ठिकाणी नागरिक राहत असल्याचं भासवून त्या घरांमध्ये हमास संघटना आपली शस्त्रास्त्रं लपवून ठेवत असल्याचा दाट संशय इस्रायलला होता. अर्थातच, अशा संशयाच्या आधारे शस्त्रास्त्रं नष्ट करण्यासाठी या घरांवर बॉंब

टाकण्याचा धोका आपण पत्करू शकत नसल्याची इस्त्रायलला पुरेपूर कल्पना होती. यासाठी इस्त्रायलनं एक शक्कल लढवली. त्या घरामध्ये राहणाऱ्या लोकांना आधी फोन करायचा; तिथे आपण हल्ला करणार असल्याचं सांगायचं आणि त्यानंतर बाँब टाकायचा अशी ही योजना होती. ती भलतीच यशस्वी ठरली. एकंदर ५५ पैकी ५४ घरांच्या फोन नंबरवर इस्त्रायली लष्कराच्या माणसांनी फोन करून आपल्या हल्ल्याची माहिती देऊन घर खाली करायला सांगितलं. हे झाल्यावरच इस्त्रायलनं या घरांवर बाँब टाकला. ५५व्या घराच्या बाबतीत मात्र अडचण निर्माण झाली. इस्त्रायलनं फोन करून आपल्या हल्ल्याविषयी त्या घरातल्या लोकांना सांगितलं खरं; पण त्या लोकांनी इस्त्रायलच्या धमकीला अजिबात भीक घालायची नाही, असं ठरवलं. त्यामुळे हे लोक चक्क या इमारतीच्या छतावर येऊन उभे राहिले! त्यांच्या डोक्यावर असलेल्या इस्त्रायली ड्रोनकडे बघून ते हातवारे करत होते. ही दृश्यं ड्रोन्सनी इस्त्रायली हवाईदलाच्या प्रमुख कार्यालयापर्यंत नेहमीप्रमाणे पोहोचवली. आता काय करायचं याविषयी इस्त्रायली हवाईदलाच्या वरिष्ठांची चर्चा झाली. अखेर अशा परिस्थितीत दामटून बाँब टाकण्यानं परिस्थिती पार चिघळू शकते याची जाणीव झाल्यामुळे इस्त्रायलनं या घरावर बाँब टाकण्याचा बेत रहित केला.

दुसऱ्या दिवशी इस्त्रायली हवाईदलानं एका वेगळ्या घरी फोन करून त्यावर आपण बाँब टाकणार असल्याची पूर्वसूचना देण्याचा प्रयत्न केला. तिथेही आदल्या

२००२मध्ये एका पॅलेस्टिनी हल्लेखोराला ठार करताना इस्त्रायलच्या हल्ल्यात सरासरी एक निरपराध पॅलेस्टिनी नागरिकाचा बळी जाई. २००९मध्ये या आकडेवारीत झालेला बदल थक्क करून सोडणारा होता. आता सुमारे ३० पॅलेस्टिनी हल्लेखोरांना इस्त्रायलनं टिपल्यानंतर एका निरपराध पॅलेस्टिनी नागरिक ठार होई. इस्त्रायलचे हे नवे डावपेच याला कारणीभूत तर होतेच; त्याखेरीज इस्त्रायलकडच्या नव्या अत्याधुनिक शस्त्रास्त्रांचीही यात खूप मदत झाली. आता इस्त्रायल 'स्मार्ट बाँब' म्हणून ओळखले जाणारे बॉम्ब्ज वापरत असे. म्हणजेच आंधळेपणानं हल्ला न करता आपल्या लक्ष्याचा बारकाईनं अभ्यास करून योग्य तिथे योग्य वेळी बाँबहल्ला करण्यात इस्त्रायलनं प्रावीण्य मिळवलं.

दिवशीच्या ५५व्या घरासारखाच प्रकार घडला. इस्रायलच्या या डावपेचांसमोर ठामपणे उभं राहून पॅलेस्टिनी नागरिकांनी इस्रायलची चांगलीच पंचाईत केली! आपल्याला यातून मार्ग काढणं गरजेचं असल्याची इस्रायली लष्कराला जाणीव झाली. या घरांमध्ये रॉकेट्स आहेत आणि आपण ती नष्ट केली नाहीत तर दुसऱ्या दिवशी आपल्यावरच ती डागली जाऊ शकतात, हे इस्रायलला माहीत होतं. असं असूनही या घरांवर हल्ला करणं म्हणजे तिथे असलेल्या स्त्रिया आणि तिथली लहान मुलं यांच्यासकट सगळ्यांना मारणं असा हिशेब असल्यामुळे तेही परवडण्यासारखं नव्हतं. एकूण काय; तर दोन्हीकडून इस्रायलची पंचाईत झाली. तेवढ्यात इस्रायली हवाईदलाच्या एका गटाला वेगळीच युक्ती सुचली. ज्या घरावर बॉंब टाकायचा असेल त्या घरात नेहमीप्रमाणे फोन करायचा. हा फोन झाल्यावर तिथले लोक आपल्याला विरोध करण्यासाठी घराच्या छतावर येणार. ते तिथे आले की लगेचच आपल्या हेलिकॉप्टरमधून अत्यंत कमी शक्तीचं; पण घर उद्ध्वस्त करू शकणारं क्षेपणास्त्र घराच्या छतावरच टाकायचं. या हल्ल्यामुळे जीवितहानी न होता घरामधली रॉकेट्स नष्ट होतील असा या मंडळींचा अंदाज होता.

आपल्या या नव्या योजनेची चाचणी घेण्यासाठी इस्रायलनं गाझा पट्ट्यामधल्या एका इमारतीची निवड केली. त्या इमारतीमधल्या सगळ्या घरांमध्ये फोन करून आपण बॉंब टाकणार असल्याचा निरोप इस्रायलनं ठरल्याप्रमाणे दिला. या तीन मजली इमारतीत हमास संघटनेची शस्त्रं मोठ्या प्रमाणावर दडवली असल्याचा इस्रायलचा अंदाज होता. अपेक्षेप्रमाणे इस्रायलच्या वतीनं करण्यात आलेल्या फोन कॉल्सनंतर या इमारतीमधले लोक तिथून पळ न काढता उलट इमारतीच्या छपरावर जमले. त्यांना तिथून इस्रायली ड्रोन दिसत नसलं तरी ते अंदाजानं आकाशाकडे बघतच हातवारे करत राहिले. आपण आपली इमारत सोडून इतर कुठेही जाणार नसल्याचं हे लोक अगदी स्पष्टपणे इस्रायलला आपल्या इशाऱ्यांमधून सांगत होते. त्याबरोबर ड्रोनमधून टिपली जाणारी दृश्यं बघत असलेल्या इस्रायली हवाईदलाच्या वरिष्ठ अधिकाऱ्यानं या इमारतीजवळच्या इस्रायली हेलिकॉप्टरला ठरल्याप्रमाणे संदेश पाठवला. हा संदेश मिळताच हेलिकॉप्टर या इमारतीच्या जवळ आलं आणि तिथल्या बाजूच्या मोकळ्या मैदानात या हेलिकॉप्टरमधून गोळ्यांचा वर्षाव करण्यात आला. अर्थातच, इमारतीच्या छतावर जमलेल्या लोकांनी ताबडतोब तिथून निघून जावं आणि इमारत मोकळी करावी, यासाठीचा हा इशारा होता. तो ओळखून काही जण घाबरून इमारतीच्या छतावरून धावत खाली आले आणि लांब पळाले.

काही तरुण मात्र संभाव्य परिणामांची पर्वा न करता छतावरच ठाण मांडून उभे राहिले. आता हेलिकॉप्टरच्या चालकाला इमारतीच्या कोपऱ्याच्या भागात क्षेपणास्त्र डागण्यासाठीचा आदेश मिळाला. हे क्षेपणास्त्र इमारतीवर आदळताच आपण या इमारतीच्या छतावर असूनसुद्धा इस्रायल ही इमारत नष्ट करणार असल्याच्या भीतीपोटी उरलेले लोक छतावरून खाली आले. आता इमारत रिकामी असल्यामुळे तिच्यावर क्षेपणास्त्र टाकण्यात कसलीच अडचण नव्हती. या दृश्याचा व्हीडिओ नंतर अनेक जणांनी बघितला. मूळ क्षेपणास्त्राचा स्फोट झाल्यानंतर इमारतीच्या तळघरामध्ये साठवण्यात आलेल्या स्फोटकांचेही स्फोट झाल्याचं त्यात दिसतं. यामुळे इमारत ढासळल्याचं स्पष्ट होतं.

या नव्या युक्तीचा वापर केल्याबरोबर अशा प्रकारच्या हल्ल्यामध्ये सर्वसामान्य पॅलेस्टिनी नागरिकांची होत असलेल्या मृत्यूंची संख्या वेगानं घटत गेल्याचं इस्रायलच्या लक्षात आलं. २००२मध्ये एका पॅलेस्टिनी हल्लेखोराला ठार करताना इस्रायलच्या हल्ल्यात सरासरी एक निरपराध पॅलेस्टिनी नागरिकाचा बळी जाई. २००९मध्ये या आकडेवारीत झालेला बदल थक्क करून सोडणारा होता. आता सुमारे ३० पॅलेस्टिनी हल्लेखोरांना इस्रायलनं टिपल्यानंतर एका निरपराध पॅलेस्टिनी नागरिक ठार होई. इस्रायलचे हे नवे डावपेच याला कारणीभूत तर होतेच; त्याखेरीज इस्रायलकडच्या नव्या अत्याधुनिक शस्त्रास्त्रांचीही यात खूप मदत झाली. आता इस्रायल 'स्मार्ट बॉंब' म्हणून ओळखले जाणारे बॉम्ब्ज वापरत असे. म्हणजेच आंधळेपणानं हल्ला न करता आपल्या लक्ष्याचा बारकाईनं अभ्यास करून योग्य तिथे योग्य वेळी बॉंबहल्ला करण्यात इस्रायलनं प्रावीण्य मिळवलं. स्वाभाविकपणे इस्रायलला आपल्याकडचे बॉम्ब्ज वाया घालवण्याची न परवडणारी चैन आता थांबवणं शक्य झालं. शिवाय, आपल्या हल्ल्यांमध्ये मुख्य लक्ष्य सोडून भलत्याच ठिकाणी किंवा लोकांवर हल्ले होण्याची शक्यताही इस्रायलला कमी प्रमाणात भंडावायला लागली. याचा आणखी एक महत्त्वाचा परिणाम म्हणजे इस्रायलवरचा आंतरराष्ट्रीय दबावही घटला. इस्रायलकडून निरपराध लोकांची हत्या होत असल्याचे आरोप तोपर्यंत खूप मोठ्या प्रमाणावर होत असत. इस्रायलला हे आरोप अमान्य करणंही शक्य नसे. आता परिस्थिती बदलली. इस्रायलवर असे आरोप करण्यासाठी आवश्यक असलेले पुरावे मिळेनासे झाले. याचं कारण म्हणजे इस्रायलचे हल्लेच मुळात बिनचूक आणि आपलं लक्ष्य थेटपणे टिपणारे झाले.

इस्रायलच्या या अत्याधुनिक तंत्रज्ञानाचा वापर अमेरिकेनंही करून घेतला. अमेरिकेवर अल-कायदा संघटनेनं केलेल्या ९/११च्या हादरवून सोडणाऱ्या हल्ल्यानंतर अमेरिकेला या हल्ल्याला जबाबदार असलेल्या लोकांचा नेमका शोध घ्यायचा होता. यासाठी अमेरिकेनं इस्रायलची मदत घ्यायचं ठरवलं. आपल्याला हवी असलेली गुन्हेगार माणसं इस्रायल नेमका कसा शोधतो, यासाठी ड्रोन्सचं तंत्रज्ञान वापरण्याखेरीज इतर कुठल्या गोष्टी इस्रायल गाझा पट्ट्याच्या बाबतीत करतो, हे अमेरिकेला जाणून घ्यायचं होतं. तसंच एकदा या माणसांचा शोध लागल्यावर त्यांना नेमकं कसं टिपायचं, याविषयीच्या इस्रायलच्या युक्त्याही अमेरिकेला माहीत करून घ्यायच्या होत्या.

९/११चा बदला घेण्याच्या हेतूनं अमेरिकेनं राबवलेल्या मोहिमेचा एक भाग म्हणून या कामासाठी काही अमेरिकी तज्ज्ञ इस्रायलच्या दौऱ्यावर आले. तिथे या अमेरिकी लोकांनी इस्रायलच्या अत्याधुनिक तंत्रज्ञानाचा आणि संकल्पनांचा अभ्यास केला. आपल्याला यामधल्या कोणत्या गोष्टी ९/११च्या हल्ल्याच्या बदल्यात वापरता येणं शक्य आहे, याविषयी अमेरिकी आणि इस्रायली तज्ज्ञांची चर्चा झाली. यातून निघालेल्या निष्कर्षांचा अमेरिकेनं खुबीनं वापर केला. अफगाणिस्तान आणि इराक इथे ९/११च्या हल्ल्यात महत्त्वाची भूमिका बजावलेले लोक लपून बसले होते. त्यांना नेमकं हेरणं आणि ठार करणं अमेरिकी राष्ट्रपती जॉर्ज डब्ल्यू बुशच्या दृष्टीनं अत्यावश्यक होतं. अमेरिकी लोकांच्या मनात खदखदत असलेली संतापाची भावना दूर करण्यासाठी हा हल्ला घडवून आणलेल्या लोकांना आपण संपवलं असल्याचं बुशला जाहीर करायचं होतं. बुशनंतरचा अमेरिकी राष्ट्रपती बराक ओबामा यानंही इस्रायली तंत्रज्ञानाचा वापर अशाच प्रकारच्या नेमक्या हल्ल्यांसाठी केला. आपल्याला हवे असलेले लोक ड्रोन्सद्वारे आणि गुप्तचर यंत्रणेद्वारे हेरायचे, त्यांच्यावर पाळत ठेवायची, खात्री पटली की त्यांच्यावर अत्याधुनिक क्षेपणास्त्राद्वारे हल्ला करायचा, अशी योजना अमेरिकेनं अल कायदाच्या अनेक लोकांना संपवण्यासाठी वापरली. याखेरीज २०१६मध्ये इराकमध्ये आयसिसच्या विरोधात अमेरिकेनं इस्रायलसारखी 'छपरावर हल्ला करण्याची' युक्तीसुद्धा मोठ्या प्रमाणावर वापरली. अशा रीतीनं इस्रायलमध्ये प्रथम जन्मलेल्या या संकल्पनेचा वापर अनेक ठिकाणी व्हायला लागला!

■■■

प्रकरण ७

सायबर युद्ध

२०१२च्या जून महिन्यात काही अमेरिकी अधिकाऱ्यांनी 'ऑलिम्पिक गेम्स' असं सांकेतिक नाव असलेल्या एका योजनेविषयी बोलायला सुरुवात केली. त्याविषयीचे तपशीलही वर्तमानपत्रात लगेचच छापून आले. आधी उल्लेख केल्यानुसार इराणच्या कथित अणुबाँबनिर्मितीच्या कामात अडथळे आणण्यासाठी संगणकीय हल्ले करण्यासाठीची ही योजना होती. खरं म्हणजे आधी अमेरिकेनं राजकीय दबाव आणि आर्थिक निर्बंध यांच्या जोरावर इराणवर दबाव टाकायचा खूप प्रयत्न केला. त्यात पुरेसं यश न आल्यामुळे आणि इराण आपल्या धमक्यांना भीक घालत नसल्याच्या भावनेपोटी अमेरिकेनं इराणवर सायबर हल्ले करण्याचा निर्णय घेतला. इस्रायलच्या मदतीनं अमेरिकेनं 'स्टक्सनेट' नावाचं घातक सॉफ्टवेअर तयार केलं. अशा घातक सॉफ्टवेअरला तांत्रिक भाषेत 'मॅलवेअर' म्हणतात; कारण हा शब्द म्हणजे 'मॅलिशियस सॉफ्टवेअर'चं छोटं रूप आहे. खरं म्हणजे २०१०मध्येच या मॅलवेअरविषयी चर्चा सुरू झाली होती. या मॅलवेअरचा वापर करून अमेरिकेनं इराणच्या अणुशक्तीशी संबंधित असलेल्या कामांमध्ये अनेक अडथळे आणले. या कामाचा वेग कमी करण्यात अमेरिकेला यश आलं. तसंच हे नक्की कशामुळे होतं आहे हेही इराणला समजू शकलं नाही. बहुदा खराब सुटे भाग / इतर यंत्रणा, आवश्यक असलेल्या तांत्रिक कौशल्याचा अभाव अशा कारणांमुळे हे घडत असावं, असा इराणचा समज झाला. याचा फायदा इराणवरचा दबाव वाढवण्याच्या रूपानं झाला आणि अखेर २०१५च्या जुलै महिन्यात इराणनं अमेरिकेशी चर्चा

स्टक्सनेट अॅटॅक

करायची तयारी दाखवली. या चर्चेत इराणनं आपली कडवी भूमिका दूर ठेवत समझोत्याची भाषा अनेक वर्षांनी केली.

यामधला फारसा माहीत नसलेला मुद्दा म्हणजे स्टक्सनेट हे मॅलवेअर फक्त इराणमधल्या संगणकांना बाधलं असं नाही; तर तब्बल १०० देशांमधल्या सुमारे तीन लाख संगणकांमध्ये ते शिरलं. असं असूनही त्याची मात्रा फक्त इराणमधल्या अणुशक्तीशी संबंधित असलेल्या प्रकल्पांमध्येच चालायचं कारण म्हणजे त्याच्यामधल्या सूचना हे होतं. या सूचनांननुसार फक्त ठरावीक संगणकांवरच या स्टक्सनेटची जादू चालणार होती. इतर संगणकांवर ते नुसतं झोपून राहायचं. कहर म्हणजे चक्क भारतामधल्या अनेक संगणकांमध्येही स्टक्सनेट हे मॅलवेअर घुसलं होतं; पण त्याचे दुष्परिणाम ते झोपून राहिल्यामुळे इथे जाणवले नाहीत.

'ऑलिम्पिक गेम्स' म्हणून ओळखल्या जाणाऱ्या योजनेत स्टक्सनेट या मॅलवेअरचा समावेश तर होताच; पण याखेरीज 'फ्लेम' आणि 'डुक्यू' नावाच्या दोन मॅलवेअर्सचाही त्यात सहभाग होता. या दोन मॅलवेअर्सचं मुख्य काम इराण आणि इतर मध्यपूर्व आशियाई देश यांच्यामधल्या महत्त्वाच्या संगणकांवरची गोपनीय माहिती चोरण्याचं होतं. उदाहरणार्थ, फ्लेम या मॅलवेअरचं काम अत्यंत गोपनीय प्रकारच्या पीडीएफ फायलींमधील ठरावीक शब्द हुडकणं आणि ते शब्द ज्या फायलींमध्ये आढळतील त्या फायलींचा सारांश अमेरिकेकडे पाठवणं हे होतं.

इराणवर अमेरिकेनं स्टक्सनेटचा हल्ला करण्यामुळे सायबर हल्ल्यांची परिभाषाच बदलून गेली. इतके दिवस आपल्या शत्रूंच्या संगणकांवरची गोपनीय माहिती चोरणं किंवा ती नष्ट करणं यासाठी सायबर हल्ले केले जात. आता मात्र प्रथमच या सायबर हल्ल्यांचं स्वरूप अमेरिकेनं स्टक्सनेटच्या वापरानं पार बदलून टाकलं. शत्रूकडची महत्त्वाची यंत्रणा बंद पाडण्यासाठी सायबर हल्ला करण्याची ही मोठ्या स्वरूपाची पहिलीच घटना होती. म्हणूनच याला 'सायबर हल्ला' न म्हणता 'सायबर युद्ध' म्हणून ओळखलं जातं.

अर्थातच, हे काम करत असताना आपण पकडले जाणार नाही याची खात्री ही सगळी मॅलवेअर्स घेत असत.

इराणला अशा प्रकारचे हल्ले आपल्या अणुशक्तीशी संबंधित असलेल्या यंत्रणेवर होत असल्याचं अजिबात समजलं नाही. ही यंत्रणा नीटपणे काम करत नसल्याचं मात्र संबंधित इराणी अधिकाऱ्यांच्या लक्षात येत असे. आपल्या यंत्रणेत कसलातरी तांत्रिक बिघाड झाल्याची त्यांची समजूत होई. प्रामुख्यानं इस्रायलनं तयार केलेल्या संगणकीय हल्ल्यामुळे हे घडत असेल असं कुणालाच वाटलं नाही. हे संगणक इंटरनेटला जोडलेले नसल्यामुळे बाहेरून त्यांच्यावर हल्ला होण्याची भीतीही नव्हती. अर्थातच, कुणीतरी शत्रूला फितूर झालं असल्याची आणि त्याच्याकडच्या पेन ड्राईव्हमधून शत्रूनं हे हल्ले आपल्या संगणकांवर केल्याचं इराणच्या खूप उशिरा लक्षात आलं. हे फितूर लोक म्हणजे इस्रायलनं इराणमध्ये पेरलेले गुप्तहेर होते. अमेरिकेच्या सीआयएनं इस्रायलच्या या कौशल्याचा मोठ्या खुबीनं वापर केला. स्टक्सनेट सॉफ्टवेअर लिहिण्याचं काम प्रामुख्यानं इस्रायलमध्ये आणि काही प्रमाणात अमेरिकेत असं संयुक्तपणे झालं. नंतर एका जर्मन संगणकतज्ज्ञानं स्टक्सनेट सॉफ्टवेअरमधले १५,००० ओळींचे प्रोग्रॅम्स बघितले तेव्हा तो थक्कच झाला. या हल्ल्यामुळे इराणचं अणुशक्तीशी संबंधित असलेलं काम किमान दोन वर्षांनी मागे पडलं असल्याचा अंदाज त्यानं व्यक्त केला.

इराण आणि इस्रायल यांच्यामध्ये वैर का असावं, असा प्रश्न काही जणांना पडतो. इराण हा मध्यपूर्व आशियामध्ये असला तरी तो अरब देश नाही. या देशांमध्ये समान सीमारेषाही नाही. इस्रायलची निर्मिती झाल्यावर या दोघांमध्ये अधिकृतरीत्या सौहार्दपूर्ण संबंध प्रस्थापित होण्यासाठी प्रयत्नही झाले होते. १९७९मध्ये इराणमध्ये घडलेल्या इस्लामी क्रांतीमुळे मात्र परिस्थिती पार बदलली. तोपर्यंत इराण आणि इस्रायल एकमेकांचे चांगले मित्र होते. इस्रायलकडून इराणला अत्याधुनिक क्षेपणास्त्रांचा पुरवठा होण्यासंबंधीची चर्चाही अगदी शेवटच्या टप्प्यात होती. आता मात्र सगळंच फिसकटलं. इराणचा लेबेनॉनमधल्या हिझबुल्ला संघटनेला पाठिंबा होता. तसंच गाझा पट्टयामधल्या हमास आणि इस्लामिक जिहाद या संघटनांनाही इराण मदत करे. या सगळ्या संघटना इस्रायलच्या विरोधात लढत असल्यामुळे आपोआपच इराण आणि इस्रायल यांच्यामध्ये संघर्ष सुरू झाला. मित्रत्वाचं नातं शत्रुत्वामध्ये बदललं. १९९०च्या दशकात इराण अण्वस्त्रसज्ज होण्याच्या प्रयत्नात असल्याचे पुरावे आपल्याला मिळाले असल्याचा दावा इस्रायलनं केला.

इराणवर अमेरिकेनं स्टक्सनेटचा हल्ला करण्यामुळे सायबर हल्ल्यांची परिभाषाच बदलून गेली. इतके दिवस आपल्या शत्रूंच्या संगणकांवरची गोपनीय माहिती चोरणं किंवा ती नष्ट करणं यासाठी सायबर हल्ले केले जात. आता मात्र प्रथमच या सायबर हल्ल्यांचं स्वरूप अमेरिकेनं स्टक्सनेटच्या वापरानं पार बदलून टाकलं. शत्रूकडची महत्त्वाची यंत्रणा बंद पाडण्यासाठी सायबर हल्ला करण्याची ही मोठ्या स्वरूपाची पहिलीच घटना होती. म्हणूनच याला 'सायबर हल्ला' न म्हणता 'सायबर युद्ध' म्हणून ओळखलं जातं. स्टक्सनेटच्या यशामुळे अमेरिकेला चांगलाच हुरूप आला. तसंच इतर लष्करी खर्चांमध्ये काही काळानंतर कपात करण्यात आली असली तरी सायबर युद्ध हीच आधुनिक काळातल्या युद्धाची परिभाषा असल्याचं ओळखून अमेरिकेनं सायबर युद्धासाठीच्या खर्चात कसलीच कपात न करण्याचं धोरण स्वीकारलं. २०१२मध्ये पेंटॅगॉन या अमेरिकी लष्कराच्या मुख्यालयानं Plan X नावाच्या योजनेवर शिक्कामोर्तब केलं. त्यानुसार 'सायबर युद्धभूमीवर वरचश्मा निर्माण करणं' हे उद्दिष्ट साध्य करण्यासाठी जे करावं लागेल ते आपण करू, असा निर्णय पेंटॅगॉननं घेतला.

दरम्यान आपल्यावर झालेले सायबर हल्ले निमूटपणे सहन करण्याची इराणची तयारी नव्हती. सगळा प्रकार लक्षात येताच २०१२चा सप्टेंबर महिना ते २०१३चा जून महिना या काळात अमेरिकेमधल्या मोठमोठ्या वित्तसंस्थांवर

'इझाद-दिन अल-कासम' म्हणून ओळखल्या जाणाऱ्या गटानं सुमारे २०० सायबर हल्ले केले. अर्थातच, स्टक्सनेटच्या मानानं या हल्ल्यांचं स्वरूप तसं प्राथमिक होतं. तरीसुद्धा संबंधित वित्तसंस्थांना या हल्ल्यांमुळे बऱ्यापैकी नुकसान सोसावं लागलं. उदाहरणार्थ, एका बँकेला आपलं ऑनलाईन कामकाज सुरळीत करण्यासाठी जवळपास एक कोटी डॉलर्स खर्च करावे लागले! इझाद-दिन अल-कासम या हल्लेखोर गटानं आपण इराणच्या वतीनं ही कृत्यं घडवत नसून इस्लाम जगताच्या वतीनं अमेरिकेच्या धोरणांचा बदला घेत असल्याचं जाहीर केलं. बव्हंशी राजकारण्यांना आणि तज्ज्ञांना मात्र यामागे इराणचाच हात असल्याविषयी अजिबात शंका नव्हती.

दरम्यान २०१२च्या ऑगस्ट महिन्यात सौदी अरेबियामध्ये असलेल्या आणि जगामधल्या सगळ्यात मोठ्या तेल उत्पादन कंपन्यांपैकी एक म्हणून ओळखल्या जाणाऱ्या अरामको कंपनीवर 'शामून' नावाच्या मॅलवेअरनं सायबर हल्ला केला. अरामको कंपनीकडच्या संगणकांवरच्या माहितीचं खूप मोठ्या प्रमाणावर नुकसान झालं. तसंच कंपनीच्या कर्मचाऱ्यांना इमेलची सुविधा वापरणं अशक्य होऊन बसलं. हे मॅलवेअर कंपनीच्या संगणकीय जाळ्यात असं काही घुसलं की कंपनीला तब्बल ३०,००० संगणक मोडीत काढून त्यांच्या जागी नवे संगणक विकत घ्यावे लागले. नशिबानं तेल उत्पादन आणि शुद्धीकरण यांच्याशी संबंधित असलेल्या यंत्रणांमधल्या संगणकांना या मॅलवेअरची बाधा झाली नाही. मुख्यत्वे अरामकोच्या कार्यालयांमधल्या संगणकांनाच त्याचा फटका बसला. अन्यथा, या हल्ल्याचा फटका सगळ्या जगालाही बसला असता. यानंतर कतारमधल्या एका कंपनीवरही असाच प्रकारचा सायबर हल्ला झाला. या सगळ्या हल्ल्यांमागे इराणच असल्याचा आरोप अमेरिकेनं केला. खासकरून अरामकोवरच्या हल्ल्यामुळे अमेरिका फारच वैतागली. अमेरिकी संरक्षणमंत्री लिऑन पॅनेटा यानं 'सायबर हल्ल्यांनी धोक्याची पातळी ओलांडली' असं विधान केलं. तसंच यातून लवकरच 'सायबर पर्ल हार्बर' घडेल अशी भीतीही त्यानं व्यक्त केली. अमेरिकेमध्ये अनेक ठिकाणी पाणीपुरवठा आणि शुद्धीकरण, वीजपुरवठा, वाहतूक नियंत्रण, दळणवळण यंत्रणा संगणकांच्या मदतीनं चालवल्या जातात. यातल्या कशावरही हल्लेखोरांनी हल्ला चढवला तर त्याचे परिणाम भयंकर होऊ शकतील असं पॅनेटानं स्पष्टपणे सांगितलं. यामधला रंजक भाग म्हणजे अरामको आणि इतर ठिकाणी झालेल्या सायबर हल्ल्यांमध्ये वापरण्यात आलेल्या क्लृप्त्या या अमेरिकेनं पूर्वी इराणवर केलेल्या सायबर

हल्ल्यांमधल्यांसारख्याच होत्या. म्हणजेच इराणनं हे प्रतिहल्ले केले असं गृहीत धरलं तर आपल्या शत्रूकडून त्याच्याच चाली शिकून इराणनं त्या चालींचा वापर शत्रूविरुद्ध किंवा त्याच्या सहकाऱ्यांविरुद्ध यशस्वीपणे केला होता.

एकीकडे अमेरिका आणि इराण यांच्यामध्ये सायबर विश्वात अशा प्रकारचं नाट्य सुरू असताना दुसरीकडे चीननं अमेरिका, जपान आणि युरोपीय देश यांच्याकडून माहिती चोरण्यासाठी सायबर हल्ल्यांची आघाडीच उघडली होती. अनेक वर्षं हा प्रकार सुरू होता. सुरुवातीला अमेरिकी लष्कराकडून कंत्राटं मिळवणाऱ्या कंपन्यांवर सायबर हल्ले करून त्यांच्याकडची माहिती चोरायची असा चिनी हल्लेखोरांचा प्रयत्न होता. त्यात यश आल्यावर त्यांनी तंत्रज्ञान, अर्थकारण, कायदा आणि माध्यमं अशांशी संबंधित असलेल्या अनेक कंपन्यांकडे आपली नजर वळवली. २०१२च्या जुलै महिन्यात एका वरिष्ठ अमेरिकी लष्करी अधिकाऱ्यानं मांडलेल्या हिशेबांनुसार यातून अमेरिकी कंपन्यांचं तब्बल २५,००० कोटी डॉलर्सचं नुकसान झालं असल्याचा आणि याची नुकसानभरपाई करण्याच्या कामात आणखी ११,४०० कोटी डॉलर्सचं नुकसान झालं असल्याचा अंदाज मांडला. इतिहासात यापूर्वी अशा प्रकारचं नुकसान कुणाला कधीच सोसावं लागलं नव्हतं! या हल्ल्यांसाठी चिनी हल्लेखोर अनेक युक्त्या वापरत. यामधल्या 'स्पिअर-फिशिंग' म्हणून ओळखल्या जाणाऱ्या हल्ल्यांच्या प्रकारामध्ये हल्लेखोर अनेक जणांना अगदी खऱ्या वाटतील अशा; पण प्रत्यक्षात बनावट असलेल्या इमेल्स पाठवतात. या इमेल्स खऱ्या का वाटतात? तर त्या आपल्याला माहीत असलेल्या माणसाकडून आल्या असल्याचं आपल्याला भासवलं जातं. तसंच इमेलची रचना, तिचं रंगरूप हे आपल्या एकदम परिचयातल्या इमेल्ससारखं असतं. उदाहणार्थ, आपण समजा कुठे नोकरी करत असलो तर त्या कार्यालयामध्ये इमेल्स सर्वसाधारणपणे कशा प्रकारे पाठवल्या जातात, तशाच या बनावट इमेल्स असतात. सर्वसामान्य माणसाला सहजपणे त्या बनावट आणि म्हणूनच धोकादायक असल्याचं लक्षात येत नाही. तो अशी इमेल उघडतो आणि त्यामधल्या एखाद्या लिंकवर क्लिक करतो किंवा त्या इमेलमधली एखादी ॲटॅचमेंट उघडतो. त्याबरोबर धोकादायक मॅलवेअर त्याच्या संगणकामध्ये घुसतं आणि तिथून ते त्या कार्यालयामधल्या किंवा त्या माणसाशी संबंधित असलेल्या इतर लोकांच्या संगणकांमध्ये पसरत जातं. पसरत असताना संबंधित संगणकांमधल्या फायली चोरणं म्हणजेच कॉपी करणं आणि त्या चिनी हल्लेखोरांकडे पाठवणं हे त्यांचं काम असतं. अर्थातच, ते बरेचदा लक्षात

येतच नाही आणि आलं तरी तोपर्यंत खूपच उशीर झालेला असतो. कधीकधी तर या मॅलवेअरची करामत थक्क करून सोडणारी असते. ज्या संगणकामध्ये ते मॅलवेअर घुसलेलं असेल त्या संगणकाचा मायक्रोफोन आणि कॅमेरा ते चालू करतं आणि संबंधित माणूस कुणाशी काय बोलतो, कुठल्या बैठकांना जातो, तिथे काय घडतं हे सगळं हल्लेखोरांपर्यंत पोहोचतं!

दरम्यानच्या काळात 'गार्डियन' या ब्रिटिश वर्तमानपत्रानं पूर्वी एनएसएमध्ये काम करणाऱ्या एडवर्ड स्नोडेनकडून मिळालेल्या माहितीच्या आधारे सनसनाटी खुलासा केला. अमेरिकी सरकारच्या वतीनं सातत्यानं अमेरिकी नागरिकांवर पाळत न ठेवण्याचं आश्वासन अनेक वर्षं दिलं जात असलं तरी त्यात अजिबात तथ्य नसल्याचं या वार्तांकनातून स्पष्टपणे दिसून आलं. कुणी कुणाला केव्हा फोन केला, हे संभाषण किती काळ चाललं, अशा प्रकारचे असंख्य तपशील एनएसएनं 'प्रिझम' या नावानं ओळखल्या जाणाऱ्या एका खास प्रकल्पाच्या अंतर्गत साठवून ठेवले होते. हे तपशील अर्थातच अमेरिकी सरकारला हवे तसे वापरण्याची मुभा होती. गुगल, फेसबुक, ॲपल, मायक्रोसॉफ्ट अशांसारख्या कंपन्यांकडे तर माहितीचा नुसता खजिनाच होता. अमेरिकी कायद्यांनुसार परदेशी नागरिकांसंबंधीच्या असा माहितीच्या साठवणुकीची आणि तिच्या वापराची एनएसएला परवानगी होती; पण अमेरिकी नागरिकांवर मात्र असा अंकुश ठेवण्याला कायदेशीर कवच नव्हतं. सोमाली अतिरेकी, चिनी संगणक, युरोपीय संघाची कार्यालयं, वॉशिंग्टनमधल्या भारतीय दूतावासामधले संगणक, इतकंच नव्हे; तर ब्राझीलच्या राष्ट्रपती दिल्मा रुसफ आणि जर्मन चॅन्सलर अँगेला मर्कल यांचे फोन हे सगळं एनएसए अगदी नियमितपणे हॅक करत असल्याचं स्पष्ट झालं! हा अत्यंत स्फोटक प्रकार होता. अमेरिकेचे सगळ्याच देशांशी असलेले संबंध गार्डियनमधल्या सनसनाटी वार्तांकनामुळे अडचणीत आले. अमेरिका आणि रशिया यांच्यामध्ये आधीच वितुष्ट होतं. आता आपल्या जिवाला अमेरिकेमध्ये धोका असल्याच्या रास्त समजापोटी ही सगळी गुप्त माहिती जगासमोर आणणारा एडवर्ड स्नोडेन कसाबसा जीव वाचवून रशियापर्यंत पोहोचला. तिथे त्याला आश्रय मिळाला. आपल्यावर होत असलेल्या सायबर हल्ल्यांच्या विरोधात आवाज उठवणाऱ्या आणि आपलं नुकसान होत असल्याबद्दल दवंडी पिटणाऱ्या अमेरिकेनंच सगळ्या जगाची कशी फसवणूक केली आहे, असं म्हणून चीननं रान माजवलं. दिल्मा या ब्राझीलच्या राष्ट्रपतीनं ओबामाबरोबरची आपली नियोजित बैठक रद्द केली. २०१३च्या सप्टेंबर

महिन्यात संयुक्त राष्ट्रसंघाच्या आमसभेत बोलतानाही दिल्मानं अमेरिकेचा जाहीर निषेध केला.

अमेरिकेच्या या धोरणांमुळे चीन, रशिया आणि इतर अमेरिकाविरोधकांनी इंटरनेटवर संयुक्त राष्ट्रसंघाची देखरेख असावी, अशी मागणी केली. अमेरिकेनं मात्र सातत्यानं इंटरनेट हे खुलं आणि सर्वांना समान मानणारं माध्यम असल्याचं सांगितलं आहे. प्रत्यक्षात इंटरनेट असंच असलं पाहिजे यातही शंका नाही. यामधला दुर्दैवाचा भाग म्हणजे एकीकडे अमेरिका अशा प्रकारे सगळ्या जगाला इंटरनेटविषयी सांगत असताना ती स्वत:च इंटरनेटचा गैरवापर सरकारांच्या आणि सर्वसामान्य लोकांच्या खासगी माहितीवर गदा आणण्यासाठी करत असल्याचं उघड झालं आहे.

माजी अमेरिकी परराष्ट्रमंत्री हेन्री किसिंजर सायबरविश्वाचं वर्णन 'आपल्या आजवरच्या सगळ्या अनुभवांसमोर आव्हान उभं करणारं तंत्रज्ञान' असं करतो. सर्वसाधारणपणे आपण जिथे राहतो तिथे त्या प्रांताचे, देशाचे कायदेकानून असतात. म्हणजेच आपण केलेल्या कुठल्याही कृतीसंबंधीचा न्यायनिवाडा करण्यासाठी एक ठरावीक प्रकारची व्यवस्था असते. सायबरविश्व मात्र या सगळ्या भौगोलिक सीमारेषा पुसून टाकतं. दुसऱ्या महायुद्धानंतर सुरू झालेल्या अमेरिका-सोव्हिएत युनियन शीतयुद्धातही या महासत्तांचं वर्चस्व नेमक्या कुठल्या देशांवर आहे, हे अगदी स्पष्टपणे सगळ्यांनाच माहीत होतं. तसंच कुणाकडे किती शस्त्रास्त्रं आहेत याचा अंदाजही बांधला जाऊ शकत होता. पूर्वीपासूनच किती देशांकडे अण्वस्त्रं आहेत याचीही बऱ्यापैकी खात्रीलायक माहिती उपलब्ध होती. सायबरविश्वामध्ये मात्र याचा काहीच पत्ता लागत नाही. कुठलाही देश केव्हाही कुणावरही सायबर हल्ला करू शकतो. खरं म्हणजे एखाद्या देशानं सायबर हल्ला करण्याचीही गरज नाही. एखादा माणूस किंवा काही माणसांची छोटी टोळी यातलं कुणीही असा हल्ला करू शकतं. तसंच कुठलाही सायबर हल्ला नेमका कुणी केलेला आहे हे अचूकपणे समजेलच याची खात्रीसुद्धा देता येत नाही. म्हणजेच आपल्यावर हल्ला झाल्यानंतर त्यासाठी नेमकं कुणाला जबाबदार धरायचं हेच समजलं नाही तर या हल्ल्याचं प्रत्युत्तर कसं द्यायचं? आपली ओळख लपवण्यासाठी किंवा दुसरंच रूप धारण करण्यासाठी सायबर हल्लेखोर अनेक क्लृप्त्या वापरू शकतो. तसंच मूळ हल्ला एका संगणकावरून करून त्यानंतर सगळ्यांना गोंधळात टाकण्यासाठी नंतरचे हल्ले तो वेगळ्याच संगणकांवरून करू शकतो. यासाठी हल्लेखोराकडे संबंधित सॉफ्टवेअर असू शकतं. उदाहरणार्थ, २०१५च्या एप्रिल महिन्यात फ्रान्सच्या

'टीव्ही फाईव्ह मॉण्डे' या वाहिनीवर सायबर हल्ला झाला. तिचं प्रक्षेपण सायबर हल्लेखोरांनी बंद पाडलं आणि तिथे आयसिस या दहशतवादी संघटनेनं हा हल्ला केला असल्याचा दावा करणारा मजकूर झळकवला. या हल्ल्याचा फ्रेंच तज्ज्ञांनी अभ्यास केल्यावर दोन महिन्यांनी मात्र एका रशियन हल्लेखोर गटानं हा हल्ला केला असल्याचं त्यांच्या लक्षात आलं! यामुळे मुळात हा हल्ला नक्की कुणी आणि कशासाठी केला, हे समजूच शकलं नाही.

इतरांवर देखरेख ठेवण्यासाठी किंवा हेरगिरी करण्यासाठी अधिकृत सरकारी संघटनांनी किंवा हल्लेखोरांनीच तयार केलेलं सॉफ्टवेअर इतर हल्लेखोरांच्या हाती लागलं तर त्याचे दुष्परिणामही तितकेच भयंकर असतात. उदाहरणार्थ, 'ब्लॅकएनर्जी' नावाचं सॉफ्टवेअर काही रशियन हल्लेखोरांनी वेबसाईट्सचं काम मंदावण्याच्या हेतूनं तयार केलं होतं. हे इतर काही हल्लेखोरांच्या हाती लागताच त्यांनी त्यात बदल करून बँकांच्या वेबसाईट्सवरून खातेदारांचे यूजर आयडी आणि पासवर्ड चोरायला सुरुवात केली. इतकंच नव्हे; तर कालांतरानं नाटोच्या विरोधातसुद्धा हे सॉफ्टवेअर वापरलं गेलं. २०१७च्या मे महिन्यात जगभरात विंडोज, एक्सपी ऑपरेटिंग सिस्टिममधल्या दोषांचा फायदा उठवणाऱ्या 'वॉन्नाक्राय' या 'रॅन्समवेअर'नं जगभरात धुमाकूळ घातला. बाधित संगणकांवर खंडणी न दिल्यास सगळ्या फायली कायमसाठी नष्ट करण्याची भीती दाखवणाऱ्या या सॉफ्टवेअरची मूळ निर्मिती एनएसएनं केली होती!

या सगळ्याची पाळंमुळं अमेरिकेबरोबरच इस्रायलमध्ये होती!

■■■

संदर्भ सूची

1 *The Weapon Wizards: How Israel Became a High-Tech Military Superpower*, Yaakov Katz, Amir Bohbot, St Martin's Press

2 *The Palestine Israel Conflict*, George Harms with Todd M Ferry, Pluto Press

3 *The Modern Middle East: A Political History Since the First World War*, Mehran Kamrava, University of California Press

4 *A History of the Modern Middle East*, William Cleveland and Martin Bunton, Westview Press

5 *Israel / Palestine*, Alan Dowty, Polity Press

6 *Devil's Game: How the United States Helped Unleash Fundamentalist Islam*, Robert Dreyfuss, A Holt Paperback

7 *The Israel-Palestine Conflict*, James L Gelvin, Cambridge University Press

8 *The Fifty Years War: Israel and the Arabs*, Ahron Bregman and Jihan El-Tahri, Penguin Books, BBC Books

9 पॅलेस्टाईन-इस्रायल, अतुल कहाते

लेखक परिचय

अतुल कहाते
बी.एस्सी. (स्टॅटिस्टिक्स), एमबीए

- माहिती तंत्रज्ञान क्षेत्रात सुमारे १८ वर्षांचा अनुभव - सिंटेल, अमेरिकन एक्सप्रेस, डॉयचे बँक, एलअँडटी इन्फोटेक आणि आयफ्लेक्स सोल्युशन्स (आता ओरॅकल) येथे विविध प्रकारच्या जबाबदाऱ्या सांभाळल्या.
- आयफ्लेक्स सोल्युशन्स (आता ओरॅकल) इथे कन्सल्टिंग प्रॅक्टिस डायरेक्टर म्हणून १२ वर्षे काम
- सिंबायोसिस तसेच पुणे विद्यापीठाच्या अनेक महाविद्यालयांमध्ये व्हिजिटिंग लेक्चरर म्हणून १५ वर्षांचा अनुभव
- जवळपास ६० पुस्तकांचे लिखाण – इंग्लिशमध्ये २९ आणि उरलेली मराठी. संगणकक्षेत्रातल्या विद्यार्थ्यांसाठी तसेच प्रोफेशनल्ससाठी नेटवर्क सिक्युरिटी, वेब टेक्नॉलॉजी, ऑपरेटिंग सिस्टिम्स, डेटाबेस मॅनेजमेंट, डेटा कम्युनिकेशन्स, सी प्लस प्लस अशा अनेक पाठ्यपुस्तकांचे लिखाण, त्यामधली अनेक पुस्तके भारतामधल्या तसेच काही परदेशांमधल्या जवळपास ५० विद्यापीठांमध्ये पाठ्यपुस्तक म्हणून वापरली जातात, दोघांचा चिनी भाषेत अनुवाद
- *क्रिप्टोग्राफी अँड नेटवर्क सिक्युरिटी* या पुस्तकाच्या सव्वा लाखाहून अधिक प्रतींची विक्री
- मराठीमध्ये इतिहास, अर्थशास्त्र, वैद्यकशास्त्र, राजकारण, विज्ञान, तंत्रज्ञान, चरित्र, क्रिकेट अशा वेगवेगळ्या विषयांवरची पुस्तके
- सकाळ प्रकाशनतर्फे *बिटकॉईन - आभासी चलनाची अद्‌भुत दुनिया, कृत्रिम बुद्धिमत्ता आणि यंत्रमानव, उत्तर कोरियाचा प्रश्न आणि सीरिया - एक रक्तरंजित पट* ही पुस्तके प्रकाशित
- लिखाणासाठी ग्रंथकार पुरस्कार, स्वातंत्र्यवीर सावरकर पुरस्कार, महाराष्ट्र राज्य शासनातर्फे अर्थशास्त्रविषयक लिखाणासाठी चिंतामणराव देशमुख पुरस्कार; तर संगणकक्षेत्रामधल्या कामासाठी इंद्रधनू– महाराष्ट्र टाइम्स पुरस्कार, कम्प्युटर सोसायटी ऑफ इंडिया ॲवार्ड फॉर आयटी एज्युकेशन अँड लिटरसी, इंदिरा एक्सलन्स ॲवार्ड, सर्व्हिस एक्सलन्स ॲवार्ड, जी आर फौंडेशन ॲवार्ड असे अनेक पुरस्कार
- अनेक मान्यवर वर्तमानपत्रांमध्ये नियमित लेखन; तसेच सगळ्या मराठी टीव्ही चॅनेल्सवर अनेक कार्यक्रम
- क्रिकेटच्या आंतरराष्ट्रीय सामन्यांमध्ये स्कोअरर आणि आकडेवारीतज्ज्ञ म्हणून काम करण्याचा अनुभव
- e-mail : akahate@gmail.com

www.ingramcontent.com/pod-product-compliance
Lightning Source LLC
LaVergne TN
LVHW100307051026
849517LV00006B/2218

* 9 7 8 9 3 8 9 8 3 4 3 7 6 *